भारतीय अर्थव्यवस्थेतील निर्णायक वळणे

डॉ. विनायक गोविलकर

डायमंड पब्लिकेशन्स

भारतीय अर्थव्यवस्थेतील निर्णायक वळणे
डॉ. विनायक गोविलकर

Bhartiy Arthavyavasthetil Nirnayak Valane
Dr. Vinayak Govilkar

पहिली आवृत्ती : नोव्हेंबर, २०१८

ISBN 978-93-86401-56-4

मुखपृष्ठ
शाम भालेकर

अक्षरजुळणी
संध्या कामत

प्रकाशक
डायमंड पब्लिकेशन्स
२६४/३ शनिवार पेठ, ३०२ अनुग्रह अपार्टमेंट
ओंकारेश्वर मंदिराजवळ, पुणे-४११ ०३०
☎ ०२०-२४४५२३८७, २४४६६६४२
info@diamondbookspune.com

ऑनलाईन पुस्तक खरेदीसाठी भेट द्या
www.diamondbookspune.com

प्रमुख वितरक
डायमंड बुक डेपो
६६१ नारायण पेठ, अप्पा बळवंत चौक
पुणे-४११ ०३० ☎ ०२०-२४४८०६७७

प्रस्तावना

डॉ. विनायक गोविलकर, एक उत्तम अभ्यासक, वक्ता आणि लेखक म्हणून महाराष्ट्रात अनेकांना परिचित आहेत.एक अर्थतज्ज्ञ आणि चार्टर्ड अकौंटंट म्हणून देखील ते प्रसिद्ध आहेत. त्यांनी आतापर्यंत लिहिलेल्या लेखांमधून आणि पुस्तकातून तसेच दिलेल्या व्याख्यानातून विशद केलेले अनेक विषय मला माहित आहेत. जागतिकीकरण, कर व्यवस्था, कृषी, बँकिंग अशा विषयांचा त्यांचा अभ्यास सखोल आहे.

अशा सिद्धहस्त लेखकाने सदर पुस्तकात भारतीय आर्थिक इतिहासातील महत्त्वाच्या ५१ निर्णायक बाबींचा विस्ताराने उहापोह केला आहे. या बाबी म्हणजे mile stones म्हणता येतील. भारताला स्वातंत्र्य मिळाल्यानंतर म्हणजेच १९४७ पासून ते २०१७ पर्यंत घडलेल्या काही घटना, शासकीय निर्णय आणि काही अर्थविषयक कायदे यांचा समावेश सदर पुस्तकात आढळतो. प्रत्येक बाबी साठी एक स्वतंत्र प्रकरण केल्यामुळे वाचकांसाठी सुविधा झाली आहे. विषयांची मांडणी कालानुक्रमाने केली आहे.लेखकाची भाषा सोपी आणि रसाळ असल्याने पुस्तक वाचनीय झाले आहे.

१९४७ पासून पहिली ३० वर्षे अर्थकारणाची दिशा Command and Control economy अशा प्रकारची होती. रशियाच्या आर्थिक विकासाच्या परिमाणावर आधारित भारतीय अर्थव्यवस्थेत निर्णय घेतले गेले. सरकारची भूमिका महत्त्वाची मानली गेली. या काळातील निर्णायक वळणांवर १९ प्रकरणे सदर पुस्तकात आहेत. त्यात रिझर्व बँकेचे राष्ट्रीयीकरण, नियोजन मंडळाची स्थापना, वित्त आयोगाची स्थापना, सार्वजनिक क्षेत्रातील उद्योगांची सुरुवात, महालनोबीस विकास प्रतिमान, आयुर्विमा व्यवसायाचे राष्ट्रीयीकरण, युनिट ट्रस्ट ऑफ इंडियाची सुरुवात, सुवर्ण नियंत्रण कायदा, बँकांचे राष्ट्रीयीकरण, मक्तेदारी व प्रतिबंधित व्यापारी पद्धती कायदा, सामान्य विम्याचे राष्ट्रीयीकरण, विदेशी चलन नियंत्रण कायदा आणि क्षेत्रीय ग्रामीण बँकांची स्थापना यांचा समावेश करता येईल. हे सर्व निर्णय देशात समाजवादी अर्थव्यवस्था लागू

करण्यासाठीचे होते. खासगी क्षेत्राला बंदी नसली तरी त्याचा अर्थव्यवस्थेतील सहभाग मर्यादित आणि नियंत्रित होता. लेखकाने त्या त्या प्रकरणात आवश्यक तो भरपूर तपशील नमूद केला आहे. पुस्तकाच्या रचने नुसार सदर प्रकरणे स्वतंत्र असली तरी त्यामागचे सूत्र सार्थपणे वाचकांच्या समोर आणण्यात लेखक यशस्वी झाला आहे.

१९७७ ते १९९१ हा कालावधी भारतात प्रचंड राजकीय अस्थिरतेचा राहिला. या १४ वर्षात भारतात ७ पंतप्रधान झाले आणि २ पंतप्रधानांची हत्या झाली. बहुतेक प्रत्येक सरकारचा कार्यकाल फार अल्प राहिला. वेगवेगळ्या राजकीय पक्षांची सरकारे स्थापन झाली. त्यांची आर्थिक धोरणे भिन्न होती. याचा स्वाभाविक परिणाम अर्थव्यवस्थेकडे दुर्लक्ष होण्यात झाला. सबब या १४ वर्षातील केवळ २ महत्त्वाच्या बाबी सदर पुस्तकात आलेल्या दिसतात. त्या म्हणजे - आयात निर्यात बँकेची स्थापना आणि भारतीय लघु उद्योग विकास बँकेची (सिडबी) स्थापना.या दोन्ही महत्त्वाच्या बाबींच्या सादरीकरणाला लेखकाने न्याय दिला आहे.

राजकीय अस्थिरतेचा गंभीर परिणाम देशाच्या अर्थव्यवस्थेवर झाला आणि १९९१ मध्ये 'न भूतो न भविष्यति' असे संकट देशावर आले. प्रकरण २२ मध्ये केलेले त्याचे वर्णन अतिशय चपखल आणि वास्तववादी आहे. आकडेवारीने त्याचे गांभीर्य समोर आणले आहे. सदर आर्थिक संकटावरील तात्पुरता उपाय (सोने तारणावर कर्ज) लेखकाने प्रकरण २३ मध्ये फार सुंदर पद्धतीने वर्णन केला आहे. तर २४ व्या प्रकरणात त्यावरील दीर्घकालीन उपायाचा परामर्श घेत देशाच्या आर्थिक धोरणात सरकारने घेतलेला U Turn प्रभावीपणे मांडला आहे. जागतिकीकरण, उदारीकरण आणि खासगीकरणाची सुरुवात कशी करावी लागली याची सुंदर कारण मीमांसा त्यात सापडते.

उदारीकरणाच्या धोरणानुसार केलेल्या सुधारणात बँकिंग क्षेत्राचे खुलेकरण, राष्ट्रीय शेअर बाजाराची स्थापना,बाजारावर आधारित विनिमय दर निश्चिती, MRTP कायदा रद्द करून Competition कायदा, FERA कायदा निकालात काढून FEMA- कायदा अशा बाबी जोरकस पणे मांडल्या आहेत. सरकारने काही नियामकांची व्यवस्था उभी केली. त्यापैकी सेबी, भारतीय विमा विनियामक आणि विकास प्राधिकरण (IRDA) आणि पेन्शन फंड नियमन आणि विकास अॅथॉरिटी याबाबत तपशीलवार मांडणी केली आहे. राजकोषीय तुटीचे आपोआप चलनीकरण होऊ नये म्हणून भारत सरकार आणि रिझर्व्ह बँक यांच्यात झालेला ऐतिहासिक करार, वित्तीय दायित्व आणि अर्थसंकल्प व्यवस्थापन कायदा, 'मनी लॉन्डरिंग' कायदा यांचा समावेश करून राजकोषीय शिस्त आणण्यासाठी सरकारने केलेले प्रयत्न अधोरेखित केले आहेत आणि त्यांचे सकारात्मक परिणाम उत्तम रीतीने विशद केले आहेत.

सन २००५ ते २०१३ या काळात कल्याणकारी योजनांचा महापूर आल्यासारखी परिस्थिती दिसते. त्याची नोंद घेत लेखकाने राष्ट्रीय ग्रामीण रोजगार हमी कायदा, 'भारत निर्माण योजना', 'अन्न सुरक्षा कायदा' यांचा आढावा घेतला आहे. त्यासाठी केलेला खर्च, योजनांची अंमलबजावणी आणि त्यांचे फलित यावरील लेखकाचे भाष्य फार समर्पक वाटते.

२०१४ मध्ये सुमारे दोन दशकानंतर एका पक्षाच्या बहुमताचे सरकार सत्तारूढ झाले. त्या नवीन सरकारपुढे पुढे तीन आव्हाने होती – पहिले आर्थिक विकासाचे, दुसरे, सामाजिक सुरक्षा आणि कल्याणाचे आणि तिसरे वित्तीय शिस्त परत आणण्याचे. नव्या सरकारने त्या दृष्टीने पावले टाकली, काही योजना जाहीर केल्या. त्यात जनधन योजना, मेक इन इंडिया, मुद्रा योजना, विमा योजना आणि पेन्शन योजना यांचा तपशील लेखकाने दिला आहेच पण त्याने होऊ लागलेला मोठा बदल समर्पकपणे मांडण्यात लेखक यशस्वी झाला आहे.

भारतासारख्या भौगोलिक दृष्ट्या विशाल आणि लोकसंख्या प्रचंड असलेल्या लोकशाही देशातील सत्तर वर्षे इतक्या प्रदीर्घ काळात घडलेल्या मोठ्या आर्थिक बदलांचा इतिहास मांडण्याचे काम लेखकाने समर्थपणे केले आहे असे मी विनासंकोच नमूद करू इच्छिते. या पुस्तकाने वित्त विषयातील अभ्यासकांना तसेच सामान्य जिज्ञासूंना या कालावधीतील प्रमुख बाबींचा आढावा एकाच ठिकाणी उपलब्ध करून दिला आहे. पुस्तकातील सर्व ५१ प्रकरणे वाचकांसाठी, विद्यार्थ्यांसाठी व अभ्यासकांसाठी मोलाची आहेत. असे लेखन करणाऱ्या डॉ. विनायक गोविलकरांचे अभिनंदन आणि त्यांना शुभेच्छा.

डॉ. मृणालिनी फडणवीस
कुलगुरु,
सोलापूर विद्यापीठ, सोलापूर

मनोगत

भारताला स्वातंत्र्य मिळून ७० वर्षांचा काळ लोटला. कोण्या एके काळी अत्यंत संपन्न असलेला भारत काही शतकांच्या परकीय राजवटीमुळे आर्थिकदृष्ट्या मागास झाला. स्वातंत्र्य मिळाले तेंव्हा भारताची गणना गरीब राष्ट्रात केली जात असे. आज ७० वर्षांनंतर भारताने under developed economy, developing economy, emerging economy या साऱ्या पायऱ्या ओलांडून जगातील fastest growing economy हा किताब मिळविला आहे. एप्रिल २०१८ मध्ये प्रकाशित झालेल्या आंतरराष्ट्रीय नाणेनिधीच्या World Economic Outlook या प्रकाशनांत म्हटल्या प्रमाणे भारताची अर्थव्यवस्था आता जगात सहाव्या क्रमांकाची झाली आहे. भारताच्या पुढे आता अमेरिका, चीन, जपान, जर्मनी आणि इंग्लंड हे केवळ पाच देश आहेत. २००८ सालच्या जागतिक आर्थिक संकटात भारताची अर्थव्यवस्था इतर देशांच्या तुलनेत स्थिर राहिली. भारत लोकशाही देश आहे आणि गेल्या ७० वर्षात जवळपास सर्व पक्षांचे सदस्य केंद्र सरकारात सत्तेत येऊन गेले. त्यांनी त्यांच्या पक्षाच्या विचारसरणीला अनुसरून काही धोरणे आखली, काही निर्णय घेतले. जागतिक परिस्थिती बदलत गेली आणि तिला अनुसरून भारताला काही निर्णय आणि धोरणे बदलावी लागली. १९४७ साली undeveloped economy अशी स्थिती आणि २०१७-१८ ची fastest growing economy ही स्थिती यांच्यातील प्रवास कसा झाला याचे सिंहावलोकन करावे असे मनात होते. त्याचवेळेला महाराष्ट्र टाइम्स या नावाजलेल्या वर्तमानपत्राच्या नासिक आवृत्तीत मी लेखन करावे असा प्रस्ताव आला. मी तो स्वीकारला आणि ७० वर्षाच्या आर्थिक वळणांचा आढावा घेणारे लेख वर्षभर लिहिले. अर्थात वर्तमानपत्रातील लेखनास जागेच्या मर्यादा असणे स्वाभाविक असते. परंतु हे सदर लोकप्रिय झाले आणि त्यातून पुस्तकाची कल्पना साकारली. लेखांची शीर्षके कायम ठेवून पण लांबीची मर्यादा न ठेवता सगळे लेखन विस्तारून केले.

देशाच्या अर्थव्यवस्थेत कृषी, उद्योग व्यापार, पायाभूत सुविधा, सेवा, नाणे बाजार, राजकोषीय धोरण अशी अनेक क्षेत्रे असतात. या सगळ्यांचा परस्परांशी

संबध असतो. प्रत्येक क्षेत्रात परिस्थितीनुसार आणि राज्यकर्त्या पक्षाच्या ध्येय धोरणानुसार बदल होत असतात. काही धोरणे देशांतर्गत कारणांनी ठरतात तर काहींसाठी आंतरराष्ट्रीय बदल आणि दबाव कारणीभूत ठरतात. राज्यकर्त्यांवरील कोणाचे तरी प्रभाव सुद्धा देशाची धोरणे ठरविण्यास मदत करतात. स्वातंत्र्यानंतर भारतीय राज्यकर्त्यांवर रशियातील आर्थिक धोरणांचा प्रभाव होता. त्यामुळे राष्ट्रीयीकरण, नियोजन, सार्वजनिक उद्योग, सार्वजनिक वितरण व्यवस्था अशी धोरणे राबविली गेली. १९९० च्या सुमारास देशातील गंभीर आर्थिक संकट आणि जगात वाहणारे उदारीकरणाचे वारे या दोन गोष्टीनी समाजवादी आर्थिक धोरणांकडून भांडवलशाहीला पूरक उदार आर्थिक धोरणांचा अंगीकार केला गेला. परिणामतः नियोजन आयोग बरखास्त होणे, सार्वजनिक उद्योगातून निर्गुंतवणूक करणे, स्पर्धा कायदा येणे, राजकोषीय धोरणात शिस्त आणण्याचा प्रयत्न होणे, स्पर्धा राहावी, वाढावी यासाठी अनेक नियामकांची नियुक्ती करणे अशा बाबी झाल्या. 'कल्याणकारी राज्य' हे शासनाचे स्वरूप कायम राहिले तरी त्यासाठीचा दृष्टिकोन बदलला आणि त्यावर होणारा खर्च आणि योजना यात खूप फरक झाला. या साऱ्या वळणांनी अर्थव्यवस्थेची दिशा आणि गती बदललेली दिसते.

सदर पुस्तकात अशा वळणांचा तटस्थपणे अभ्यास करून त्याची मांडणी करण्याचा प्रयत्न केला आहे. आवश्यक तेथे सांख्यिकी दिली आहे. माझा असा दावा नाही की या ५१ बाबीच केवळ निर्णायक बाबी आहेत. वर उल्लेख केल्यानुसार प्रत्येक क्षेत्रात अशा अनेक बाबी आहेत. त्यातील केवळ ५१ बाबी ज्या मला महत्त्वाच्या वाटल्या त्यांचा समावेश पुस्तकात केला आहे. मला आशा आहे की हे पुस्तक कोणाही अर्थ जिज्ञासूला उपयोगी ठरेल. अर्थविषयक विद्यार्थ्यांना त्यांचा अभ्यासासाठी याचा उपयोग झाला तर मला त्याचा विशेष आनंद होईल.

पुस्तकास सोलापूर विद्यापीठाच्या मा. कुलगुरू आणि अर्थशास्त्राच्या अभ्यासक डॉ. सौ. मृणालिनी फडणवीस यांनी प्रस्तावना लिहिली त्याबद्दल मी त्यांचा आभारी आहे. डायमंड प्रकाशनाचे श्री. पाष्टे यांनी हे पुस्तक प्रकाशित करून वाचकांपर्यंत आणले यासाठी मी त्यांचे आभार मानतो. पुस्तकावरील प्रतिक्रिया आणि सूचना यांचे स्वागत.

विनायक म. गोविलकर
४, लोकमान्य नगर,
गंगापूर रोड, नाशिक ४२२००२
vgovilkarrediffmail.com
९४२२७६२४४४

अनुक्रम

- प्रस्तावना तीन
- मनोगत सहा

१. भारताची मध्यवर्ती बँक केंद्र सरकारच्या अखत्यारीत. १
वर्ष १९४८ – रिझर्व बँकेचे राष्ट्रीयीकरण

२. उद्योगांना वित्त पुरवठा तसेच तांत्रिक आणि उद्योजकता विषयक सल्ला उपलब्ध. ५
वर्ष १९४८ पासून – विकासक वित्तीय संस्था

३. समाजवादी समाज रचनेचा पाया घालणारी पहिली पायरी. १०
वर्ष १९५० – नियोजन मंडळाची स्थापना

४. केंद्र आणि राज्ये यांचे वित्तीय संबंध सुकर करण्यासाठी. १४
वर्ष १९५१ – वित्त आयोगाची स्थापना

५. समाजवादी समाज रचनेचा पाया घालणारी दुसरी पायरी. १९
वर्ष १९५४ – सार्वजनिक क्षेत्रातील उद्योगांची सुरुवात

६. विकास मॉडेलचा स्वीकार. २४
वर्ष १९५५–५६ – महालनोबीस विकास प्रतिमान

७. कल्याणकारी राज्य स्थापन करण्यासाठी सरकारचा वित्त क्षेत्रात मोठा हस्तक्षेप. २८
वर्ष १९५६ – आयुर्विमा व्यवसायाचे राष्ट्रीयीकरण

८. बँक ठेवीदारांच्या ठेवींना संरक्षण. ३२
वर्ष १९६१ – बँक ठेव विमा आणि पत हमी यांची सुरुवात

९. शेती कर्जापोटी बँकांना पुनर्वित्त सुविधा उपलब्ध. ३६
वर्ष १९६३ – कृषी पुनर्वित्त महामंडळाची स्थापना

१०. जनतेची बचत गोळा करून औद्योगिक विकासासाठी गुंतविण्याचे आक्रमक अभियान. ४०

वर्ष १९६३ – युनिट ट्रस्ट ऑफ इंडिया
११. अन्नधान्य टंचाईवरील प्रभावी उपाय. ४५
वर्ष १९६५ – हरित क्रांती
१२. विदेशी व्यवहार तोल सकारात्मक करण्यासाठी धाडसी पाऊल. ४८
वर्ष – १९६६ रुपयाचे अवमूल्यन
१३. विदेशी चलन तुटवडा, महागाई आणि रुपयाचे अवमूल्यन यावर तोडगा. ५२
वर्ष – १९६८ सुवर्ण नियंत्रण कायदा
१४. सर्वांसाठी, सर्वदूर आणि चांगली बँकिंग सुविधा देण्यासाठी ५६
वर्ष १९६९ – बँकांचे राष्ट्रीयीकरण
१५. मक्तेदारी व प्रतिबंधित व्यापारी पद्धतीवर नियंत्रण. ६१
वर्ष १९६९ – मक्तेदारी व प्रतिबंधित व्यापारी पद्धती कायदा
१६. आजारी उद्योगांना व्यवहार्य बनविण्याचा प्रयत्न. ६६
वर्ष १९७१ – भारतीय औद्योगिक पुनर्बांधणी निगम ची स्थापना
१७. सामान्य विम्याचा लाभ सर्वांना आणि ग्रामीण, निमशहरी भागातही मिळावा यासाठी ७०
वर्ष १९७२ – सामान्य विम्याचे राष्ट्रीयीकरण
१८. विदेशी चलनाच्या प्रत्येक व्यवहारावर सरकारचे रिझर्व बँकेच्या माध्यमातून नियंत्रण. ७४
वर्ष १९७३ – विदेशी चलन नियंत्रण कायदा
१९. ग्रामीण भागात शेतकरी, शेतमजूर आणि सामाजिक-आर्थिक दुर्बल घटकांना पत पुरवठा. ७८
वर्ष १९७५ – क्षेत्रीय ग्रामीण बँकांची स्थापना
२०. विदेशी व्यापार आणि गुंतवणुकीला वित्त पुरवठा, सुविधा आणि प्रोत्साहन. ८२
वर्ष १९८१ – आयात निर्यात बँकेची स्थापना
२१. लघु उद्योग वित्तपुरवठा संरचनेतील ऐतिहासिक पाऊल. ८७
वर्ष १९८२ – भारतीय लघु उद्योग विकास बँकेची (सिडबी) स्थापना.
२२. मोठ्या आणि गंभीर संकटांनी ग्रासलेली अर्थव्यवस्था. ९१
वर्ष १९९१ – भारताचे आर्थिक संकट
२३. भारताची जागतिक स्तरावर मानहानी वाचविण्यासाठी. ९५
वर्ष १९९१ – सोने तारणावर कर्ज.

२४. गंभीर आर्थिक स्थितीवरील दीर्घ कालीन उपाय. ९९
वर्ष १९९१ पासून – खासगीकरण, उदारीकरण, जागतिकीकरण
२५. वित्त क्षेत्र सुधारणा. १०३
वर्ष १९९३ – खासगी आणि विदेशी बँकांना परवानगी.
२६. उभरत्या भांडवल बाजाराचा शिस्तबद्ध, सुव्यवस्थित आणि निरोगी विकास. १०७
वर्ष १९९२ – बाजार नियामक सेबी ची स्थापना.
२७. बाजाराच्या कारभारात तंत्रज्ञानाचा वापर करून पारदर्शकता. ११२
वर्ष १९९२ – राष्ट्रीय शेअर बाजाराची स्थापना.
२८. नियंत्रित विनिमय दराकडून बाजाराधिष्ठित विनिमय दराकडे. ११६
वर्ष १९९३ – बाजारातील मागणी पुरवठ्यावर आधारित विनिमय दर निश्चिती.
२९. जागतिक व्यापार संघटनेचे संस्थापक सदस्यत्व. १२०
वर्ष १९९४ – जागतिक व्यापार संघटनेचे करार.
३०. राजकोषीय तुटीचे आपोआप चलनीकरण. १२४
वर्ष १९९४ – भारत सरकार आणि रिझर्व्ह बँक यांच्यात ऐतिहासिक करार.
३१. कर चुकव्यांना सचोटीच्या आणि सामाजिक दायित्वाच्या मार्गावर येण्यासाठी एक संधी. १२८
वर्ष १९९७ – स्वेच्छा उत्पन्न प्रकटीकरण योजना
३२. विशिष्ट भू प्रदेशात उद्योग, शेती व सेवा क्षेत्राला उत्तेजन देण्यासाठी नवा उपाय. १३२
वर्ष २००० – विशेष आर्थिक क्षेत्र धोरण.
३३. विमा व्यवसायासाठी नियामक आणि विकासक व्यवस्था. १३६
वर्ष २००० – भारतीय विमा विनियामक आणि विकास प्राधिकरण (IRDA) ची स्थापना.
३४. विदेशी चलनाच्या नियमनाकडून व्यवस्थापनाकडे. १४०
वर्ष २००० – विदेशी चलन व्यवस्थापन कायदा.
३५. वित्त बाजारातील रोखता आणि व्याजदराचे समायोजन. १४४
वर्ष २००० – सुरुवात रोखता समायोजन सुविधेची.
३६. मक्तेदारी नियंत्रणाऐवजी स्पर्धेस प्रोत्साहन. १४८
वर्ष २००३ – स्पर्धा कायदा

३७. निवृत्ती वेतन व्यवस्थेचा विस्तार, नियमन आणि विकास. १५३
वर्ष २००३ – पेन्शन फंड नियमन आणि विकास ॲथॉरिटी.

३८. वित्तीय शिस्त लावत परिणामकारक आर्थिक व्यवस्थापन. १५८
वर्ष २००४ – वित्तीय दायित्व आणि अर्थसंकल्प व्यवस्थापन कायदा.

३९. काळा पैसा स्वच्छ करण्यास लगाम. १६२
वर्ष २००५ – 'मनी लॉन्डरिंग' कायदा.

४०. ग्रामीण भागात उदरनिर्वाहाची सुरक्षा वाढविण्यासाठी रोजगाराची हमी १६६
वर्ष २००५ – राष्ट्रीय ग्रामीण रोजगार हमी कायदा.

४१. देशाच्या विकासात ग्रामीण विकासाचे महत्त्व अधोरेखित. १७०
वर्ष २००५ – 'भारत निर्माण' योजना.

४२. रिटेल मध्ये थेट विदेशी गुंतवणुकीस परवानगी. १७४
वर्ष २००६ – सिंगल ब्रँड रिटेल मध्ये ५१% गुंतवणूक सुकर.

४३. समन्याय आणि समावेशक विकास या बाबींसाठी शासनाचा मोठा हस्तक्षेप. १७८
वर्ष २००४ – २००९ – कल्याणकारी योजनांचा महापूर.

४४. शासनाच्या आर्थिक विश्वासार्हतेवर प्रश्नचिन्ह. १८२
वर्ष २००८ – २०१२ आर्थिक घोटाळ्यांची मालिका.

४५. कुटुंबातील सर्वांना दररोज आणि पोटभर अन्नाची तरतूद. १८६
वर्ष २०१३ – 'अन्न सुरक्षा कायदा.'

४६. वित्तीय समावेशकतेतील महत्त्वाकांक्षी योजना. १९१
वर्ष २०१४ – जनधन योजना.

४७. भारताला उत्पादनाचे जागतिक केंद्र बनविण्याचे लक्ष्य १९५
वर्ष २१०४ – 'मेक इन इंडिया'

४८. सूक्ष्म आणि लघु उद्योगांना संजीवनी १९९
वर्ष २०१५ – 'मुद्रा योजना.'

४९. अर्थसाहाय्य आणि अनुदानांकडून स्वयं सुरक्षेकडे. २०३
वर्ष २०१५ – तीन जन सुरक्षा योजना.

५०. नाणे धोरण निश्चितीसाठी रिझर्व बँकेऐवजी बहु सदस्य समिती. २०७
वर्ष २०१५ – नाणे धोरण फ्रेमवर्क करार.

५१. स्थावर मालमत्ता विकास आणि नियमनाला कायदेशीर दिशा. २११
वर्ष २०१६ – रेरा कायदा.

- लेखक-परिचय. २१६

१ भारताची मध्यवर्ती बँक केंद्र सरकारच्या अखत्यारीत वर्ष १९४८ – रिझर्व बँकेचे राष्ट्रीयीकरण

भारताची मध्यवर्ती बँक रिझर्व बँक ऑफ इंडिया ही स्वातंत्र्यपूर्व काळात खासगी क्षेत्रात स्थापन झाली होती आणि तिचे स्वातंत्र्यानंतर राष्ट्रीयीकरण झाले हे फार थोड्या जणांना माहित असेल. पहिल्या महायुद्धानंतर निर्माण झालेल्या आर्थिक पेच प्रसंगांना तोंड देण्यासाठी रिझर्व बँक ऑफ इंडियाची स्थापना झाली. Royal Commission on Indian Currency and Finance (हिल्टन - यंग कमिशन) यांच्या १९२६ सालच्या शिफारशीनुसार Central Legislative assembly ने रिझर्व बँक ऑफ इंडिया कायदा १९३४ ला पारित केला आणि १ एप्रिल १९३५ रोजी रिझर्व बँक ऑफ इंडिया ने आपल्या कामाला सुरूवात केली. कायद्याच्या प्रस्तावनेत रिझर्व बँक ऑफ इंडियाची खालील तीन प्रमुख कामे नमूद केली होती.

१. बाजारात आणायच्या चलनाचे नियमन करणे.
२. मौद्रिक स्थिरतेची खात्री येण्यासाठी गंगाजळी राखणे
३. भारताच्या आर्थिक फायद्याच्या दृष्टिकोनातून पत आणि नाणे व्यवस्था चालविणे.

बँकेचे भाग भांडवल केवळ पाच कोटी रुपयांचे होते. या भाग भांडवलात केंद्र सरकारची गुंतवणूक केवळ रु. २,२०,००० इतकी होती. नाणे नियामकाचे काम सदर बँकेकडे वर्ग झाले. तसेच सार्वजनिक कर्जाचे आणि शासकीय हिशेबाचे काम सुद्धा रिझर्व बँकेकडे सुपूर्द करण्यात आले. १९३८ साली रिझर्व बँकेने पहिले चलन बाजारात आणले. १९४३ साली चिंतामणराव देशमुख हे रिझर्व बँकेचे पहिले भारतीय गव्हर्नर नियुक्त करण्यात आले.

स्वातंत्र्यानंतर Reserve Bank of India (Transfer to Public Ownership) Act, १९४८ पारित करून १ जानेवारी १९४९ पासून बँकेने कामकाजास सुरूवात

केली. त्यावेळच्या सर्व भागधारकांना योग्य मोबदला देऊन बँकेची संपूर्ण मालकी केंद्र सरकारने घेतली.

रिझर्व बँक ऑफ इंडियाची कार्ये

भारतात चलनी नोटा उपलब्ध करणे, जुन्या नोटा नष्ट करणे, पत धोरण ठरविणे, त्याची अंमलबजावणी करणे व त्यासाठी पर्यवेक्षण करणे, बाजारात स्थैर्य राखणे, उत्पादक क्षेत्रांना पत पुरवठा होईल याची खात्री करणे, बँक ठेवीदारांचे हितसंबंध जपणे, ग्राहकांना परिणामकारक सेवा मिळतील याची हमी घेणे, जनतेचा विश्वास टिकविणे, देशातील इतर बँकांना गरजेनुसार कर्ज पुरवठा करणे, केंद्र सरकार व राज्य सरकारे यांची बँक म्हणून काम करणे, देशाच्या विदेशी चलनाची गंगाजळी सांभाळणे, विदेशी चलनात होणाऱ्या सर्व व्यवहारांवर नजर ठेवणे, चालू खात्यावरील तुटीकडे लक्ष देणे, शासनाने घेतलेल्या निर्णयाच्या अंमलबजावणीला मदत करणे, वित्तीय समावेशकता, काळा पैसा अशा बाबीसंबंधी शासकीय निर्णयांना मदत करणे अशी कामे रिझर्व बँक ऑफ इंडिया करते.

Banking Regulation Act of १९४९ ने अनेक अधिकार रिझर्व बँक ऑफ इंडियाला दिले गेले. नवीन बँकांना, नवीन शाखांना परवानगी देणे, बँकांच्या मालमत्तेची रोखता, बँकांची तपासणी, एकत्रीकरण, पुनर्रचना आणि दिवाळखोरी यांच्याकडे रिझर्व बँकेला लक्ष द्यावे लागते. रिझर्व बँकेच्या पर्यवेक्षणामुळे भारतातील व्यापारी बँकांचा विकास झाला. उद्योग आणि कृषी विकासासाठी पतपुरवठा करण्यात रिझर्व बँकेचा मोठा वाटा आहे.

वाटचालीतील महत्त्वाचे टप्पे

रिझर्व बँकेच्या वाटचालीत अनेक महत्त्वाचे टप्पे आहेत त्यातील काही असे – १९५० मध्ये बँकिंग विकास विभागाची सुरूवात, व्यापारी बँकांना रिझर्व बँकेकडून कर्ज उपलब्ध करून देण्यासाठी १९५२ मध्ये Bill Market Scheme ची सुरूवात, १९५६ मध्ये Selective credit controls चा सर्व प्रथम वापर, १९६० मध्ये ठेव विमा योजना लागू, १९६४ मध्ये बिगर बँकिंग संस्थांनी जनतेकडून ठेवी स्वीकारण्यावर रिझर्व बँक ऑफ इंडियाचे नियंत्रण, १९६६ मध्ये सहकारी बँकांचे कामकाज रिझर्व बँक ऑफ इंडियाच्या देखरेखी खाली आले, १९७८ मध्ये सरकारच्या वतीने सोन्याचा लिलाव करण्याचा अधिकार, रोख राखीव निधी आणि वैधानिक रोखता निधीच्या तरतुदीतील व्यापारी बँकांच्या तुटीसाठी दंडात्मक कारवाईची सुरवात, वाणिज्य प्रपत्रे आणि ठेव प्रमाणपत्रे यांची सुरूवात करून नाणे बाजाराचा विस्तार (१९८९), खासगी क्षेत्रातील नवीन बँकांना परवाने देण्यासाठी नियमावली तयार

(१९९३), राष्ट्रीयीकृत बँकांना भांडवल बाजारातून भांडवल उभारण्यास परवानगी (१९९४), सरकारच्या नोटाबंदी कार्यक्रमास १९७८ आणि २०१६ मध्ये संपूर्ण सहकार्य.

रिझर्व बँकेच्या तपासणी आणि पर्यवेक्षण यामुळे भारतातील सर्व बँकांच्या कामकाजात आणि कार्यक्षमतेत भरपूर वाढ आणि सुधारणा झाली आहे. देशाच्या अर्थव्यवस्थेच्या विकासात आणि विशेषत: शेतीच्या विकासात रिझर्व बँक ऑफ इंडियाचे योगदान महत्त्वाचे राहिले आहे. भारताने पंचवार्षिक योजनांद्वारे विकासाचे सूत्र स्वीकारल्यानंतर १९६०च्या दशकात रिझर्व बँकेने विकासाच्या प्रक्रियेत वित्त पुरवठ्याकडे विशेष लक्ष दिले. वित्तीय संस्थांच्या स्थापनेत आणि विकासात रिझर्व बँकेची भूमिका फार महत्त्वाची राहिली आहे. अशा संस्थांमध्ये Deposit Insurance and Credit Guarantee Corporation of India, The Unit Trust of India, The Industrial Development Bank of India, The National Bank of Agriculture and Rural Development, The Discount and Finance House of India यांचा उल्लेख करावा लागेल. विविध वित्त संस्थांच्या उभारणी मुळे भारतात वित्तीय इन्फ्रास्ट्रक्चर चांगले निर्माण झाले.

रिझर्व बँकेच्या संपूर्ण मालकीच्या तीन उप कंपन्या आहेत - Deposit Insurance and Credit Guarantee Corporation of India, National Housing Bank आणि भारतीय रिझर्व बँक नोट मुद्रण. बँकातील ठेवीदारांच्या ठेवींना विमा संरक्षण देण्याचे काम DICGC करते. तसेच DICGC ने बँकांनी दिलेल्या कर्जांना हमी व्यवस्थासुद्धा उपलब्ध करून दिली आहे. National Housing Bank गृह बांधणीसाठी पत पुरवठा करते. रिझर्व बँक नोट मुद्रण कंपनी मार्फत देशातील नोटा आणि नाणी स्वरूपातील चलन निर्मितीची सेवा देते.

उदारीकरणानंतर रिझर्व बँकेने पुन्हा मध्यवर्ती बँकेच्या भूमिकेवर लक्ष केंद्रित केलेले दिसते. नाणे धोरण, बँकांचे पर्यवेक्षण आणि नियमन, भुगतान व्यवस्था आणि वित्तीय बाजाराचा विकास या बाबीं कडे बारकाईने पाहिले जात आहे.

गेले दशक

गेल्या सुमारे एका दशकाच्या कालावधीत केंद्र सरकारचे वित्त मंत्रालय आणि रिझर्व्ह बँक यांच्यात काही ताण निर्माण होणारे प्रसंग आले. कर्जावरील व्याज दरात कपात व्हावी अशी अपेक्षा उद्योग- व्यापार क्षेत्राकडून होत असताना देशाच्या स्थूल राष्ट्रीय उत्पन्नात वाढ होण्यासाठी सरकारलाही व्याज दरात कपात व्हावी असे वाटत असते. परंतु रिझर्व बँकेला अन्य बाबींचा (विशेषतः महागाईचा दर) विचार करून व्याज दर कपातीचा निर्णय घ्यावा लागतो. अशा वेळी सरकार आणि रिझर्व बँक

यांच्यात काही तणावाचे प्रसंग आले तर नवल वाटायला नको. परंतु त्यामुळे बँकेच्या स्वायत्ततेवर अतिक्रमण होत असल्याचे आरोप केले गेले.

२००८च्या अमेरिकेतील आर्थिक संकटानंतर जगभरात मंदीची स्थिती आली. त्याला भारतही अपवाद नव्हता. परंतु त्याचा मुकाबला रिझर्व्ह बँकेने अतिशय चांगल्या पद्धतीने केल्यामुळे भारताला मंदीची किमान झळ सोसावी लागली. २०१५पर्यंत देशाचे नाणे आणि पत धोरण ठरविण्याची जबाबदारी केवळ रिझर्व बँकेवर होती. २०१५मध्ये केंद्र सरकार आणि रिझर्व बँक यांच्यात नाणे धोरण फ्रेमवर्क करार झाला आणि नाणे धोरण निश्चितीसाठी रिझर्व बँके ऐवजी बहु सदस्य समितीची नेमणूक करण्यात आली. (पुस्तकातील प्रकरण ५० पाहावे) २०१६ च्या नोटाबंदी कार्यक्रमातही रिझर्व बँकेची भूमिका महत्त्वाची राहिली. सध्या रिझर्व बँकेची उपकंपनी DICGC बँकांमधील ठेवींना विम्याचे संरक्षण देते. सदर व्यवस्था रद्द करून ठेव विम्याची नवीन व्यवस्था सुरू करण्याचा प्रस्ताव असलेले Fiscal Resolution and Deposit Insurance Bill सन २०१७ मध्ये तयार केले गेले. त्यास कॅबिनेटने मंजुरी दिली. परंतु त्यातील इतर काही तरतुदींवर जनतेतील काही मंडळींनी मोठा आक्षेप घेतला आणि ते विधेयक संसदेत मंजुरीसाठी सदर केले गेले नाही.

सन २०१८ मध्ये नीरव मोदी यांचा सुमारे ११, ००० कोटी रुपयांचा बँक गॅरंटी घोटाळा (Letter of undertaking), रोटोमॅक कंपनीचा सुमारे ३, ५०० कोटींचा बँक कर्ज घोटाळा आणि त्यानंतरचे बँक ऑफ महाराष्ट्र आणि ओरिएन्टल बँक कर्ज घोटाळे यामुळे रिझर्व बँक करत असलेल्या बँकांच्या पर्यवेक्षण दर्जावर प्रश्नचिन्ह उठले. नोटाबंदीच्या निर्णयानुसार जुन्या नोटा जमा करण्याच्या डिसेंबर २०१६ ला संपलेल्या कालावधीनंतर सुमारे दीड वर्ष उलटले तरी रिझर्व बँक जुन्या नोटांची मोजदाद पूर्ण करू शकली नाही याही मुद्यावरून रिझर्व बँक टीकेचे लक्ष्य झाली आहे.

वरील सर्व बाबींचा विचार करूनही असे म्हणायला हवे की भारतात रिझर्व बँकेची स्वायत्तता टिकून राहिली आहे आणि रिझर्व बँक बँकिंग क्षेत्राचा नियामक या नात्याने चांगली कामगिरी बजावत आहे.

❐

२ उद्योगांना वित्त पुरवठा तसेच तांत्रिक आणि उद्योजकता विषयक सल्ला देण्यासाठी वर्ष – १९४८ पासून – विकासक वित्तीय संस्था

भारत शेती प्रधान देश म्हणून काही शतके ओळखला जातो. तसाच तो ब्रिटिशांच्या राजवटीतही ओळखला जात होता. स्वातंत्र्यानंतर देशाचा आर्थिक विकास जलद गतीने व्हावा असे वाटू लागणे स्वाभाविक होते. त्यासाठी शेती विकासाबरोबर औद्योगिक विकासावर भर देण्याची गरज भासू लागली. देशाच्या औद्योगिक विकासासाठी चार गोष्टींची आवश्यकता असते – भांडवल, तंत्रज्ञान, कच्चा माल आणि मानव संसाधन. स्वातंत्र्यानंतर भारतात कच्चा माल आणि मानव संसाधनांची कमतरता नव्हती. तंत्रज्ञान आणि भांडवल यांची उपलब्धता करून देणे आवश्यक होते. भारत सरकारने उद्योगांना वित्त पुरवठा करण्यासाठी तसेच त्यांना तांत्रिक आणि उद्योजकता विषयक सल्ला देण्यासाठी 'विकासक वित्तीय संस्था' (Development Financial Institutions) या विशेष संस्था स्थापन करण्याचा निर्णय घेतला.

विकासक वित्तीय संस्था : अर्थ

खालील कामे करणाऱ्या संस्थांना 'विकासक वित्तीय संस्था' मानतात.

१. जोखीम असली तरी सरकारच्या धोरणानुसार सामाजिक आणि आर्थिक दृष्ट्या इष्ट अशा प्रकल्पांच्या पत गरजा पूर्ण करणे.

२. प्रकल्पांच्या विशेषतः दीर्घ कालीन वित्त गरजा भागविणे.

३. वाणिज्य बँकांच्या क्षमते पलीकडे जोखीम असलेल्या क्षेत्रांना वित्त पुरवठा करणे.

गरज

देशाच्या विकासासाठी आवश्यक असणाऱ्या उद्योगांना मोठी गुंतवणूक खूप

दीर्घ काळासाठी लागते. अशी गुंतवणूक शेअर बाजारातून किंवा कर्ज बाजारातून उभी करता येते. बँकांकडून दीर्घ कालीन कर्ज घेऊनही ती भागविता येते. परंतु वाणिज्य बँकाकडे दीर्घ कालीन ठेवी नसल्याने त्या तसा वित्त पुरवठा करू शकत नव्हत्या. भारतातील शेअर बाजार विकसित नव्हता. सबब बाजारातून भाग भांडवल उभारणे अशक्य होते. शिवाय भागधारकांच्या लाभांशाच्या आणि भांडवल वृद्धीच्या अपेक्षा पूर्ण करणे या उद्योगांना शक्य नव्हते. कर्ज बाजारही अगदी प्राथमिक अवस्थेत होता. त्यामुळे बाजारातून इतक्या मोठ्या रकमांची कर्जे उभी करणे अशक्य होते. प्रायव्हेट इक्विटी पुरवू शकतील असे गुंतवणूकदार भारतात नव्हते. विमा कंपन्यांच्या गुंतवणुकीलाही मर्यादा होत्या. थोडक्यात बँका, विमा कंपन्या, शेअर बाजार, कर्ज बाजार, खासगी गुंतवणूकदार या साऱ्यांकडून पुरेसा वित्त पुरवठा होणे अशक्य असल्याने सरकारने 'विकासक वित्तीय संस्था' स्थापन केल्या. जोखीमयुक्त, दीर्घ आबीज फलकाल असलेले औद्योगिक आणि पायाभूत सुविधा प्रकल्प सुरू करणे आणि त्यांना वाजवी दराने वित्त पुरवठा करणे हे सरकारचे दायित्व निभाविण्यासाठी विकासक वित्तीय संस्था स्थापन केल्या. सदर संस्थांची भूमिका केवळ 'वित्त पुरवठा करणाऱ्या' अशी नव्हती तर जणू उद्योगात 'भागीदार' अशी अपेक्षित होती. या संस्थांनी कामकाजाचे वाणिज्य निकष पाळत असतानाच सरकारचे विकासाचे दायित्व पूर्ण करणे अपेक्षित होते. तारणावर आधारित वित्त पुरवठा न करता प्रकल्पाच्या गरजेला प्राधान्य देऊन वित्त पुरवठा करण्यासाठी या संस्था स्थापन झाल्या.

वर्गीकरण

भारतात अखिल भारतीय व राज्य स्तरावर 'विकासक वित्तीय संस्था' स्थापन केल्या गेल्या. अखिल भारतीय स्तरावरील 'विकासक वित्तीय संस्थां'चे त्यांच्या कामकाजानुसार खालील चार गटांमध्ये वर्गीकरण केले जाते.

१. उद्योगांना दीर्घकालीन कर्ज पुरवठा करणाऱ्या संस्था उदा. IFCI (Industrial Finance Corporation Of Inda), ICICI (Industrial Credit and Investment Corporation of India) , IDBI (Industrial Development Bank of India) , IDFC (Infrastructure Development Finance Company), IRBI (Industrial Reconstruction Bank of India)

२. कृषी, लघु उद्योग आणि गृह बांधणी क्षेत्रांना कर्ज पुरवणाऱ्या बँकिंग आणि बँकेतर संस्थांना पुनर्वित्त पुरवठा करणाऱ्या संस्था अनुक्रमे N-B-RD (National Bank for agriculture and Rural Development), SIDBI (Small Industries Development Bank of India), NHB (National Housing Bank)

३. विशिष्ट कामासाठीच्या विशेष संस्था उदा. आयात -निर्यात व्यवसायासाठी वित्त पुरवठा करण्यासाठी EXIM Bank(Export Import Bank), पर्यटन विकासासाठी TFCI Ltd. (Tourism Finance Corporation of India Ltd), ग्रामीण विद्युतीकरणाला वित्त पुरवठा करण्यासाठी REC Ltd. (Rural Electrification Corporation), गृह बांधणी आणि शहरी विकासासाठी HUDCO Ltd. (Housing and Urban Development Corporation), नवीकरणक्षम ऊर्जा विकासासाठी IRED- Ltd. (Indian Renewable Energy Development Agency Limited), ऊर्जा निर्मिती व वाटप यास वित्त पुरवठा करण्यासाठी PFC Ltd. (Power Finance Corporation), भारतीय रेल्वे विकासासाठी IRFC Ltd (Indian Railway Finance Corporation)

४. गुंतवणूक संस्था उदा. LIC (Life Insurance Corporation of India), UTI (Unit Trust of India), GIC (General Insurance Corporation), IFCI Venture Capital Funds Ltd. , ICICI Venture Funds Management Co Ltd

उद्योगांना दीर्घकालीन वित्त पुरविणाऱ्या विकासक वित्तीय संस्था

आपण पहिल्या गटातील वित्तीय संस्थांपासून सुरूवात करू. भांडवलाची वाढती गरज आणि भांडवल पुरवठादारांचा दुष्काळ या पार्श्वभूमीवर १ जुलै १९४८ रोजी Industrial Finance Corporation of India (IFCI), ही पहिली विकासक वित्तीय संस्था सुरू झाली. उद्योगांना सवलतीच्या दराने दीर्घकालीन मोठा वित्त पुरवठा पुरविण्याचे महत्त्वाचे काम तिने केले. प्रकल्प वित्त पुरवठा, वित्तीय सेवा आणि कॉर्पोरेट सल्ला सेवा देणे हे तिचे प्रमुख काम होते. पुढे उद्योगांचे आधुनिकीकरण, निर्यात वृद्धी, आयात पर्यायन, उद्योजकता विकास, पर्यावरण रक्षण आणि ऊर्जा जतन अशा अनेक क्षेत्रात तिचे लक्षणीय योगदान राहिले. या संस्थेने साखर आणि वस्त्र या दोन उद्योगांमध्ये सहकारी संस्थांचा विकास केला. ICICIची आणि IDBIची स्थापना होईपर्यंत सरकारच्या औद्योगिक धोरणानुसार विकासासाठी वित्त पुरविण्याची जबाबदारी IFCI ने एकट्याने निभावली. जागतिक बँक, भारत सरकार आणि भारतीय उद्योजकांचे प्रतिनिधी यांच्या पुढाकाराने १९५६ मध्ये ICICI ची स्थापना झाली. तत्कालीन आर्थिक उद्दिष्टे साध्य करण्यासाठी औद्योगिक विकासाला हातभार लावण्याचे महत्त्वाचे काम तिने केले. कॉर्पोरेट जगताला अनुरूप असे नवनवे वित्तीय प्रॉडक्ट्स बाजारात आणले. १जुलै १९६४ ला Industrial Development Bank of India (IDBI) ची सुरूवात झाली. जागतिक नाणे बाजारातून कमी व्याज दराने पैसा उभारून भारतातील उद्योगांना थेट कर्ज पुरवठा करणे, इतर वित्तीय संस्थांशी

समन्वय साधून औद्योगिक विकास साधणे, लघु आणि मध्यम उद्योगांना वित्त पुरवठा तसेच पुनर्वित्त पुरवठा करणे, सर्व वित्तीय संस्थांचा समन्वय साधणे अशी कामे करण्यासाठी ही संस्था सुरू झाली. १९७६ साली या संस्थेची संपूर्ण मालकी भारत सरकार कडे वर्ग करण्यात आली. आणखी एक संस्था म्हणजे IRCI. १९७१ मध्ये आजारी उद्योगांचे पुनर्वसन करण्यासाठी सरकारची संपूर्ण मालकी असलेल्या Industrial Reconstruction Corpration of India (IRCI), या वित्त संस्थेची स्थापना करण्यात आली. १९८५ मध्ये तिचे बँकेत रूपांतर करून Industrial Reconstruction Bank of India ची स्थापना झाली. तिला संपूर्ण विकासक वित्तीय संस्थेचे स्वरूप देण्यासाठी १९९७ मध्ये Industrial Investment Bank of India Ltd. (IIBI) असे तिचे नामकरण झाले. IIBI ने २०१२ पर्यंत आपले काम केले आणि २०१२ च्या अर्थसंकल्पात सदर संस्था बंद करण्याचा निर्णय घोषित करण्यात आला.

देशाच्या आर्थिक प्रगतीसाठी पायाभूत सुविधांचा विकास फार गरजेचा असतो. त्यात रस्ते, वीज, वाहतूक, बंदरे, विमानतळ, रेल्वे अशांचा समावेश करता येईल. अशा प्रकल्पांना फार मोठी गुंतवणूक लागते आणि त्यातून उपन्न मिळायला फार दीर्घ काळ लागतो. पायाभूत सुविधा प्रकल्पांना वित्त पुरवठा करण्याची आवश्यकता लक्षात आल्या नंतर सरकारने १९९४ साली श्री राकेश मोहन यांच्या अध्यक्षतेखाली एक समिती नेमली. सदर समितीने पायाभूत सुविधा प्रकल्पांना वित्त पुरवठा करण्यासाठी स्वतंत्र संस्था असावी अशी शिफारस केली. त्यानुसार अर्थसंकल्प १९९६ मध्ये त्याची घोषणा करण्यात आली. १९९७ मध्ये IDFC या नावाने कंपनीची नोंदणी झाली आणि कामकाजाला सुरूवात झाली. सदर कंपनी 'बिगर बँकिंग वित्तीय संस्था' म्हणून रिझर्व बँकेकडे नोंदलेली होती. २०१२ पर्यंत सार्वजनिक क्षेत्रातील या वित्त संस्थेने पायाभूत प्रकल्पांसाठी वित्त पुरवठा केला. २०१४ मध्ये तिने बँकिंग चा परवाना मिळविला आणि २०१५ पासून IDFC चे IDFC बँकेत रूपांतर झाले. बँकिंग कंपनी म्हणून काम करायला सुरूवात केली. तिला IDFC चा रु. ५५, ००० कोटी चा लोन पोर्ट फोलिओ मिळाला.

मूल्यमापन

सरकारने या संस्थांच्या सुरूवातीच्या काळात त्यांना कमी परिव्यय असलेले भांडवल उपलब्ध करून दिले. रिझर्व बँकेने स्वस्त कर्ज पुरविले. शासनाने हमी दिल्याने त्यांना बाजारातून सवलतीच्या दरात कर्जे उभारता आली. सदर संस्थांना कर्जरोखे काढून बाजारातून पैसा उभारण्यास परवानगी दिली आणि त्यांच्या कर्जरोख्यातील गुंतवणूक ही बँकांच्या वैधानिक रोखता निधीच्या गुंतवणुकीसाठी पात्र करण्यात आली. त्यामुळे या संस्थांना कमी दराने भांडवल मिळाले. परिणामतः त्यांनी प्रकल्पांना

कमी व्याज दराने कर्ज पुरवठा केला. कर्ज देण्यासाठी त्यांना अर्थव्यवस्थेत स्पर्धक नव्हता. याचा एकत्रित परिणाम म्हणजे या संस्थांच्या मदतीने भारतात उद्योग व पायाभूत सुविधांचा विकास जलद गतीने झाला. पण काळाच्या ओघात स्वस्त पैसा उभारणे अशक्य झाले. बँकाही दीर्घ कालीन कर्जे देऊ लागल्या. सबब या स्वतंत्र संस्थांची गरज उरली नाही.

सर्व प्रथम सुरू झालेली IFCI वैधानिक मंडळ न राहता १९९३ मध्ये कंपनी झाली आणि १९९९ मध्ये तिचे नामकरण IFCI Ltd असे झाले. ICICI व IDBI या दोन संस्थांचे स्वरूप विकासक वित्तीय संस्था न उरता त्या वाणिज्य बँका झाल्या. १९८४ च्या कायद्याने IIBI ची Reconstruction Bank of India झाली आणि मार्च १९९७ मध्ये तिचे रूपांतर कंपनीमध्ये करण्यात आले. २०१२ मध्ये ती बंद करण्याचा निर्णय झाला. IDFC चे २०१४-१५ मध्ये बँकेत रूपांतर झाले आणि तीही विकासक वित्तीय संस्था म्हणून उरली नाही. याचा अर्थ ज्या उद्दिष्टांसाठी विकासक वित्तीय संस्था सुरू करण्यात आल्या होत्या त्यात आमूलाग्र बदल झाला आणि दीर्घ कालीन मोठा वित्त पुरवठा करणाऱ्या स्वतंत्र वित्त संस्थांची गरज वाटेनाशी झाली.

विकासक वित्तीय संस्थांचे वर चार गटांमध्ये वर्गीकरण केले आहे. त्यातील उर्वरित तीन गटातील संस्था मात्र आजही उपयुक्त आहेत आणि चांगल्या कार्यरत आहेत.

❐

३ समाजवादी समाज रचनेचा पाया घालणारी पहिली पायरी वर्ष १९५० – नियोजन मंडळाची स्थापना

नियाजन मंडळ बरखास्त, नीति आयोग स्थापन

१५ ऑगस्ट १९४७ ला भारताला स्वातंत्र्य मिळाले आणि देशाचा विकास करण्याच्या दृष्टीने काही निर्णय घ्यायला सुरूवात झाली. सोविएट रशियाच्या धर्तीवर नियोजनाद्वारे विकास अशी नीति स्वीकारायचे ठरले. ६ एप्रिल १९४८ रोजी नवीन भारताचे पहिले औद्योगिक धोरण जाहीर झाले. त्यात अर्थव्यवस्थेतील शासनाच्या भूमिकेचे दिशादर्शन होते. २६ नोव्हेंबर १९४९ रोजी संविधान समितीने भारताच्या राज्य घटनेचा मसुदा स्वीकारला आणि ती घटना २६ जानेवारी १९५० पासून लागू झाली. घटनेने देशातील जनतेला काही मूलभूत अधिकार दिले ज्यात पुरेश्या उपजीविकेच्या साधनांची हमी, सामान्य माणसाला लाभ होण्याची खात्री देता येईल अशी देशाच्या संपत्तीची मालकी आणि वितरण तसेच सामान्यांना उत्पन्न आणि मालमत्ता यांच्या केंद्रीकरणाने त्रास होणार नाही अशी अर्थव्यवस्था यांचा समावेश आहे व ते साधण्याचे दायित्व सरकारवर टाकले आहे. थोडक्यात औद्योगिक धोरण आणि राज्य घटना यांनी शासनाचे अर्थव्यवस्थेतील योगदान निश्चित करून दिले.

सर्व प्रकारची संसाधने मर्यादित असतांना त्यांचे सम्यक वितरण झाले पाहिजे, वितरित संसाधनांचा पूर्ण क्षमतेने वापर झाला पाहिजे आणि संसाधनांचा अपव्यय न होता विकासाचा दर वाढला पाहिजे यासाठी शासनाचे संसाधनांवर नियंत्रण असण्याची आवश्यकता प्रतिपादली गेली. खासगी क्षेत्राला 'नफा' ही एकच प्रेरणा असते आणि म्हणून 'अर्थव्यवस्थेचा विकास' या पेक्षा 'माझ्या उद्योगाचा विकास' याला खासगी उद्योजक प्राधान्य देतात. खासगी उद्योगांना देशाच्या एकूण मागणी, पुरवठा, उत्पादन, संसाधने यांची एकत्रित माहितीसुद्धा नसते. सबब खासगी क्षेत्रावर अवलंबून विकासाचा

दर जलदगतीने वाढविणे शक्य नसल्याचे सरकारला जाणवले. संसाधनांच्या वाटपावर नियंत्रण आणि खासगी क्षेत्राच्या निर्णयात मोठ्या प्रमाणात आवश्यक तेथे सरकारी हस्तक्षेप यांची गरज वाटू लागली. नियोजनातून सरकारने काम केले तर पायाभूत सुविधा विकसित होतील आणि त्याद्वारे आर्थिक विकास साधता येईल असे वाटले.

स्वातंत्र्यानंतर पहिल्या तीन वर्षात केंद्र आणि राज्य सरकारांनी विकासासाठी काही योजना आखल्या आणि राबवल्या होत्या. परंतु संसाधनांविषयी नेमक्या माहितीचा अभाव आणि केंद्र व राज्ये यांच्यातील समन्वयाचा अभाव या मुळे त्या फार यशस्वी झाल्या नाहीत. नवीन भौगोलिक आणि राजकीय परिस्थितीत वित्तीय आणि इतर संसाधनांचे मोजमाप करणे आवश्यक वाटू लागले. शिवाय फाळणीमुळे आणि विस्थापितांच्या लोंढ्यामुळे निर्माण झालेला अन्नधान्याचा तुटवडा, महायुद्धानंतरची वाढती महागाई, व्यवहार तोलाची गंभीर समस्या आणि कच्च्या मालाचा तुटवडा अशा अनेक समस्यांवर उपाय शोधणे आवश्यक झाले होते.

या पार्श्वभूमीवर जनतेचे राहणीमान सुधारण्याची, रोजगाराच्या संधी निर्माण करण्याची, उत्पादन वाढविण्याची आणि संसाधनांचा पूर्ण क्षमतेने वापर करण्याची जबाबदारी सरकारची होती. त्यासाठी सरकारला मार्गदर्शन आवश्यक झाले. हे काम कोण्या स्वतंत्र आणि तज्ज्ञ संस्थेने करावे असा विचार प्रबळ झाला. त्यापूर्वीची सुमारे दोन दशके नियोजनातून विकास यावर विचारमंथन चालू होतेच. भारतीय राष्ट्रीय काँग्रेस ने १९३८ साली राष्ट्रीय नियोजन समितीची नियुक्ती केलेली होती. १९४४ मध्ये भारत सरकारने नियोजन आणि विकास या नावाने एक स्वतंत्र खातेसुद्धा सुरू केले होते. त्या माध्यमातून केंद्र व राज्य सरकारांनी महायुद्धानंतर राबवायच्या योजनाही तयार केल्या होत्या. भारताच्या अंतरिम सरकारने १९४९ मध्ये Advisory Planning Board स्थापन केले आणि त्याने त्या वर्ष अखेर नियोजनातील अडचणीचा आढावा घेतला. सदर बोर्डाने अशी शिफारस केली की विकासाकडे सातत्याने लक्ष देण्यासाठी नियोजन आयोगाची स्थापना करावी.

भारत सरकारने १५ मार्च १९५० रोजी एक ठराव पारित करून नियोजन मंडळाची स्थापना केली. या नियोजन मंडळाकडून काही कामकाजाच्या अपेक्षा ठेवण्यात आल्या. त्या अशा

१. देशातील नैसर्गिक साधन संपत्ती, भांडवल आणि मानव संसाधने यांचा लेखाजोखा करून देशाच्या विकासाला पुरेश्या प्रमाणात ही सगळी साधन संपत्ती कशी उपलब्ध होईल याचा आराखडा करणे.
२. साधने अपुरी असतील तर ती वाढविण्यासाठी करायची उपाय योजना सुचविणे.
३. मर्यादित संसाधनांचे वितरण आणि वापर सर्वाधिक क्षमतेने आणि संतुलितपणे

कसा करता येईल याविषयी योजना तयार करणे.

४. योजनांचा अग्रक्रम ठरविणे, योजना अंमलबजावणीतील टप्पे ठरविणे आणि त्यासाठी प्रत्येक टप्प्यावर आवश्यक संसाधनांचे वाटप करण्याविषयी शिफारस करणे.

५. विकासात अडसर ठरणारे घटक निश्चित करणे व सद्य सामाजिक आणि राजकीय परिस्थितीत योजनांची अंमलबजावणी यशस्वी होण्यासाठीच्या बाबी ठरविणे. योजनेचा प्रत्येक टप्पा पूर्णपणे यशस्वीरीत्या अंमलात यावा यासाठी आवश्यक असणाऱ्या यंत्रणेचे स्वरूप नक्की करणे.

६. योजनेच्या प्रत्येक टप्प्याच्या अंमलबजावणीच्या प्रगतीचा वेळोवेळी आढावा घेणे आणि त्यातून धोरण आणि यंत्रणा यातील आवश्यक सुधारणा सुचविणे.

७. योजना आयोगाच्या उत्कृष्ट कामकाजासाठी सूचना करणे.

थोडक्यात म्हणजे स्वतंत्र भारताचा दीर्घकालीन विकास करण्यासाठी नियोजन करणे, त्यासाठी संसाधनांची उपलब्धता तपासणे, उपलब्ध संसाधनांचे समतोल वाटप सुचविणे आणि अनेक योजना असल्या तरी त्यांची क्रमवारी ठरविणे याकडे योजना आयोगाने लक्ष द्यावे ही अपेक्षा करण्यात आली.

भारताच्या राज्य घटनेत केंद्र सरकारच्या अखत्यारीतील विषय, राज्य सरकारांच्या अखत्यारीतील विषय असे नमूद केले आहेत. त्याच प्रमाणे दोघांनी समन्वयाने करायचे विषय सुद्धा नमूद केले आहेत. आर्थिक आणि सामाजिक नियोजन हा केंद्र व राज्य यांच्या एकत्रित यादीतील विषय आहे. नियोजन मंडळासारख्या संस्थेची रचना केल्याने केंद्र राज्य संबंध मजबूत होतील आणि निकोप अशा संघ राज्य उभारणीस मदत होईल असा हेतू सुद्धा नियोजन मंडळ स्थापनेमागे होता.

योजना आयोगाला सल्ला देण्यासाठी १९५२ मध्ये राष्ट्रीय विकास परिषदेची स्थापना करण्यात आली. लवकरच नियोजन मंडळ ही अत्यंत हुशार आणि तज्ज्ञ लोकांची एक संस्था म्हणून नावाजली गेली. नियोजन मंडळाचे अध्यक्ष जरी पंतप्रधान असले तरी उपाध्यक्ष आणि सदस्य म्हणून अनेक नामवंत तज्ज्ञांनी त्यावर काम केले. १९५१ ते १९५६ या पाच वर्षासाठीच्या पहिल्या पंचवार्षिक योजने नंतर २०१२ ते २०१७ या काळासाठीच्या बाराव्या पंचवार्षिक योजनेपर्यंत आयोगाचा प्रवास झाला. १९७८ ते १९८० आणि १९९० ते १९९२ या चार वर्षात वार्षिक योजना राबविल्या गेल्या. भारताच्या गत ६५ वर्षांच्या विकासात नियोजन मंडळाचे योगदान मोठे राहिले आहे. अनेक देशांना आपल्या विकासासाठी नियोजन मंडळाचे प्रारूप उपयोगी ठरले आहे.

नियोजन मंडळाजागी नीति आयोग

२०१४ मध्ये नवीन सरकार सत्तेवर आल्या नंतर १ जानेवारी २०१५ रोजी योजना आयोग बरखास्त करून 'नीति आयोग' (National Institution for Transforming India) स्थापन करण्यात आला. त्यावेळी अर्थमंत्री म्हणाले की ६५ वर्षे अस्तित्त्वात असलेली 'योजना आयोग' ही संस्था आता निरुपयोगी झाली आहे. command economy असताना ती उपयुक्त होती पण आता ती संदर्भहीन झाली आहे. भारत हा वैविध्यपूर्ण देश आहे आणि त्यातील राज्ये आर्थिक विकासाच्या भिन्न भिन्न टप्प्यांवर आहेत. प्रत्येक राज्याची ताकद आणि कमतरता वेगवेगळ्या असल्याने 'सर्वांसाठी एकच नीति' उपयोगी पडणार नाही.

योजना आयोग ही काही घटनेत नमूद केलेली अथवा घटनेच्या नुसार निर्माण केलेली संस्था नव्हती. त्यामुळे ती संसदेसही उत्तरदायी (जबाबदार) नव्हती. योजना आयोगाच्या कामकाजाचा कोणताही अहवाल संसदेत मांडणे आवश्यक नव्हते. तरीही नियोजन मंडळाचे देशाच्या धोरणावर आणि शासकीय गुंतवणुकीवर नियंत्रण होते. भारत सरकारचा think tank म्हणून त्याने काम करणे अपेक्षित असताना प्रत्यक्षात त्यातील सदस्य प्रामुख्याने IAS अधिकारी असत. सामाजिक- आर्थिक विकास करण्यासाठी राज्यांना केंद्र सरकारने द्यायच्या अनुदाने आणि कर्जाविषयी योजना आयोग शिफारशी करत असे. तसेच राज्यांच्या नियोजनात मार्गदर्शन करत असे. विघटित राज्य संस्था, अर्थव्यवस्थेत स्वतंत्रपणे काम करणारे अनेक घटक आणि अनिश्चितता यामुळे केवळ सरकारी निधीचे वाटप सुचविण्यापेक्षा मोठा असा नियोजनाचा भार सांभाळण्याची आवश्यकता होती. तसेच दिलेल्या निधीच्या वापरातून झालेल्या फलनिष्पत्तीचा लेखा जोखा नीटपणे करणे आवश्यक होते. यात नियोजन मंडळ कमी पडत आहे असे सरकारला वाटले. नियोजन मंडळाचे काम म्हणजे अनेक मंत्रालये आणि शासकीय विभाग यांच्या कामाची द्विरुक्ती होय असे ही वाटले. शिवाय योजना आयोगाच्या अवास्तव हस्तक्षेपातून सुटका व्हावी अशी काही राज्यांची भावना निर्माण झाली होती. त्यातून योजना आयोगा ऐवजी नीति आयोगाची रचना केली गेली. भारत सरकारचा "think tank' म्हणून नीति आयोगाने काम करणे अपेक्षित आहे. देशाचा धरणाक्षम विकास साधणे, देशात सर्व राज्यांच्या सहकार्याने संघवाद पद्धतीचा विकास करणे आणि देशाच्या नियोजनाची 'वरून खाली झिरपणारी' (top to bottom) पद्धत बदलून 'खालून वर' (bottom up approach) माहिती आणि योजना जाण्याची पद्धत लागू करण्यासंबंधी विचार करणे यासाठी नीति आयोग सुरू झाला.

❐

४ केंद्र आणि राज्ये यांचे वित्तीय संबंध सुकर करण्यासाठी वर्ष १९५१ – वित्त आयोगाची स्थापना

भारत हे एक संघराज्य आहे. त्यात एक केंद्र सरकार आहे आणि अनेक राज्य सरकारे कार्यरत आहेत. सरकार चालविण्यासाठी लागणारा पैसा उभा करता यावा म्हणून भारताच्या राज्यघटनेत केंद्र आणि राज्यांना स्वतंत्र कर आकारण्याची तरतूद केलेली आहे. भारताच्या राज्यघटनेने राज्य सरकारांना काही कामे निश्चित करून दिली आहेत. ती पूर्ण करण्यासाठी त्यांना स्वतःच्या उत्पन्न स्रोतापेक्षा जास्त रक्कम लागते. शिवाय प्रत्येक राज्याचा ऐतिहासिक वारसा भिन्न आहे, नैसर्गिक साधन संपत्ती वेगवेगळी आहे. यामुळे केंद्राने आकारलेल्या कर महासुलापैकी काही भाग केंद्राने राज्यांना द्यावा यासंबंधी योजना राज्यघटनेत आहे. ती अशी –

१. कर केंद्राने लावायचा पण तो राज्यांनी गोळा करायचा आणि स्वतः वापरायचा. (घटनेतील कलम २६८)
२. कराची आकारणी आणि वसुली केंद्राने करायची पण त्याचा महसूल राज्यांना द्यायचा. (घटनेतील कलम २६९)
३. केंद्र सरकारने लावलेल्या व वसूल केलेल्या कर महसुलातील काही हिस्सा राज्यांना द्यायचा. (घटनेतील कलम २७०)
४. केंद्राने राज्यांच्या महसुलाचे सहायक अनुदान द्यायचे. (घटनेतील कलम २७५)
५. केंद्राने अन्य सार्वजनिक कारणांसाठी अनुदान द्यायचे. (घटनेतील कलम २८२)
६. केंद्राने राज्यांना सार्वजनिक कारणासाठी कर्ज द्यायचे. (घटनेतील कलम २९३)

राज्य घटनेने केवळ रकमा वर्ग कराव्यात इतकीच तरतूद केलेली नाही तर

अशा रकमा वर्ग करणे सुकर व्हावे म्हणून संस्थात्मक यंत्रणा सुद्धा नमूद केली आहे. ती यंत्रणा म्हणजे वित्त आयोग

वित्त आयोगाची कामे

राज्य घटनेच्या कलम २८० नुसार भारताच्या राष्ट्रपतींनी दर पाच वर्षांनी अथवा गरज भासल्यास त्या पूर्वी वित्त आयोगाची नेमणूक केली पाहिजे. सदर आयोगाने खालील विषयां संदर्भात राष्ट्रपतींना शिफारस करणे अपेक्षित आहे.

१. केंद्राने आकारलेल्या कर महसुलातील किती हिस्सा राज्यांना द्यायचा आणि त्यात प्रत्येक राज्याचा वाटा कसा ठरवायचा.

२. भारत सरकारच्या एकत्रित निधीतून राज्यांना वर्ग करायच्या सहायक अनुदानाचे तत्त्व काय असावे.

३. राज्यातील पंचायत आणि नगरपालिका यांच्या साधन संपत्तीत हातभार लावण्यासाठी राज्यांच्या एकत्रित निधीत वाढ करण्याची उपाय योजना.

४. राज्याची वित्त स्थिती चांगली राहण्यासाठी राष्ट्रपतींनी संदर्भित केलेले विषय.

राष्ट्रपतींनी वित्त आयोगाकडून आलेल्या शिफारशी, त्यावर केलेल्या कृतीसह, संसदेत प्रस्तुत करणे घटनेने अनिवार्य केले आहे. त्या बरोबर स्पष्टीकरण देणारे निवेदनही असायला हवे.

संसदेने THE FINANCE COMMISSION (MISCELLANEOUS PROVISIONS) ACT, १९५१ पारित करून वित्त आयोग नेमण्याची तरतूद केली. राष्ट्रपतींनी २० नोव्हेंबर १९५१ रोजी श्री. नियोगी यांच्या अध्यक्षतेखाली पहिला वित्त आयोग नेमला. त्यानंतर आत्तापर्यंत १४ आयोगांची नेमणूक झाली. चौदावा वित्त आयोग डॉ. रेड्डी यांच्या अध्यक्षतेखाली २०१३ मध्ये नेमला. त्याचा कार्यकाल २०१५ ते २०२० असा आहे.

वित्त आयोगाचे योगदान

वित्त आयोगाने केंद्राने कर महसुलात राज्यांना द्यायच्या हिश्श्याबद्दल तसेच सहायक अनुदानाबद्दल वेळोवेळी चांगल्या शिफारशी केल्या आहेत. त्यांचा थोडक्यात आढावा दोन भागात खालील प्रमाणे घेता येईल. -

राज्यांना द्यायचा हिस्सा

केंद्र सरकारने आकारलेल्या आणि जमा केलेल्या महसुलापैकी राज्यांना द्यायचा वाटा ठरविताना प्रामुख्याने तीन बाबींचा विचार होणे आवश्यक असते.

१. केंद्र सरकार आयकर, कंपनी कर, उत्पादन शुल्क, विक्री कर, आयात शुल्क, बक्षीस कर, मालमत्ता कर अशा अनेक करांपासून महसूल जमा करते.

त्यापैकी कोणत्या करापासून मिळालेल्या महसुलातील वाटा केंद्राने राज्यांना द्यायचा?

२. केंद्र सरकारने जमविलेल्या कर महसुलातील किती वाटा सर्व राज्यांना मिळून द्यायचा? उदा. २०%

३. राज्यांना द्यायच्या एकूण हिश्श्यापैकी प्रत्येक राज्याचा त्यात किती भाग असला पाहिजे? उदा. महाराष्ट्राला, बिहारला इ. वाटा किती? आणि तो वाटा ठरविताना निकष काय लावले पाहिजेत? त्यासाठी कोणते सूत्र स्वीकारले पाहिजे?

घटनेत असलेल्या तरतुदी नुसार केंद्राने राज्यांना द्यायच्या हिश्श्याबद्दल पहिल्या दहा वित्त आयोगांनी केवळ आयकर आणि केंद्रीय उत्पादन शुल्क या दोनच करांचा विचार केला. केंद्राने आकारलेल्या अन्य करांच्या महसुलातील हिस्सा सुद्धा राज्यांना मिळाला पाहिजे असे दहाव्या वित्त आयोगाने सुचाविले. त्यानुसार संसदेने २००० साली राज्यघटनेत सुधारणा केली. अकराव्या वित्त आयोगाने त्यानंतर केंद्राच्या सर्व करांच्या नक्त उत्पन्नातील वाटा राज्यांना द्यायला सुरूवात केली. या आयोगाने आपल्या शिफारशीत केंद्राकडून राज्यांना वर्ग होणाऱ्या एकूण रकमेवर कमाल मर्यादा निश्चित केली. केंद्राने किती हिस्सा राज्यांना द्यायचा हे ठरविल्यानंतर त्यात प्रत्येक राज्याचा वाटा ठरविणे हे काम वित्त आयोगाने केले. त्यासाठी सामान्यतः खालील निकष ठरविले. राज्याची लोकसंख्या, अत्युच्च उत्पन्नापासून राज्याच्या उत्पन्नातील तफावत, राज्याचे क्षेत्रफळ आणि पायाभूत सुविधांमधील तफावत, राज्याचे कर आकारणीतील प्रयत्न आणि वित्तीय शिस्त यासारखे वित्तीय कार्यक्षमता निकष. सुरूवातीच्या काळात लोकसंख्या या घटकाला जास्त महत्त्व दिले होते. पण उत्पन्नातील फरक आणि वित्तीय कार्यक्षमता या घटकांना नंतर जास्त महत्त्व दिलेले दिसते.

सहायक अनुदान

राज्य घटनेच्या कलम २७५ नुसार वित्त आयोगाने खालील दोन विषयात शिफारस करणे अपेक्षित आहे.

१. गरजू राज्यांना केंद्राने द्यायच्या अनुदानाबाबत मार्गदर्शक तत्त्व आणि

२. प्रत्येक राज्याला द्यायची अनुदान रक्कम.

अनुदान मिळण्यासाठी पात्र व्हायला पहिल्या वित्त आयोगाने खालील पाच निकष निश्चित केले होते- राज्याचे अंदाजपत्रक, आपली पूर्ण क्षमता वापरण्यासाठी राज्याने केलेले प्रयत्न, राज्याराज्यातील मूलभूत सेवांचा स्तर समान करण्यासाठी अनुदानाचा होणारा उपयोग, देशहिताच्या दृष्टीने राज्यावर असलेली विशेष जबाबदारी,

आणि कमी विकसित राज्यांना राष्ट्रीयदृष्ट्या आवश्यक सेवा पुरवण्याची गरज. सर्व वित्त आयोगांनी सदर निकषांचे पालन केलेले दिसते. चौदाव्या वित्त आयोगाच्या कारकिर्दीत त्यात काही गोष्टींची भर पडली. राज्यांची महसुली तूट भरून काढणे, राज्यांच्या विशेष अडचणींसाठी पैसा उपलब्ध करून देणे, राज्यांच्या भांडवली खर्चाची गरज भागविणे यासाठीही अनुदाने देण्याची शिफारस हळूहळू केली गेली.

राष्ट्रपतींनी वित्त आयोग नेमताना काही विशेष मुद्यांचा उल्लेख केलेला आढळतो. त्यामुळे वित्त आयोगाच्या कामाची कक्षा रुंदावली. पहिल्या वित्त आयोगाची कार्यकक्षा राज्य घटनेतील विषयांपुरती मर्यादित होती. पंचवार्षिक योजनेची अंमलबजावणी करण्यासाठी लागणारी वित्तीय गरज आणि राज्याची अधिकचा महसूल उभा करण्याची शक्यता यांचा विचार करून राज्यांच्या अनुदानाची रक्कम ठरविण्याच्या सूचना दुसऱ्या आणि तिसऱ्या वित्त आयोगाला दिल्या. चौथ्या आणि पाचव्या वित्त आयोगाने योजना राबविताना उद्भवणारा योजनेतर खर्च आणि राज्यांनी घेतलेल्या कर्जावरील व्याज आणि परतफेड यांचा विचार अनुदानाची रक्कम ठरविताना करावा असे निर्देश आयोगाला दिले. तसेच प्रशासकीय खर्चाची उत्पादकता वाढविण्याची शक्यता तपासावी असेही नमूद करण्यात आले. राज्यातील जलसिंचन आणि ऊर्जा प्रकल्प, वाहतूक, औद्योगिक आणि वाणिज्य उपक्रम यातील गुंतवणुकीवर वाजवी परतावा मिळतो का याची खात्री करावी अशी संदर्भ अट सातव्या वित्त आयोगाच्या नेमणुकीच्या वेळी घालण्यात आली. केंद्र व राज्य सरकारांच्या अर्थसंकल्पातील संतुलन आणि स्थूल आर्थिक स्थिरता साधणे याचा आढावा घेण्याची अपेक्षा नवव्या वित्त आयोगाकडून ठेवण्यात आली. राज्यांच्या महसुली आणि वित्तीय तुटीवर मर्यादा याव्यात यासाठी अकराव्या आणि बाराव्या वित्त आयोगाने आग्रह धरला आणि राज्यांना वित्तीय शहाणपण आणि अर्थसंकल्प व्यवस्थापन कायदा करण्यास उद्युक्त केले. त्यामुळे राज्यांच्या कर्जांच्या प्रमाणात घट झाली. अशा प्रकारे वित्त आयोगाच्या माध्यमातून केंद्र सरकाने राज्यांच्या राजकोषीय व्यवस्थापनाविषयी अनेक नवीन विषय हाताळले. त्याचा उपयोग केंद्र-राज्य वित्तीय संबंध सुधारण्यासाठी झाला.

वित्त आयोगाच्या रुंदावणाऱ्या कक्षांवर टीकासुद्धा झाली. राज्य घटनेतील तरतुदी आणि हेतूच्या पलीकडे संदर्भ अटी गेल्याची टीका केली जाते. शिवाय सदर संदर्भ अटी केंद्र सरकार एकतर्फी ठरवत असल्याने केंद्राच्या अग्रक्रमाने राज्यांना आपली धोरणे आखणे क्रमप्राप्त होते. सबब वित्त आयोगाच्या कामाची कक्षा ठरविताना राज्य सरकारांच्या सूचनांचा विचार व्हावा अशी अपेक्षा राज्य सरकारे करतात.

नियोजन मंडळाचा कालावधी आणि वित्त आयोगाचा कालावधी सारखा

नसल्यामुळे काही अडचणी उत्पन्न झाल्या. तसेच योजना खर्च आणि योजनेतर खर्च या वर्गीकरणानेही काही समस्या उद्भवल्या. अर्थात आता योजना आयोग बरखास्त झाल्याने तो इतिहास झाला आहे.

गेल्या सुमारे ६५ वर्षांच्या कालावधीत वित्त आयोगाने स्वतःची उपयुक्तता सिद्ध केली आहे. केंद्राने राज्यांना द्यायच्या हिश्श्या विषयी केवळ लवादाची भूमिका न वठवता वित्त आयोग आता वित्तीय पुनर्रचनेचा शिल्पकार म्हणून ओळखला जाऊ लागला आहे. राज्यांना मिळणाऱ्या हिश्श्यात भरघोस वाढ झाली आहे. केंद्र आणि राज्य सरकारे यांचे वित्तीय संबंध सौहार्दपूर्ण ठेवण्याचे श्रेय वित्त आयोगाला द्यायला हवे. देशाची संघराज्य ही राजकीय स्थिती त्यामुळे बळकट झाली आहे.

❐

५ समाजवादी समाज रचनेचा पाया घालणारी दुसरी पायरी वर्ष १९५४ – सार्वजनिक क्षेत्रातील उद्योगांची सुरूवात

'आधुनिक भारताची मंदिरे'

स्वातंत्र्यानंतर भारतासमोर आपल्या अर्थव्यवस्थेतील गाभा उद्योगांच्या विकासाला चालना देणे, महत्त्वाच्या उद्योग क्षेत्रांना संसाधनांच्या पुरवठ्याची खात्री देणे, रोजगार संधीत वाढ करणे आणि जनतेचे उत्पन्न वाढविणे या अग्रक्रमाच्या बाबी होत्या. त्यासाठी आवश्यक अशा आर्थिक रचनेची निवड करायला हवी होती. अनेक वर्षांपूर्वीपासून काँग्रेसची बांधिलकी समाजवादी रचनेशी होती. १९५४ मध्ये आवडी येथे झालेल्या अधिवेशनात काँग्रेसने त्याचा ठासून पुनरुच्चार केला. त्यासाठी उत्पादनांच्या साधनांची सार्वजनिक मालकी हवी व त्यांच्यावर सार्वजनिक नियंत्रण असावे असा ठराव झाला. पंतप्रधान जवाहरलाल नेहरूंनी ९ नोव्हेंबर १९५४ रोजी National Development Council समोर भाषण करतांना सरकारचा समाजवादी समाज रचनेच्या आधारावर वाटचाल करण्याचा मानस असल्याचे स्पष्ट केले. त्यासाठी उत्पादनांच्या साधनांची मालकी व नियंत्रण सरकारकडे असण्याची आवश्यकता अधोरेखित केली. १९५४च्या डिसेंबर मध्ये संसदेने सामाजिक आणि आर्थिक धोरणाचे उद्दिष्ट म्हणून समाजवादी समाज रचना अधिकृतपणे स्वीकारली. त्यामुळे सरकारला किंवा सार्वजनिक क्षेत्रातील उपक्रमांना औद्योगिक क्षेत्रात आपले कामकाज विस्तारणे आवश्यक झाले. खासगी हातात आर्थिक केंद्रीकरण रोखण्यासाठी तो परिणामकारक उपाय होता. दुसऱ्या पंचवार्षिक योजनेत म्हटले आहे की समाजवादी समाजरचनेत विकासाची दिशा ठरविण्यासाठी नफा हा मूळ निकष असू शकत नाही तर तो सामाजिक फायदा हा असायला हवा. सबब उत्पादन, वितरण, उपभोग आणि गुंतवणूक या विषयांचे निर्णय सामाजिक भान असणाऱ्या संस्थांनी घ्यायला हवेत. त्या साठी सार्वजनिक क्षेत्राचा जलद विकास व्हायला हवा. ज्या उद्योगात खासगी

क्षेत्र येण्यास अनुत्सुक आहे किंवा अक्षम आहे तिथे तर सार्वजनिक क्षेत्राने आलेच पाहिजे. शिवाय अर्थव्यवस्थेतील एकूणच गुंतवणुकीच्या आकृतिबंधाला सार्वजनिक क्षेत्राने आकार देण्यात महत्त्वाची भूमिका बजावली पाहिजे.

उद्योगांचे वर्गीकरण

या पार्श्वभूमीवर १९५६ साली दुसरे औद्योगिक धोरण जाहीर झाले. त्यात उद्योगांचे तीन गटांमध्ये वर्गीकरण करण्यात आले. ते असे

१. सार्वजनिक / सरकारी उपक्रम : या गटातील उपक्रमांची मालकी आणि व्यवस्थापन पूर्णतः अथवा बहुमताने सरकारकडे असते. औद्योगिक धोरणाच्या परिशिष्ट अ मध्ये १७ उद्योगांचा समावेश करून ते सरकारी उपक्रमासाठी आरक्षित केले. हे उद्योग मूलभूत स्वरूपाचे आणि नियोजनाच्या दृष्टीने महत्त्वाचे आहेत. त्यात फार मोठ्या भांडवली गुंतवणुकीची गरज आहे. आणि म्हणून सरकारचे त्यावर संपूर्ण नियंत्रण असणे आवश्यक आहे. त्यात शस्त्रास्त्रे, दारुगोळा, संरक्षण सामुग्री, पोलाद आणि लोखंड, खाणकाम, अणू ऊर्जा, कोळसा, खनिज तेल, रेल्वे, जहाज बांधणी, पोस्ट, टेलिफोन, वीज निर्मिती आणि वितरण इत्यादींचा समावेश होतो.

२. सार्वजनिक आणि खासगी दोघांसाठी खुले : परिशिष्ट ब मध्ये १२ उद्योग नमूद करून ते दोन्ही क्षेत्रांसाठी खुले ठेवण्यात आले. ॲल्युमिनियम, खते, रस्ते वाहतूक, सागरी वाहतूक, मशीन टूल्स इत्यादींचा त्यात समावेश केला.

३. खासगी उपक्रम : सदर उपक्रमांची मालकी आणि व्यवस्थापन खासगी उद्योजकांकडे असते. परिशिष्ट अ आणि ब वगळता अन्य सर्व उद्योग खासगी क्षेत्रासाठी खुले ठेवले होते. अर्थात त्यात शासकीय उपक्रम सुरू करण्यास मज्जाव नव्हता.

वरील प्रकारे वर्गीकरण केले असले तरी सार्वजनिक उपक्रमांना खासगी उद्योगांकडून खरेदी करण्यासाठी बंदी नव्हती. तसेच खासगी उपक्रम सरकारी उपक्रमांना पूरक भूमिका बजावू शकत होते. त्या औद्योगिक धोरणात सरकारने सार्वजनिक उपक्रमांना वीज, वाहतूक आणि वित्त पुरवठा करण्याकडे विशेष व अग्रक्रमाने लक्ष देण्याचे नमूद केले होते.

प्रकार

सार्वजनिक क्षेत्रातील विकसित झालेले उपक्रम दोन प्रकारचे आहेत. काही केंद्र सरकारच्या मालकीचे तर काही राज्य सरकारांच्या मालकीचे. सुरवातीच्या काळात सार्वजनिक क्षेत्रातील उपक्रम हा संपूर्ण सरकारी मालकीचा असे. फार मोठ्या गुंतवणुकीची गरज, दीर्घ आबीज फलकाल, मोठी जोखीम असलेले पण

अर्थव्यवस्थेच्या विकासाला गती देऊ शकणारे प्रकल्प सार्वजनिक क्षेत्रात सुरू झाले. त्यातून देशात पायाभूत सुविधांचा विकास झाला. खासगी क्षेत्रातील तोट्यातील अनेक उपक्रम सरकारने अधिग्रहित केले तसेच अनेक नवे उपक्रम सुरूही केले. १९६९ साली देशातील खासगी क्षेत्रातील १४ बँकांचे राष्ट्रीयीकरण करून त्या सार्वजनिक क्षेत्रात आणल्या. १९८० साली पुन्हा ६ बँकांचे राष्ट्रीयीकरण केले. खासगी क्षेत्रावर बंधने घालत सार्वजनिक क्षेत्राच्या माध्यमातून विकास करण्याचे सरकारचे धोरण साधारण १९९१ पर्यंत चालूच राहिले.

निर्गुंतवणूक

कालांतराने सार्वजनिक क्षेत्रातील उपक्रमात सरकारची १००% मालकी नसण्याकडे कल सुरू झाला. नवीन आर्थिक धोरणात त्याला 'निर्गुंतवणूक' असे नामकरण मिळाले. १९९१ च्या नवीन आर्थिक धोरणात असे स्पष्ट म्हटले की सार्वजनिक क्षेत्रातील उपक्रमात गुंतविलेल्या भांडवलावर 'उणे' दराने परतावा मिळतो. ते अकार्यक्षम असल्याने सरकारला त्यांच्यापासून मालमत्ता मिळण्या ऐवजी देणीच वाढत जातात. अर्थव्यवस्थेच्या प्रगतीला हातभार लागण्या ऐवजी ते उपक्रम बोजा बनून राहिले आहेत. त्यांचे किंमत धोरण, क्षमतांचा अपुरा वापर, प्रकल्पांचे अयोग्य नियोजन आणि अंमलबजावणी, कामगार प्रश्न आणि व्यवस्थापनातील त्रुटी तसेच सरकारचा सततचा हस्तक्षेप यामुळे सदर उपक्रम चांगले चालत नाहीत. सबब सरकारने त्यातून अंग काढून घेतले पाहिजे असा विचार प्रबळ झाला. शिवाय सरकारला आपली भूमिका निभाविण्यासाठी महसुलाची गरज वाढत चालली होती. निर्गुंतवणुकीतून असा महसूल मिळेल म्हणूनही सरकारने 'निर्गुंतवणूक धोरण' आखले आणि राबविण्यास सुरूवात केली.

सरकारवरील आर्थिक बोजा कमी करावा, राजकोषीय सुधारणा करावी, बाजारात स्पर्धा आणावी आणि बाजाराला शिस्त लावावी, अर्थव्यवस्थेच्या विकासासाठी वित्त उभारणी करावी, खासगी क्षेत्राची मालकी विस्तृत करावी आणि आवश्यक नसलेल्या सेवा पुरविण्यातून सरकारने बाहेर पडावे या हेतूने निर्गुंतवणूक धोरण स्वीकारले गेले. निर्गुंतवणुकीतून जमा होणाऱ्या पैशातून सरकारचा वित्तीय तोटा भरून काढावा, देशात पायाभूत सुविधा निर्मितीसाठी पैसा उपलब्ध करावा, शासनाचा खर्च वाढवून जनतेची क्रयशक्ती वाढवावी, शासनावरील कर्जाची परतफेड करावी आणि आरोग्य व शिक्षण क्षेत्रातील जन कल्याणाच्या योजना राबवाव्यात अशी अपेक्षा होती. शिवाय सतत तोट्यात असणाऱ्या सार्वजनिक क्षेत्रातील उपक्रमाचे नक्त मूल्य घटू नये यासाठी सुद्धा निर्गुंतवणुकीला समर्थन मिळाले.

सार्वजनिक उपक्रमातील सरकारची मालकी कमी करण्यासाठी काही प्रमाणात

समभाग विकणे, नवीन भाग भांडवल बाजारात आणणे, उपक्रमांची विक्री करणे असे मार्ग अवलंबिले गेले. प्रत्येक आर्थिक वर्षात सरकारतर्फे निर्गुंतवणुकीची रक्कम नक्की करून ती अर्थसंकल्पात नमूद करायची सुरूवात झाली. सन १९९१-९२ पासून सन २०१७-१८ पर्यंत सरकारने निर्गुंतवणुकीचे एकूण लक्ष्य रु. ५,४२,७२५ कोटी ठेवले होते. निर्गुंतवणुकीतून प्रत्यक्षात उभारलेली रक्कम रु. ३,४८,७६८ कोटी इतकी आहे. सन २०१८-१९ साठी निर्गुंतवणुकीचे उद्दिष्ट्य रु. ८०,००० कोटी ठेवले आहे. ज्या उपक्रमात एकूण भाग भांडवलामध्ये सरकारची ५१% पेक्षा जास्त भाग धारणा असते त्याला सार्वजनिक उपक्रम म्हटले जाते. बँकांच्या राष्ट्रीयीकरणानंतर सुरूवातीच्या काळात त्यांना 'राष्ट्रीयीकृत बँका' असे म्हटले जात असे परंतु सरकारची मालकी १००% न राहिल्यानंतर त्यांना 'सार्वजनिक क्षेत्रातील बँका' असे नामाभिधान प्राप्त झाले.

स्थिती

भारतातील सार्वजनिक क्षेत्रातील उपक्रम तेल आणि पेट्रोलियम, कोळसा, दूरसंचार, स्टील, वीज, ज्यूट, बँकिंग, विमा, एव्हिएशन इत्यादी उद्योगात कार्यरत आहेत. ३० सप्टेंबर २०१५ रोजी केंद्राच्या सार्वजनिक क्षेत्रातील उपक्रमांची एकूण संख्या सुमारे ३०० होती. त्यापैकी ७ महारत्न, १७ नवरत्न ७६ मिनीरत्न असे केंद्राच्या सार्वजनिक क्षेत्रातील उपक्रमांचे वर्गीकरण केले होते.

सार्वजनिक उपक्रमांनी देशाला सातत्याने आणि फार मोठ्या प्रमाणात योगदान दिलेले आहे. देशाच्या स्थूल राष्ट्रीय उत्पन्नात केंद्रीय सार्वजनिक क्षेत्रातील उद्योगांचे योगदान सुमारे २२% आहे. देशातील संघटित क्षेत्रातील एकूण रोजगारापैकी ६% रोजगार सार्वजनिक क्षेत्रातील उद्योगात आहे तर देशाच्या प्रत्यक्ष आणि अप्रत्यक्ष कर संकलनात सार्वजनिक क्षेत्रातील उद्योगांचा वाटा सुमारे २०% इतका आहे. राष्ट्रीय उत्पन्नात वाढ आणि विकास या बरोबरच सार्वजनिक क्षेत्राने देशाला आणि जनतेला आत्मनिर्भर करण्यास हातभार लावला आहे. सार्वजनिक क्षेत्रातील उद्योगांनी दिलेल्या सेवांनी इतर उद्योग क्षेत्रांचा पाया घातला आहे. देशात भांडवल उभारणी, पायाभूत सुविधांची तरतूद, रोजगार संधी, निर्यात वृद्धी, आयात पर्यायन अशा अनेक बाबतीत सार्वजनिक क्षेत्राचे योगदान लक्षणीय राहिले आहे. सार्वजनिक उपक्रमांनी सरकारच्या तिजोरीत भरपूर भर घातली आहे. ती तीन चार प्रकारची आहे. या उपक्रमांनी मोठ्या प्रमाणात उद्योग, व्यापार केला आणि म्हणून त्यावर अनेक प्रकारे करांचा भरणा केला. या उपक्रमांना झालेल्या नफ्यातून सरकारला लाभांश स्वरूपात मोठी रक्कम मिळाली. प्रादेशिक असमतोल दूर करण्याच्या दृष्टीने सरकारने अनेक सार्वजनिक उपक्रम अविकसित भागात सुरू केले. या उद्योगांमुळे उत्पन्न आणि मालमत्ता मालकीतील

विषमता सुद्धा दूर होण्यास हातभार लागला आहे. पंडित जवाहरलाल नेहरूंनी संसदेत सार्वजनिक क्षेत्रातील उद्योगांना आधुनिक भारताची मंदिरे असे संबोधले होते. ती अपेक्षा सार्वजनिक क्षेत्रातील उपक्रमांनी पूर्ण केली. अलीकडच्या काळात राजकीय हस्तक्षेप आणि अव्यावसायिक व्यवस्थापनामुळे काही उपक्रम व्यवहार्य राहिले नसले तरी भारताच्या अर्थव्यवस्थेला गती देण्यात सार्वजनिक उपक्रमांच्या योगदानाची नोंद घ्यावीच लागेल.

❐

६ विकास मॉडेलचा स्वीकार
वर्ष १९५५-५६ – महालनोबीस विकास प्रतिमान

प्रत्येक शासनाचे हे कर्तव्य असते की त्याने देशाचा आर्थिक आणि सामाजिक विकास साधला पाहिजे आणि देशाला 'विकसित' देशांच्या पंक्तीत आणले पाहिजे. स्वातंत्र्यानंतर भारताच्या सरकारचे हे दायित्व होते. देशातील दारिद्र्य भूकबळी, अनारोग्य यावर नियंत्रण आणून औद्योगिक आणि आर्थिक विकास साध्य करण्यासाठी संघटित आणि नियोजनपूर्वक प्रयत्न करायला हवे होते. थोडक्यात देशाचा सामाजिक – आर्थिक विकास आणि राष्ट्र उभारणी योग्य दिशेने आणि गतीने करण्यासाठी काही नीति स्वीकारायला हवी होती. जगातील देशांनी आपल्या विकासासाठी वेगवेगळ्या विकास प्रतिमानांचा उपयोग केला होता. त्यात पश्चिमेचे उदार विकास प्रतिमान, कल्याणकारी विकास प्रतिमान, साम्यवादी/मार्क्सवादी विकास प्रतिमान यांचा समावेश होता. सदर वर्गवारी प्रामुख्याने 'ism'च्या आधारावर केलेली आहे असे म्हणता येईल. भांडवलशाही, समाजवाद आणि साम्यवाद हे त्याचा पाया होते. काही धुरिणांनी विकास प्रतिमाने सुचविली होती ती त्यांच्या नावाने ओळखली जात होती. उदा. Cobb-Douglas model of production, Solow-Swan model of economic growth, Lucas Islands model of money supply, Heckscher-Ohlin model of international trade, Black-Scholes model of option pricing, Gordon-Loeb model, Harrod-Domar Theory, Gandhian Model इत्यादी. या सगळ्यांचा विचार करून भारताच्या वैशिष्ट्यानुसार विकास प्रतिमान निश्चित करण्याचे आव्हान सरकारसमोर होते.

भारताची पहिली पंचवार्षिक योजना सन १९५१ ते १९५६ या पाच वर्षांसाठी होती. ती हॅरोड डोमर यांच्या विकासाच्या प्रतिमानावर आधारलेली होती. सदर योजनेत अर्थव्यवस्थेतील प्राथमिक क्षेत्रावर (कृषी, फळशेती, फुलशेती, पशुसंवर्धन,

मासेमारी आणि खाणकाम इ.) लक्ष केंद्रित केले होते. भारत कृषिप्रधान देश असल्यामुळे ते स्वाभाविक होते. दुसरी पंचवार्षिक योजना मात्र महालनोबीस यांच्या प्रतिमानावर आधारित तयार करण्यात आली. प्रशांत चंद्र महालनोबीस हे पहिल्या पंचवार्षिक योजनेसाठी नियोजन मंडळाचे एक सदस्य होते. ते अर्थशास्त्रज्ञ आणि संख्याशास्त्रज्ञ होते.

महालनोबीस यांचे विकास प्रतिमान

पी. सी. महालनोबीस यांनी एक प्रतिमान मांडले आणि सरकारने ते उचलून धरले. सदर प्रतिमान 'लोकशाही – समाजवादी' प्रतिमान अशा स्वरूपाचे होते. त्यात सार्वजनिक क्षेत्र आणि खासगी क्षेत्र या दोघांनाही आपापली भूमिका नक्की करून दिली होती. त्यात भांडवलशाही आणि समाजवाद यांचे बेमालूम मिश्रण केले होते आणि म्हणूच त्याला 'मिश्र अर्थव्यवस्थेचे प्रतिमान' असे म्हटले जाऊ लागले. ते प्रतिमान असे – गुंतवणूक आणि आर्थिक विकास यांचा निकटचा संबंध असल्याने अर्थव्यवस्थेचा दीर्घकालीन विकासाचा दर जलद गतीने वाढविण्यासाठी भांडवली खर्च (गुंतवणूक) जास्त केला पाहिजे. जितकी गुंतवणूक जास्त तितका विकास दर जास्त. सदर भांडवली खर्चातील खूप मोठा वाटा मूलभूत अवजड उद्योग विकसित करण्यावर वापरला पाहिजे. भांडवली वस्तूंच्या उत्पादनावर देशातील भांडवल उभारणी अवलंबून असते. सबब मूलभूत अवजड उद्योगांना प्राधान्य देणे गरजेचे आहे. स्टील आणि इतर समान आयात करण्यासाठी विदेशी चलन लागते. भारताच्या निर्यात वृद्धीला मर्यादा आहेत आणि म्हणून त्यातून होणारी विदेशी चलनाची आवक मर्यादित आहे. भारताकडील विदेशी चलन साठा अपुरा आणि त्यात होणारी वाढ नगण्य असताना भांडवली वस्तू, यंत्रसामुग्री आयात कशी करणार? यावर उपाय म्हणजे आयात पर्यायन. अवजड मशिनरी , हलकी मशिनरी व इतर भांडवली वस्तूंची देशातच निर्मिती करायला हवी. भांडवली वस्तू उत्पादित करणाऱ्या अवजड उद्योगात गुंतवणूक केली तर भारत आयातीवर अवलंबून राहणार नाही. महालनोबीस यांच्या प्रतिमानाला म्हणूनच अवजड उद्योगांना प्राधान्य असलेले प्रतिमान म्हणतात.

महालनोबीस यांनी अवजड उद्योग क्षेत्राला K sector असे नाव दिले. अवजड उद्योगाव्यातिरिक्त इतर उद्योगांचे म्हणजेच उपभोक्ता वस्तू उत्पादन क्षेत्राचे त्यांनी C sector असे नामकरण केले. सदर C sector त्यांनी आणखी तीन गटात विभागाला. C1 म्हणजे यंत्र तंत्रज्ञानाच्या आधारावर कारखान्यातून तयार होणाऱ्या उपभोग वस्तू, C2 प्रकारात कुटीर आणि लघु उद्योगांनी तयार केलेल्या उपभोग वस्तू आणि सर्व प्रकारच्या सेवांचा पुरवठा C3 वर्गात समाविष्ट केला. एकूण तीन गटात विभागलेल्या या उद्योगांपैकी C1 गटातील वस्तूंची निर्मिती मशिन्सच्या सहाय्याने

होत असल्याने त्यात रोजगार कमी निर्माण होतो. भारतात तर बेरोजगारांची मोठी समस्या आहे. उद्योगातून रोजगार संधी वाढल्या पाहिजेत. यासाठी C२ गटातील उद्योगांना प्राधान्य दिले पाहिजे अशी मांडणी महालनोबीस यांनी केली. उद्योगांच्या C२ गटातून अधिक उत्पादन होऊन उपभोक्त्यांची गरज तर भागतेच शिवाय त्यात अधिक लोकांना रोजगार उपलब्ध होतो.

थोडक्यात विकासाच्या प्रतिमानात आयातीला पर्याय देऊ शकतील अशा अवजड उद्योगावर भर आणि वाढती उपभोग मागणी पूर्ण करण्यासाठी तसेच रोजगार निर्मिती करण्यासाठी गृह, कुटीर आणि लघु उद्योगांवर भर असे सूत्र होते. अवजड उद्योग तसेच पायाभूत सुविधा विकास या साठी सार्वजनिक क्षेत्राची महत्त्वाची भूमिका हा एक कळीचा पैलू होता. देशाला स्वावलंबी बनविणे आणि स्व निर्मितीला प्रोत्साहन देणे हीसुद्धा सदर प्रतिमानाची उद्दिष्टे होती.

महालनोबीस प्रतिमान आणि पंचवार्षिक योजना

महालनोबीस यांची प्रथम अवजड उद्योग - विकास नीति ही दुसऱ्या पंचवार्षिक (१९५६ ते १९६१) योजनेद्वारे अमलात आणायला सुरूवात झाली. दुसऱ्या पंचवार्षिक योजनेत असे म्हटले आहे की भारतातील लोकांचे निम्न स्तरावरील जीवनमान, न्यून रोजगारी आणि बेरोजगारी, तसेच प्रचंड उत्पन्न विषमता ही सगळी अविकसित अर्थव्यवस्थेची लक्षणे आहेत आणि ती अवस्था शेतीवरील अवलम्बित्वामुळे आलेली आहे. म्हणून विकासाकरिता जलद औद्योगीकरण आणि वैविध्यीकरण करण्याची गरज आहे. देशात औद्योगीकरण करायचे असेल तर मूलभूत उद्योगांवर (basic industry) भर दिला पाहिजे. उपभोगाच्या वस्तू निर्माण करणाऱ्या मशिनची निर्मिती करणारी मशिन्स आधी तयार केली पाहिजेत. यावरून असे स्पष्ट होते की दुसऱ्या पंचवार्षिक योजनेचे लक्ष शेतीकडून उद्योगाकडे आणि उद्योगातही पायाभूत उद्योगाकडे (basic industry) वळविले गेले. यात स्टील, मशिनरी निर्मिती, कोळसा, रसायने यांचा समावेश होतो.

उद्योगांवर भर देणारे हे धोरण तिसऱ्या पंचवार्षिक योजनेत (१९६१ ते १९६६) सुद्धा चालू राहिले. अन्नाची उपलब्धता आणि शेती याविषयी सदर योजनेत बरेच काही म्हटलेले असले तरी निधीची तरतूद करताना मात्र त्याकडे लक्ष दिलेले दिसत नाही. सबब ती फक्त बोलाची कढी होती असे म्हणता येईल. चौथ्या पंचवार्षिक योजनेत शेती आणि जलसिंचनाच्या निधीत २३% वाढ केली पण अवजड उद्योगाधारित विकास ही संकल्पना मात्र चालूच राहिली. पाचव्या पंचवार्षिक योजनेत शेती आणि जलसिंचनावरील निधी ची तरतूद २०% ने कमी करून पुन्हा महालनोबीस प्रतिमानानुसार प्रथम अवजड उद्योग - विकास नीति चालूच राहिली.

सदर पंचवार्षिक योजनेचा कालावधी पूर्ण होण्याआधीच नवीन सरकार स्थापन झाले आणि त्याने मार्च १९७८ मध्ये सदर योजना संपुष्टात आणली.

महालनोबीस प्रतिमानावरील टीका

देशातील बचत कशी वाढेल याचा विचार न करता गुंतवणूक वाढविण्याच्या योजनेमुळे भाववाढ सुरू झाली. अवजड उद्योगात प्रचंड गुंतवणूक केल्यामुळे जनतेचे उत्पन्न वाढले, त्यांची क्रयशक्ती वाढली म्हणून बाजारातील वेतन वस्तूंची मागणी वाढली. परंतु अशा उपभोग वस्तूंच्या उत्पादनवाढी साठी विशेष प्रयत्न न झाल्याने त्यांचे उत्पादन वाढीव मागणीला पुरे पडू शकले नाही. शिवाय शेतीकडे पुरेसे लक्ष न दिल्याने अन्नधान्य उत्पादनही कमी राहिले. परिणामत: वेतन वस्तूंच्या किमती वर गेल्या. बचत आणि गुंतवणूक यात असमतोल निर्माण झाला. सदर तूट भरून काढण्यासाठी सरकारला तुटीचा वित्त पुरवठा करावा लागला. त्याचाही परिणाम भाववाढीत झाला. १९७३-७४ मध्ये भाववाढीचा दर ३०% पर्यंत पोहोचला होता. शेती विकासासाठी गुंतवणूक कमी झाल्याने शेतीवर अवलंबून असणाऱ्या सुमारे ७०% कामगार वर्गावर बेरोजगारीची कुऱ्हाड कोसळली. अन्नधान्याची आयात दुसऱ्या पंचवार्षिक योजनेत १२ दशलक्ष टन होती ती १९७० ते १९७६ या काळात २६.४ दश लक्ष टनापर्यंत वाढत गेली. पायाभूत उद्योगांच्या विकासासाठी आयात मोठ्या प्रमाणात वाढली आणि विदेशी चलनाचा प्रश्न निर्माण झाला. निर्यातक्षम उद्योगांच्या विकासाकडे दुर्लक्ष झाले.

❐

७ कल्याणकारी राज्य स्थापन करण्यासाठी सरकारचा वित्त क्षेत्रात मोठा हस्तक्षेप वर्ष १९५६ – आयुर्विमा व्यवसायाचे राष्ट्रीयीकरण

समाजवादी अर्थव्यवस्थेच्या आधारावर कल्याणकारी राज्य स्थापन करण्यातील एक टप्पा म्हणजे आयुर्विम्याचे राष्ट्रीयीकरण असे म्हणता येईल. १९५६ हे दुसऱ्या पंचवार्षिक योजनेचे पहिले वर्ष होते. याच वर्षी औद्योगिक धोरणही जाहीर झाले होते. आणि या दोघांचाही भर शासनाच्या अर्थव्यवस्थेतील मोठ्या हस्तक्षेपाला वाव देणारा होता. १९ जानेवारी १९५६ रोजी शासनाने Life Insurance (Emergency Provisions) Ordinance, १९५६ या नावाने अध्यादेश काढून आयुर्विम्याचे राष्ट्रीयीकरण करण्यातील पहिले पाऊल उचलले. सरकारने ३१ ऑगस्ट १९५६ पर्यंतचा काळ तेंव्हा अस्तित्वात असलेल्या वेगवेगळ्या विमा कंपन्यांच्या एकीकरणाच्या प्रक्रियेसाठी वापरला. १ सप्टेंबर १९५६ रोजी भारतीय आयुर्विमा महामंडळाची स्थापना करून देशातील सर्व आयुर्विम्याचा व्यवसाय सरकारी अमलाखाली आणला.

राष्ट्रीयीकरणापूर्वीची स्थिती

इंग्लंडच्या ओरिएन्टल लाइफ इन्शुरन्स कंपनीने १८१८ साली भारतात विम्याचा व्यवसाय सुरू केला. त्यानंतर अनेक युरोपिअन विमा कंपन्या भारतात आल्या. भारतात राहणाऱ्या युरोपिअन लोकांच्या सेवेसाठी त्या काम करत होत्या. बव्हंशी भारतीयांच्यासाठी विम्याची सोय नव्हती. १८९६ मध्ये भारत इन्शुरन्स कंपनी ही पहिली भारतीय विमा कंपनी सुरू झाली. १९०५ नंतर स्वदेशी चळवळीचा परिणाम म्हणून आणखी काही देशी कंपन्या व्यवसाय करू लागल्या. ३१ ऑगस्ट १९५६ रोजी देशात स्थानिक आणि विदेशी मिळून २४४ विमा कंपन्या होत्या. त्यांनी सुमारे ५० लाख विमा पॉलिसी उतरवलेल्या होत्या. विमा पॉलिसीची रक्कम सुमारे रु.१२५०० दशलक्ष इतकी होती.

विम्याचे सुरक्षा कवच प्रामुख्याने विदेशी लोकांनी घेतलेले होते. थोड्याफार

प्रमाणात शहरातील श्रीमंत भारतीय विमाधारक होते. ग्रामीण आणि निमशहरी भागात विम्याचा लवलेशही नव्हता.

राष्ट्रीयीकरण का ?

आकस्मिकता उद्भवल्यावर निश्चित रक्कम मिळण्याची खात्री देऊन विमाधारकांचे हितसंबंध जपण्यासाठी विमा आवश्यक आहे. विमा गुंतवणूकदारांना संरक्षण देतो, त्यांना बचतीसाठी प्रोत्साहन देतो. त्यांची बचतीची एकत्रित रक्कम दीर्घकालीन पायाभूत प्रकल्पात गुंतवून अर्थव्यवस्थेची प्रगती साधता येते. विम्याच्या एकूण व्यवसायात आयुर्विम्याचा वाटा फारच मोठा असतो. भारतात आयुर्विमा क्षेत्रात स्पर्धा फार वाढली होती. तसेच व्यवसायाचे केंद्रीकरण शहरी भागात होते. शिवाय आयुर्विमा कंपन्यांची प्रेरणा नफा ही असल्यामुळे त्यात व्यावसायिकता कमी होती. विमा कंपन्यांच्या प्रथा अयोग्य, गैरवाजवी आणि अन्यायकारक होत्या. विमा कंपन्या विम्याच्या हप्त्याच्या स्वरूपात जमा झालेल्या रकमांची गुंतवणूक विमाधारकांच्या हिताची न करता कंपनीच्या भागधारकांच्या फायद्यानुसार करत होत्या. १९४५ ते १९५५ या दहा वर्षात २५ विमा कंपन्यांनी दिवाळे काढून गाशा गुंडाळला तर इतर २५ कंपन्यांचे दुसऱ्या कंपनीत विलीनीकरण झाले. त्याने विमाधारकांना तोटा सहन करावा लागला.

या पार्श्वभूमीवर पंतप्रधान जवाहरलाल नेहरू संसदेत म्हणाले, आम्हाला आयुर्विमा जलद गतीने देशात पसरवायचा आहे आणि त्यातून जनतेला आर्थिक सुरक्षिततेचा एक मार्ग खुला करून द्यायचा आहे. विम्याच्या राष्ट्रीयीकरणाने स्पर्धा संपेल आणि त्यातील अयोग्य प्रथा बंद होतील शिवाय खालील गोष्टी साध्य होतील असे मांडले गेले.

१. आयुर्विमा व्यवसायाचे चांगले आणि अधिक काटकसरीचे व्यवस्थापन
२. विमा सेवेत सुधारणा करून चांगल्या दर्जाच्या सेवेची खात्री
३. शहरी भागाबरोबर ग्रामीण भागातही विम्याचा प्रसार
४. आयुर्विम्याच्या जमलेल्या हप्त्यांच्या रकमांची विमाधारकांच्या हिताची गुंतवणूक
५. जीवन विमा निगमकडे जमा होणाऱ्या रकमेतून देशासाठी भांडवल उभारणी आणि त्यातून सरकारची पायाभूत सुविधात गुंतवणूक करण्याची खात्री.

श्री एच डी. मालवीय यांनी म्हटल्याप्रमाणे राष्ट्रीयीकरणाचा निर्णय हा केवळ राजकीय नव्हता तसेच तो समाजवादी अर्थविचारसरणी अमलात आणण्यासाठी घेतलेला नव्हता. तो सार्वजनिक हित डोळ्यासमोर ठेवून वास्तव आणि व्यावसायिक निकषांवर घेतलेला होता. अर्थमंत्री चिंतामणराव देशमुख (संसद २९ फेब्रुवारी १९५६) या निर्णयाचे समर्थन करतांना म्हणाले, विम्याची सेवा ही अत्यावश्यक

सामाजिक सेवा आहे आणि ती पुरविण्यास खासगी क्षेत्र असमर्थ असेल तर कल्याणकारी राज्याने ती पुरवलीच पाहिजे. देशात सर्व स्तरांमधील लोकांपर्यंत विम्याचा लाभ पोहोचविण्यासाठी तो स्वस्त केला पाहिजे. त्याने लोकांना संपूर्ण सुरक्षा दिली पाहिजे आणि कार्यक्षम सेवा मिळाली पाहिजे. नफा हा हेतू न ठेवता शहरीच नव्हे तर ग्रामीण भागातही विमा नेण्यासाठी राष्ट्रीयीकरण गरजेचे आहे. १९५१ मध्ये शासनाने खासगी विमा कंपन्यांच्या कामकाजाचा आढावा घेतला होता. त्यात दिसून आले की त्या कंपन्या अपेक्षेप्रमाणे काम करत नाहीत. त्यांचा व्यवस्थापन खर्च जमा प्रीमियम रकमेच्या २७% इतका जास्त आहे. सदर खर्च मर्यादित असावा म्हणून कायदेशीर बंधने घालूनसुद्धा तो कमी झालेला नाही. विशेष म्हणजे इतका खर्च होऊनही विमाधारकाला चांगली सेवा मिळत नाही. जमा झालेल्या मोठ्या रकमांची गुंतवणूक करतांना फसवेगिरी होते. त्यातून विमाधारकांचे हित जपण्या ऐवजी कंपन्या आपला फायदा साधतात. गैरव्यवस्थापन आणि गुंतवणुकीतील अफरातफरीमुळे २५ विमा कंपन्यांनी दिवाळे काढले तर ७५ कंपन्या भागधारकांना लाभांश देऊ शकत नाहीत. नुकसान भरपाईचे हजारो दावे निकाली न काढल्याच्या तक्रारी सरकारकडे आल्या. विमा कंपन्या हे सारे हेतू पुरस्सर करून लोकांची फसवणूक करत आहेत.

परिणाम

राष्ट्रीयीकरणानंतर आयुर्विमा महामंडळास एकाधिकार मिळाला. विम्याचा प्रसार जलद गतीने शहरी तसेच ग्रामीण भागात झाला. सरकारने १९९९-२००० मध्ये विमा व्यवसायात खासगी क्षेत्राला गुंतवणुकीची परवानगी दिली तेंव्हा आयुर्विमा महामंडळाचे राष्ट्रीय उत्पन्नात ७% पेक्षा अधिक योगदान होते. २०४८ शाखा आणि १३८१ सॅटेलाइट कार्यालये होती. १९९३ साली मल्होत्रा समितीने अहवाल दिला त्यात म्हटले की आयुर्विमा महामंडळाने विम्याचा प्रसार फार वेगाने आणि सर्वदूर केला. राष्ट्राच्या विकासासाठी मोठ्या प्रमाणात बचत एकत्र केली. सांडपाणी, वीज, घर बांधणी , पाणी पुरवठा अशा क्षेत्राला भांडवल पुरवठा केला. स्वतः वित्तीयदृष्ट्या सक्षम होत विमाधारकांचा विश्वास संपादन केला. बौद्धिकदृष्ट्या परिपक्व असा विमा व्यावसायिकांचा एक मोठा संच निर्माण केला.

भारतात १९९१ पासून उदार आर्थिक धोरण राबविण्यास सुरूवात झाली आणि खासगीकरण हा त्याचा एक अविभाज्य भाग बनला. त्या पार्श्वभूमीवर विमा क्षेत्राच्या भविष्यातील वाटचालीची दिशा ठरविण्यासाठी सरकारने १९९३ साली मल्होत्रा समिती स्थापन केली. तिने १९९४ मध्ये अहवाल दिला आणि त्यानंतर तब्बल सहा वर्षांनंतर २००० साली 'भारतीय विमा विनियामक आणि विकास प्राधिकरण (IRDA)' स्थापन करण्यात आले. ऑगस्ट २०००मध्ये प्राधिकरणाने

खासगी कंपन्यांना विमा व्यवसायात प्रवेश करण्यासाठी परवानगी दिली. त्यासाठी अर्ज मागविले. विमा व्यवसायात २६% विदेशी गुंतवणुकीसाठी परवानगी (Automatic route) मिळाली. विमा व्यवसायात पूर्व परवानगी घेऊन ४९% विदेशी गुंतवणूक करण्यास परवानगी होती. मार्च २०१६ मध्ये ४९% पर्यंतच्या गुंतवणुकीस लागणारी पूर्व परवानगीची अट काढून टाकण्यात आली. त्यामुळे विदेशी गुंतवणूक आकर्षित झाली. आज मितीस भारतात आयुर्विमा महामंडळाशिवाय २३ खासगी विमा कंपन्या कार्यरत आहेत. याचा अर्थ आयुर्विमा महामंडळास मोठ्या प्रमाणात स्पर्धा निर्माण झाली. तिचे स्पर्धक देशी तसेच विदेशी आहेत.

या स्पर्धेत आयुर्विमा महामंडळ आपला क्रमांक एक राखून आहे. मार्च २०१७ रोजी संपलेल्या आर्थिक वर्षात सर्व २४ आयुर्विमा कंपन्यांनी गोळा केलेला पहिल्या वर्षीचा प्रीमियम रु. १,७५,०२१.८९ कोटी होता त्यापैकी एकट्या आयुर्विमा महामंडळाचा प्रीमियम रु. १,२४,३९६.२७ कोटी (सर्व २३ खासगी कंपन्या मिळून रु. ५०,६२५.६३ कोटी) म्हणजेच ७१.०७% इतका होता. LIC च्या धंद्यातील ही वाढ २०१६ सालच्या तुलनेत २७.२२% इतकी आहे. अन्य खासगी २३ कंपन्यांच्या धंद्यातील वाढ २६. १३% आहे. LIC ने २०१७ साली २ कोटींपेक्षा जास्त नवीन पॉलिसीज उतरवून आपला पहिला क्रमांक कायम ठेवला. LIC च्या पॉलिसीज संख्येतील ही वाढ ७६.०९% आहे.

राष्ट्रीयीकरण करण्यामागे सरकारला पायाभूत सोयींसाठी भांडवल उभारणी हे अग्रक्रमाचे असावे. तसेच खासगी विमा कंपन्यांचे अक्षम व्यवस्थापन हेही कारण होते. यावर राष्ट्रीयीकारणा व्यतिरिक्त उपाय आहे का याचा बहुधा विचार झाला नाही असे दिसते. अन्यथा विमा नियामक नेमून वरील दोनही बाबींवर नियंत्रण ठेवणे सरकारला शक्य झाले असते.

खासगी विमा कंपन्यांना परवानगी देताना आयुर्विम्याचा जलद प्रसार व्हावा हे एक कारण होते. ते काही अंशी सफल झाले असले तरी आजही १२५ कोटी लोकसंख्या असलेल्या देशात ४ कोटी पेक्षा कमी लोकांनी आयुर्विमा पॉलिसीज घेतल्या आहेत. याचा अर्थ १९५६ पासून LIC कार्यरत असूनही (आणि २००० सालापासून खासगी २३ कंपन्या काम करत असूनही) केवळ सुमारे ३% लोकांनी आयुर्विम्याचा लाभ घेतला आहे. सदर प्रमाण खूप वाढणे आवश्यक आहे.

❐

८ बँक ठेवीदारांच्या ठेवींना संरक्षण देण्यासाठी वर्ष १९६१ – बँक ठेव विमा आणि पत हमी यांची सुरूवात

अर्थव्यवस्थेतील बँकांचे स्थान हे शरीरातील रक्त वाहिन्यासारखे असते. प्रत्येक बँकेचे व्यवस्थापन आणि देशातील बँकांचे नियमन सक्षम असेल तर बँका सशक्त होतात. असे असले तरी काही बँका अडचणीत येतात आणि बुडतात. त्यांना त्यांच्या कडे जमा असलेल्या ठेवींची परत फेड करणे शक्य होत नाही. अशा वेळी ठेवीदारांचे पैसे बुडतात आणि जनतेच्या बँकांवरील असलेल्या विश्वासास तडा जातो. परिणामी बँकांकडील ठेवींच्या रकमावर आणि ठेवीदारांच्या संख्येवर विपरीत परिणाम होऊ शकतो जो अर्थव्यवस्थेस घातक ठरतो. असे होऊ नये यासाठी बँका अडचणीत आल्या तर ठेवीदारांचे पैसे त्यांना परत मिळावे यासाठी ठेव विमा योजना राबवली जाते.

स्थापना

१९ आणि २० व्या शतकाच्या सुरूवातीला भारतातील अनेक बँका बंद पडल्या. त्यामुळे बऱ्याच ठेवीदारांना त्यांच्या ठेवींच्या रकमा परत मिळाल्या नाहीत. १९३८ मध्ये त्रावणकोर येथील सर्वात मोठी बँक बुडाली. १९४६ – १९४८ या कालावधीत बंगाल मध्ये बँकिंग संकट आले. १९६९ मध्ये १४ बँकांचे राष्ट्रीयीकरण झाले. १९६० मध्ये लक्ष्मी बँक दिवाळखोरीत गेली आणि त्यानंतर पलाई बँकेची तीच परिस्थिती झाली. या सगळ्या घटनांमुळे बँकेतील ठेवींचा विमा असावा हा विचार जोर धरू लागला. २१ ऑगस्ट १९६१ रोजी लोकसभेत The Deposit Insurance Corporation (DIC) Bill सादर करण्यात आले. त्यास ७ डिसेंबर १९६१ रोजी राष्ट्रपतींची संमती मिळाली. १ जानेवारी १९६२ पासून The Deposit Insurance Corporation (DIC) कार्यरत झाले.

उद्दिष्टये, कार्यकक्षा आणि कार्य पद्धती

- ठेवीदारांच्या ठेव रकमेस संरक्षण देणे, वित्तीय स्थिरतेची खात्री देणे, बँकिंग व्यवस्थे बाबत विश्वास निर्माण करणे आणि त्या आधारावर ठेवीत वाढ करणे यासाठी बँक ठेव विम्याची सुरूवात करण्यात आली. सुरूवातीला सदर योजना कार्यरत असणाऱ्या व्यापारी बँकांपुरती मर्यादित होती. १९६८ मध्ये कायद्यात बदल करून सहकारी बँकांना सुद्धा ठेव विम्याचे संरक्षण लागू केल्यानंतर ८३ व्यापारी बँका आणि सुमारे १००० सहकारी बँकांना ही योजना लागू झाली.
- १९७१ मध्ये बँकांच्या विकासातील आणखी एक टप्पा ओलांडला. कर्ज देणे हा जरी बँकेचा उत्पन्न मिळविण्याचा प्रमुख मार्ग असला तरी कर्ज वसुली हा मोठा अवघड विषय असतो. कर्ज वसूल न झाल्यास बँकांना नुकसान होते. असे आपले नुकसान होऊ नये आणि कर्जाची नियमित वसुली व्हावी यासाठी सामान्यतः बँका उच्च पत दर्जा असलेल्या कर्जदारांनाच कर्ज देत होत्या. परिणामतः आर्थिकदृष्ट्या कमजोर लोकांना कर्ज मिळणे अवघड होते. तसेच अर्थव्यवस्थेतील दुर्लक्षित क्षेत्रांना कर्ज पुरवठा होत नव्हता. या दोघांना बँकांनी कर्ज पुरवठा करावा यासाठी बँकांना कर्ज वसुलीची खात्री मिळणे आवश्यक वाटत होते. अशी हमी देणारी एक संस्था Credit Guarantee Corporation of India Ltd. (CGCI) १९७१मध्ये स्थापित करण्यात आली. कर्जदाराने कर्ज परतफेडीमध्ये चुकारपणा केला तर सदर निगम त्याची हमी देते. यामुळे दुर्लक्षित क्षेत्रे आणि आर्थिकदृष्ट्या कमकुवत लोकांनाही कर्ज वितरण होऊ लागले.
- १९७८ मध्ये DIC आणि CGCI या दोन स्वतंत्र निगमांचे एकत्रीकरण करून Deposit Insurance and Credit Guarantee Corporation (DICGC) ची स्थापना करण्यात आली. वरील दोन्ही निगमांप्रमाणेच DICGC सुद्धा रिझर्व बँकेची उपकंपनी आहे. सदर निगम ठेवींना विम्याचे कवच पुरविणे आणि बँकांना कर्जांबाबत पत हमी देणे अशी दोन्ही कामे करते. एकत्रीकरणानंतर निगमचे मुख्य लक्ष पत हमीवर केंद्रित झाले. याचे एक कारण होते ते म्हणजे तोपर्यंत बँकिंगचा व्यवसाय मोठ्या प्रमाणात राष्ट्रीयीकृत बँकांकडे होता. १९९० च्या दशकात देशात नवीन आर्थिक धोरण स्वीकारले गेले आणि उदारीकरणाची लाट आली. त्यामुळे DICGC चे पत हमीकडील लक्ष कमी झाले आणि ठेव विमा या मूळ हेतूकडे पुन्हा जास्त लक्ष दिले जाऊ लागले.
- सर्व व्यापारी बँका, विदेशी बँकांच्या भारतातील शाखा, लोकल एरिया बँका

तसेच ग्रामीण क्षेत्रीय बँका यांच्या ठेवींना DICGC चे विमा संरक्षण मिळते. राज्य, मध्यवर्ती, प्राथमिक आणि नागरी सहकारी बँकांनाही DICGC चे विमा संरक्षण उपलब्ध आहे. प्रायमरी सहकारी संस्था मात्र DICGC च्या कार्यक्षेत्राच्या बाहेर आहेत. बँकांकडे असलेल्या विदेशी सरकारांच्या ठेवी, भारताच्या केंद्र व राज्य सरकारांच्या ठेवी, बँकेतील इतर बँकांच्या ठेवी, भूविकास बँकांच्या ठेवी, भारताच्या बाहेरून स्वीकारलेल्या ठेवी वगळता अन्य सर्व बचत, चालू तसेच मुदत ठेवींना DICGC च्या विम्याचा लाभ मिळतो. विम्याचे संरक्षण कमाल रु. १,००,००० रकमे पर्यंत आहे. विम्याची कमाल रक्कम १९९३ साली रु. १,००,००० या मर्यादेवर निश्चित करण्यात आली. विम्याचा हप्ता बँकेने भरायचा असतो. हप्त्याची रक्कम ठेवीदारांकडून वसूल केली जात नाही. बँक दिवाळखोरीत गेल्यावर परिसमापकाने ठेवीच्या विम्याची मागणी केल्यापासून दोन महिन्यात विम्याची रक्कम परिसमापकाद्वारे ठेवीदारांना दिली जाते. ठेव विमा योजना प्रत्येक बँकेसाठी अनिवार्य असून सदर योजनेत सहभागी न होण्याचा पर्याय कोणत्याही बँकेस नाही. बँकांनी विम्याचा हप्ता दर सहामाहीस DICGC कडे भरणे अनिवार्य आहे. एखाद्या बँकेने तीन सहामाहीं मध्ये हप्ते भरले नाहीत तर सदर बँकेची नोंदणी रद्द करण्याचा अधिकार DICGC ला आहे. बँकेने हप्ता भरण्यास चुकारपणा केला की त्याची माहिती बँकेच्या ठेवीदारांना वर्तमानपत्रातील जाहीर नोटीसद्वारे दिली जाते.

क्लेम सेटलमेंट

आपल्या देशात सहकारी बँका बुडण्याच्या अनेक घटना घडतात. त्यांच्या ठेवीदारांना DICGC दिलासा देत असते. आतापर्यंत DICGC ने अनेक बँकांच्या ठेवीदारांचे क्लेम सेटल केले आहेत. सन २०१४-१५ या एका वर्षात रु. ३२१ कोटी रकमांचे क्लेम सेटल केले. आतापर्यंत सुमारे ३२८ सहकारी बँकांच्या बुडण्यामुळे DICGC ने ४६३३ कोटी रुपयांचे विमा दावे दिले. तर २७ व्यापारी बँकांच्या दिवाळखोरीने २९६ कोटींचे दावे दिले.

DICGC चे उत्पन्नाचे तीन मार्ग आहेत – पहिला, बँकांकडून मिळणारा विमा हप्ता, दुसरा, आपल्याकडील गुंतवणुकीवर मिळणारे व्याज/लाभांश आणि तिसरा, ज्या बँका दिवाळखोरीत गेल्या त्यांची मालमत्ता विकून मिळणारे उत्पन्न. २०१४ –१५ या वर्षात DICGCला विमा हप्त्यापोटी रु. ८२२९ कोटी , गुंतवणुकीतून ४२३१ कोटी आणि मालमत्ता विकून १४७ कोटी रुपयांचा महसूल मिळाला. तर सदर वर्षात ३२१ कोटींचे क्लेम द्यावे लागले. DICGC कडे ५०४५३ कोटी रुपयांचा ठेव विमा निधी

असून क्लेम देण्याची DICGCची क्षमता त्यातून स्पष्ट होते. DICGCचे कामकाज समाधानकारक असले तरी आता ठेव विमा कवचाची रक्कम रु १,००,००० ही फारच अपुरी वाटते. ती १९९३ साली निश्चित केली आहे आणि त्यात त्यानंतर सुधारणा केलेली नाही. ती किमान रु. ५,००,००० पर्यंत वाढवावी अशी मागणी होत आहे.

FRDI Act

सन २०१६-१७च्या अर्थसंकल्पात वित्तीय निपटारा आणि ठेव विमा विधेयक (Fiscal Resolution and Deposit Insurance Bill) आणण्याचे सुतोवाच करण्यात आले. विधेयकाचा मजकूर तयार करण्यासाठी मार्च २०१६ मध्ये श्री अजय त्यागी यांच्या अध्यक्षतेखाली एक समिती नेमण्यात आली. समितीने मसुदा दिल्यानंतर त्यावर जनतेकडून सूचना मागविण्यात आल्या आणि दुरुस्त विधेयक जून २०१७ मध्ये कॅबिनेटने मंजूर केले. संयुक्त संसदीय समितीकडे ते पाठविण्यात आले. समाजातील विरोधामुळे सदर विधेयक संसदेत अद्याप मांडले गेले नाही. या विधेयकात DICGC बंद करून बँक ठेवींना विम्याचे संरक्षण देण्यासाठी FRDI Corporation स्थापन करण्याचे प्रस्तावित करण्यात आले आहे. त्यात विम्यासाठी पात्र कमाल रकमेची मर्यादा निश्चित केलेली नाही. सदर रक्कम सध्याच्या रु. १,००,००० पेक्षा जास्त असेल अशी आशा वाटते. थोडक्यात आता सरकार बँक ठेवींच्या विम्याची सद्य DICGC ही व्यवस्था मोडीत काढून त्याजागी नवी व्यवस्था आणू इच्छित आहे असे दिसते. FRDI Corporation ही नवीन व्यवस्था DICGC सारखी रिझर्व बँकेची उपकंपनी असणार नाही.

❐

९ शेती कर्जापोटी बँकांना पुनर्वित्त सुविधा उपलब्ध वर्ष १९६३ – कृषी पुनर्वित्त महामंडळाची स्थापना

स्वातंत्र्यपूर्व काळापासून भारत हा कृषी प्रधान देश म्हणून ओळखला जातो. कृषी विकासासाठी वित्तपुरवठ्याचे महत्त्व सर्वज्ञात आहे. कृषी वित्त पुरवठ्याचे काम रिझर्व बँकेने सुरूवातीपासून सहकारी पत पुरवठा संस्थांच्या विकासातून साधण्याचा प्रयत्न केला. १९५० आणि १९६०च्या दशकात अपुऱ्या ग्रामीण पत सुविधेकडे केंद्र शासन आणि रिझर्व बँक यांचे लक्ष होते. १९५१ मध्ये All-India Rural Credit Survey Committee नेमली. सदर समितीच्या शिफारशी १९५४मध्ये स्वीकारून शेती कर्ज पुरवठ्यास चालना देण्यात आली. १९५४ मध्ये शेती कर्ज पुरवठा करणाऱ्या लँड सहकारी बँका आणि सहकारी पतसंस्था यांच्याकडे पुरेसे भाग भांडवल असावे यासाठी त्यांच्या भाग भांडवलात राज्य सरकारे आणि भू विकास बँकांनी सहभागी व्हावे असे धोरण आखले. राज्य सरकारे आणि भू विकास बँकां यांनी सहकारी बँका आणि पतसंस्थांचे भाग घ्यावेत म्हणून त्यांना दीर्घ मुदतीची कर्जे उपलब्ध करून देण्यासाठी रिझर्व बँकेने १९५६ मध्ये National Agricultural Credit (Long-Term Operations) Fund स्थापन केला. दुष्काळाच्या परिस्थितीत राज्य सहकारी बँकांना मध्यम मुदतीची कर्जे देण्यासाठी जून १९५६ मध्ये National Agricultural (Stabilisation) Fund सुरू केला. दुष्काळामुळे शेतीची कर्जे वसूल होत नसतील तर राज्य सरकारमार्फत सहकारी पत संस्थांना अनुदान देण्यासाठी National Agricultural Credit (Relief and Guarantee) Fund चालू केला.

कृषी पुनर्वित्त महामंडळ

या सर्व प्रयत्नांनंतरही शेतीला पुरेसा वित्त पुरवठा होत नव्हता. रिझर्व बँकेने १ जुलै १९६३ रोजी कृषी पुनर्वित्त महामंडळाची Agricultural Refinance Corporation (ARC) स्थापना केली. राज्य सहकारी बँका, भू विकास बँका आणि

व्यापारी बँका यांनी दिलेल्या शेती कर्जापोटी त्यांना पुनर्वित्त सुविधा उपलब्ध करून देण्यासाठी हे महामंडळ स्थापन करण्यात आले. पण अनुभव असा राहिला की सहकारी क्षेत्रातील कर्ज पुरवठा संस्था फार सक्षम नव्हत्या. १९६६ मध्ये सरकारने All India Rural Credit Review Committee नेमली. समितीने शिफारस केली की कृषी पत पुरवठ्यामध्ये व्यापारी बँकांनी सहकारी बँकांना सहाय्यभूत व्हायला हवे. १९६९ मध्ये बँकांचे राष्ट्रीयीकरण झाले आणि त्यापाठोपाठ प्राधान्य क्षेत्रांना कर्ज पुरवठा असे धोरण राबविण्यात आले. शेतीचा कर्ज पुरवठा हा प्राधान्य क्षेत्रात आला. त्यानंतर लीड बँक योजना आली आणि प्रत्येक व्यापारी राष्ट्रीयकृत बँकेकडे एकेका जिल्ह्याच्या विकासाची जबाबदारी टाकण्यात आली. इतक्या सगळ्या उपायांनी सुद्धा ग्रामीण विकासासाठी पुरेसा कर्ज पुरवठा होत नसल्याचे जाणविल्यामुळे १९७५ मध्ये ARC या महामंडळाची व्याप्ती वाढवून त्याची भूमिका वित्तपुरवठ्या बरोबरच विकासात्मक आणि प्रोत्साहनात्मक करून त्याचे नामकरण Agricultural Refinance and Development Corporation (ARDC) असे करण्यात आले. शिवाय १९५० आणि १९६०च्या दशकातील पंचवार्षिक योजनांचा भर औद्योगिक विकासावर राहिला आणि त्यामुळे कृषी क्षेत्राकडे जरा दुर्लक्ष झाले. शेतीसह ग्रामीण विकासाकडे आणि विशेषतः वित्त पुरवठ्याकडे पुनः लक्ष देण्यासाठी –ARDC ची कल्पना साकारण्यात आली. सदर ARDC ची उद्दिष्ट्ये अशी होती –

- शेतीचे उत्पादन, उत्पादकता आणि रोजगार वाढविण्यासाठी जमीन आणि पाणी या नैसर्गिक संसाधनांचा संपृक्त वापर साध्य करणाऱ्या राष्ट्रीय धोरणांना पाठींबा देणे.
- पर्यावरणाचा तोल सांभाळला जाण्याची खात्री देणे.
- एकात्मिक ग्रामीण विकासाला मदत करणे आणि ग्रामीण भागात उत्पादन आणि सेवा क्षेत्राच्या विकासाला मदत करणे.
- विपणन आणि पायाभूत सुविधा यावर भर देत कापणी नंतरच्या तंत्रज्ञानाच्या विकासाला प्रोत्साहन देणे.
- मागास भागात विकासाला चालना देऊन प्रादेशिक असमतोल दूर करणे.
- शेतकऱ्यांना ज्ञान आणि गुंतवणूक यातून अधिकाधिक फायदा मिळावा यासाठी योग्य तंत्रज्ञानाचा विकास करणे.
- बँका आणि योजनांची अंमलबजावणी करणाऱ्या एजन्सीज यांच्या कर्माचाऱ्यांच्या प्रशिक्षणाची व्यवस्था करणे.
- कृषी आणि ग्रामीण विकास यांना उपयुक्त अशा संशोधनास प्रोत्साहन देणे.

कामकाज

ARDC चे भाग भांडवल रु. २५ कोटींचे होते व ते रिझर्व बँक, भूविकास बँका, राज्य सहकारी बँका, शेड्यूल्ड बँक्स, आयुर्विमा महामंडळ आणि विमा व इतर कंपन्यांनी जमा केले होते. ARDC ने कृषी विकासाला उपयुक्त ठरणाऱ्या अनेक बाबींना पुनर्वित्त पुरवठा केला. छोट्या जलसिंचन योजना, शेतीचे यांत्रिकीकरण, शेतमालाची साठवणूक, कृषी उत्पन्न बाजार समित्या, फळ शेती, जमीन विकसन, एकात्मिक ग्रामीण विकास अशा अनेक गोष्टींना पुनर्वित्त पुरवठा करण्यात -ARDC आघाडीवर राहिली. प्राथमिक भू विकास बँका आणि राज्य भू विकास बँका यांच्या पुनर्वसन योजना राबविण्याठी ARDC ने पुढाकार घेतला. मागास क्षेत्रात अधिक पुनर्वित्त पुरवठा करण्याचा प्रयत्न केला. शेतीच्या जोडीला सदर महामंडळाने पशु पालन, कुक्कुट पालन, मत्स्य पालन आणि फळ शेती यांनाही पुनर्वित्त पुरवठा केला. ARDC ने मध्यवर्ती भू विकास बँक, राज्य भू विकास बँका, शेड्यूल्ड बँक्स तसेच रिझर्व बँकेने समाविष्ट केलेल्या सहकारी बँकांना पुनर्वित्त पुरवठ्याची सोय करून दिली.

पात्र संस्थांनी दिलेल्या २५ वर्ष मुदतीपर्यंतच्या कर्जांना पुनर्वित्त पुरवठा करण्याबरोबरच ARDC ने तितक्याच मुदतीपर्यंतची कर्जे सुद्धा पात्र संस्थांना दिली. पात्र संस्थांनी इश्यू केलेल्या कर्जरोख्यात पैसे गुंतवून ARDCने त्यांना कर्जाऊ भांडवल दिले. शेतीसाठी भांडवली वस्तूच्या खरेदीकरिता केंद्र सरकारच्या परवानगीने कर्जांना हमी दिली.

थेट शेतकरी कर्जदाराच्या उत्पन्नात भर पडावी किंवा त्याच्या कर्ज परतफेड क्षमतेत वाढ व्हावी यासाठी ARDC अल्प मुदतीची कर्जे देत नव्हती. त्यामुळे शेतकऱ्यांच्या कर्ज परतफेडीत चुकारपणा वाढत गेला. सर्वांगीण ग्रामीण विकासासाठी शेती शिवाय इतर कारणांना जितकी मोठी गरज होती त्यामानाने ARDC पुनर्वित्त पुरवठा करण्यास कमी पडली. १९७५मध्ये महामंडळाची कार्यकक्षा वाढवून त्यात विकास शब्द जोडला आणि महामंडळाला पुनर्वित्त पुरवठ्या बरोबरच थेट वित्तपुरवठ्याची परवानगी मिळाली. तरीसुद्धा ग्रामीण विकासाच्या योजनांना ARDC कडून थेट वित्त पुरवठा फारच कमी झाला. सबब समग्र ग्रामीण विकास जलद साधण्यासाठी ARDCचा परीघ मोठा करण्याची गरज भासू लागली. ग्रामीण कर्ज पुरवठा करण्याचे काम रिझर्व बँकेपासून विलग करावे आणि त्यासाठी एक स्वतंत्र व विशेष संस्था असावी असा विचार जोर धरू लागला.

त्याचा अभ्यास करण्यासाठी केंद्र सरकाच्या निर्देशानुसार रिझर्व बँकेने १९७९ मध्ये Committee to Review arrangement For Institutional Credit for agriculture and Rural Development अशी समिती नेमली. एकात्मिक ग्रामीण विकासासाठी पतपुरवठा करण्यात येणाऱ्या समस्यांचा एक कलमी विचार करण्यासाठी, त्याला जोरकस दिशा देण्यासाठी एक स्वतंत्र संस्था असावी अशी शिफारस समितीने केली. त्यानुसार संसदेने १९८१ मध्ये कायदा पारित करून १९८२ मध्ये National Bank for agriculture and Rural Development - NABARD - ची स्थापना केली. रिझर्व बँकेतील कृषी पत विभाग, ग्रामीण नियोजन व कृषी पत सेल आणि ARDC बंद झाले आणि त्यांची कामे NABARD ने आपल्या कडे घेतली.

❐

१० जनतेची बचत गोळा करून औद्योगिक विकासासाठी गुंतविण्याचे आक्रमक अभियान वर्ष १९६३ – युनिट ट्रस्ट ऑफ इंडियाची स्थापना

स्वातंत्र्य मिळाले तेंव्हा भारतात भांडवल बाजार फार विकसित नव्हता. एकीकडे उद्योगांना भांडवलाची गरज होती. पण जनतेत बचत करण्याची क्षमता मर्यादित होती. तसेच आपली बचत भांडवल बाजारात गुंतविण्याचे ज्ञान ही नव्हते, मानसिकताही नव्हती. सबब जनतेला बचतीची सवय लावून बचतीची रक्कम वाढविण्याची गरज होती. बचतीचा पैसा एकत्र करून तज्ज्ञांच्या माध्यमाने तो भांडवल बाजारात गुंतविण्याची गरज होती. गुंतवणूकदारांचा पैसा गुंतवून त्यावर उत्पन्न आणि नफा कमावून तो सामान्य गुंतवणूकदारांना वाटणारी एखादी संस्था निर्माण होण्याची गरज जाणवत होती. १९३०च्या दशकात Indian Central Banking Enquiry Committeeने शासनाला दिलेल्या अहवालात ही गरज प्रथम नमूद केली. त्यानंतर अनेक समित्यांनी त्याची री ओढली. १९६३ मध्ये सरकारने जनतेची दीर्घकालीन बचत गोळा करून औद्योगिक विकासासाठी गुंतविण्याचे एक आक्रमक अभियान सुरू केले. त्याला 'संस्थात्मक' स्वरूप देण्याच्या दृष्टीने Unit Trust of India Act, १९६३ पारित केला. १ फेब्रुवारी १९६४ ला UTI ची स्थापना झाली आणि जुलै १९६४ पासून ट्रस्टचे कामकाज सुरू झाले. UTI ही सार्वजनिक क्षेत्रातील वैधानिक गुंतवणूक संस्था म्हणून उदयास आली.

उद्दिष्ट्ये व कार्ये

इंग्लंड मधील युनिट ट्रस्टस्च्या धर्तीवर UTI ची रचना करण्यात आली. UTI च्या स्थापने मागची उद्दिष्ट्ये पुढीलप्रमाणे होती –

- अल्प आणि मध्यम उत्पन्न असलेल्या जनतेला बचत आणि गुंतवणूक करण्यास प्रोत्साहन देणे.

- UTI ने गोळा केलेल्या बचत रकमेची प्रतिभूतीमध्ये गुंतवणूक करणे, प्रतिभूती धारण करणे,
- त्यांचे व्यवस्थापन करणे आणि विक्री करणे. त्याद्वारे उद्योगांना भांडवल पुरवठा करणे.
- UTI ने मिळविलेल्या उत्पन्न आणि नफ्याचे बचतदारांना वाटप करणे.
- UTI चे सुरूवातीचे भांडवल रु. ५ कोटींचे होते. रिझर्व बँक, स्टेट बँक, एल. आय. सी, शेड्यूल्ड बँका आणि वित्त संस्थांनी हे भांडवल जमा केले होते. १९६४ साली स्थापनेनंतर UTI ने मध्यमवर्गीयांची बचत एकत्रित करून ती त्यांच्या वतीने शेअर बाजारात गुंतविण्यासाठी US ६४ ही पहिली योजना सुरू केली. UTI गुंतवणूकदारांना आपले युनिट्स रु. १० या दर्शनी किमतीस देत असे. किमान १० आणि दहाच्या पटीत कितीही युनिट्स घेता येत असत. गुंतवणूकदारांकडून युनिट्स खरेदी करण्याचा दर UTI प्रती दिवशी जाहीर करत असे.
- UTI जमा झालेल्या पैशांचा विनियोग उद्योगांना कर्ज देणे, बिल ऑफ एक्स्चेंज / प्रॉमिसरी नोट्स / बिल ऑफ लेंडिंग / वेअरहाऊस रिसीट्स डिस्काऊंट करणे किंवा विकत घेणे, मर्चंट बँकिंग आणि गुंतवणूक सल्ला सेवा देणे, हप्तेबंदी खरेदी धंद्यास वित्त पुरवठा करणे, भारताबाहेर राहणाऱ्या गुंतवणूकदारांना पोर्टफोलिओ व्यवस्थापन सेवा देणे, विदेशी चलनाची खरेदी विक्री करणे व त्यात व्यापार करणे, युनिट योजना किंवा विमा योजना आखणे व राबविणे, भारत सरकार, रिझर्व बँक व विदेशी बँका यांनी काढलेल्या प्रतीभूतींमध्ये पैसे गुंतवणे यासाठी करू शकत असे. UTI ने बचत गोळा करण्यासाठी विविध योजना सुरू केल्या.
- बचतदारांचा चांगला पाठींबा मिळत असताना १९६६ मध्ये UTI ने 'पुनर्गुंतवणूक' योजना आणली. बचत आणि विमा यांची सांगड घालत युलिप (Unit Linked Insurance Plan) ची सुरूवात केली. पाच वर्षांच्या काळात UTI ची मेट्रो शहरात चार कार्यालये झाली, ४५०० एजंट्स कार्यरत झाले आणि धंदा ३० कोटी रुपयांवर पोहोचला. १९७५ मध्ये केंद्र सरकारने UTI मध्ये रस घेतला आणि UTI चे ५०% भांडवल सरकारी मालकीच्या IDBI बँकेकडे आले. निवृत्त कर्मचारी आणि महिला यांची गरज लक्षात घेऊन १९७६ साली 'मासिक उत्पन्न योजना' सुरू करण्यात आली. तसेच 'open ended growth scheme' सारख्या अभिनव योजना सुरू केल्या. १९७७ मध्ये UTIचा रिझर्व बँकेशी असलेला संबंध सोडून (delinking

withRBI) UTI आपल्या पायावर उभी झाली. १९८० मध्ये UTI च्या open ended आणि close ended अशा एकूण सहा योजना चालू होत्या आणि UTI ही देशातील मोठ्या वित्तीय संस्थांपैकी एक संस्था म्हणून नावारूपास आली. UTI कडे २००० कोटी रुपयांचे गुंतवणूक योग्य फंड्स होते. १७ लाख युनिट धारकांची खाती होती आणि ११ शाखा कार्यरत होत्या. धर्मदाय आणि धार्मिक ट्रस्ट्स् आणि नोंदित सोसायटींसाठी UTI ने १९८१ मध्ये गुंतवणुकीचा मार्ग ओपन एन्डेड योजनेतून दिला. दीर्घकालीन भांडवली नफ्यावरील आयकरातून सवलत असलेली कॅपिटल गेन युनिट स्कीम १९८३ मध्ये सुरू केली. ग्रामीण जनतेला समाविष्ट करून घेण्यासाठी १९८५ मध्ये विशेष योजना आखली. खत कंपन्यांच्या केंद्रांत ग्रामीण जनतेसाठी जागृती वर्ग सुरू झाले. हिंदुस्तान पेट्रोलियमच्या डिलर्सना UTI ची एजन्सी देण्यात आली. १९८६ मध्ये Children Gift Growth Fund योजना सुरू केली, शिवाय भारतातील पहिली Equity Oriented Scheme मास्टर शेअर तसेच अनिवासी भारतीयांसाठी पहिला offshore Indian Fund सुरू केला. १९८८ मध्ये UTI Mm India Growth fund न्यूयॉर्क शेअर बाजारात नोंदविला. १९९० मध्ये भांडवल बाजाराचे प्रशिक्षण आणि संशोधन करण्यासाठी UTI Institute of Capital Markets ही संस्था सुरू केली. रिझर्व बँकेच्या मार्गदर्शक तत्त्वानुसार भारतातील पहिल्या खासगी क्षेत्रातील बँकेची (UTIBank) स्थापना केली. National Securities Depositories Ltd ची स्थापना १९९५ मध्ये झाली, तिची सहप्रायोजक UTI होती. १९९६ मध्ये UTI ने अनेक फंड योजना आणल्या त्यात India Access Fund, India Index Fund, India Debt Fund, India Public Sector Fund, India I. T. Fund यांचा समावेश होता.

मूल्यमापन

जनतेला UTI मुळे बचतीची सवय लागली. जनतेच्या आणि भांडवल बाजाराच्या गरजा लक्षात घेऊन UTI ने नवनवीन योजना सुरू केल्या. देशातील आणि देशाबाहेरील भारतीयांना गुंतवणूक संधी निर्माण करून दिल्या. UTIच्या माध्यमातून अनेक प्रतिभूतीत गुंतवणूक होऊ लागल्याने जोखीम विभागली गेली. गुंतवणूक सुरक्षित वाटू लागली. UTI च्या उत्पन्न आणि नफ्यातील ९०% रक्कम गुंतवणूकदारांना लाभांश स्वरुपात वाटली जात असल्याने त्यांना उत्पन्न मिळू लागले. उत्पन्न आणि UTI मधील गुंतवणुकीस आयकरातून सवलत मिळत असे. UTI केव्हाही युनिट्स परत खरेदी करत असल्यामुळे गुंतवणूकदारांना रोखता होती. उद्योगांना

मोठ्या प्रमाणात भांडवल मिळण्याची शक्यता झाली. सरकारी प्रतिभूतींना UTI प्रतिसाद देऊ लागल्याने सरकारी कर्ज उभारणीस हातभार लागला. भांडवल बाजाराची वाढ सुरू झाली.

१९८७ मध्ये सार्वजनिक क्षेत्रातील बँका, आयुर्विमा महामंडळ यांना म्युच्युअल फंड स्थापन करण्यास परवानगी मिळाली आणि UTI ला बाजारात स्पर्धा निर्माण झाली. १९९३ मध्ये खासगी क्षेत्रालाही म्युच्युअल फंड व्यवसायात प्रवेश मिळाला. स्पर्धा वाढली तरीही UTI हाच सर्वात मोठा फंड राहिला. ३१ मार्च २००० रोजी विविध योजनातून UTI कडे जमा झालेली रक्कम ७२, ४८७ कोटी इतकी होती तर वार्षिक उत्पन्न सुमारे १२,००० कोटी रुपयांपर्यंत गेले होते.

१९९९ मध्ये US ६४ या योजने साठी सरकारने रु. ३३ अब्जची आर्थिक मदत दिली. त्याने दोन वर्षे ठीक गेली. पण शेअर बाजारात २००१ मध्ये केतन पारेख घोटाळा झाला, बाजाराचा निर्देशांक गडगडला, गुंतवणूकदारांची मानसिकता बदलली आणि त्याच वेळेला UTI च्या गुंतवणूकदारांप्रति असलेल्या दायित्व पूर्तीच्या क्षमतेविषयी शंका निर्माण झाली. त्यातच आणखी दोन गोष्टींची भर पडली – UTI ची सर्वात मोठ्या आणि महत्त्वाच्या US ६४ योजनेतील युनिट्स ची विक्री आणि खरेदी त्या युनिट्स च्या नक्त मालमत्ता मूल्याला (NAV) न होता कृत्रिमरीत्या ठरवलेल्या किमतीला होत होती. सदर कृत्रिमरीत्या ठरविलेली रक्कम नक्त मूल्यापेक्षा अधिक असल्याने सदर व्यवहारात UTI ला तोटा सहन करावा लागत होता. आणि दुसरी गोष्ट म्हणजे UTI ने आपल्या विविध निश्चित परतावा योजनांवर जवळपास १८% पर्यंत इतक्या अति उच्च दराने लाभांशाचे वाटप फार दीर्घ काळ केले. वास्तविक UTIने केलेल्या गुंतवणुकीवर इतक्या जास्त दराने परतावा मिळत होता का याबाबत शंका होती. गुंतविलेल्या रकमेवर UTI ला १८% उत्पन्न मिळत नसताना जर जमविलेल्या लोकांच्या पैशावर १८% परतावा दिला तर तोटा सहन करावा लागणारच. परिणामतः US ६४ ची कामगिरी फारच खराब झाली. अनेक युनिट धारकांना मोठा तोटा सहन करावा लागला.

केतन पारेखच्या कंपन्यांच्या समभागात UTI ने मोठी गुंतवणूक केली. कमी पत दर्जा असलेल्या कर्जरोख्यात गुंतवणूक केली आणि सर्वात महत्त्वाचे म्हणजे शेअर बाजारावर न नोंदलेल्या कंपन्यांचे शेअर्स जास्त किमतीला मोठ्या प्रमाणात खरेदी केले. UTI च्या कारभारात पारदर्शकता राहिली नाही. UTI मध्ये भ्रष्टाचार माजल्याचा आरोप होऊ लागला. तसेच शेअर बाजारातील खेळाडूंनी UTI चा उपयोग आपल्या वैयक्तिक नफ्यासाठी करून घेतल्याचा आरोप झाला. UTI च्या वार्षिक सभेत सुद्धा युनिट धारक गुंतवणूकदारांना सहभागी होता येत नसल्याने आणि

UTI ला कायद्याचे पूर्ण संरक्षण असल्याने UTI वर कोणाचाच अंकुश राहिला नाही. UTI चे व्यवस्थापन खर्च वाढत गेले. कार्यक्षमता घटत गेली.

UTI च्या युनिट्स ची किंमत ठरविण्याच्या धोरणावर फार टीका झाली. एकूणच UTI ची आर्थिक स्थिती गंभीर झाली. गुंतवणूकदार आपले पैसे काढून घेण्यासाठी गर्दी करतील याची आणि एकूणच बाजारावर त्याचा विपरीत परिणाम होईल याची भीती वाटल्याने सरकारने UTI ला मदतीचे मोठे पॅकेज दिले आणि व्यवस्थापनात बदल केला. UNIT TRUST OF INDIA (TRANSFER OF UNDERTAKING AND REPEAL) ACT, 2002 पास करून सरकारने १९६३ चा UTI कायदा रद्द केला आणि UTI चे विभाजन केले. त्यानुसार UTI Mutual Fund हा सेबी कडे नोंदलेला एक म्युच्युअल फंड SBI, LIC, बँक ऑफ बरोडा आणि पंजाब नॅशनल बँक यांनी प्रायोजित केला. तर Specified Undertaking of UTI, अशी कंपनी कायद्याखाली नोंदविलेली एक कंपनी स्थापन करून तिला काही मालमत्ता वर्ग केली. आजही या दोन संस्था (entities) अस्तित्त्वात असल्या तरी UTI चा मूळ उद्देश आणि स्वरूप पार बदलले हे नक्की.

❑

११ अन्नधान्य टंचाईवरील प्रभावी उपाय वर्ष १९६५ – हरित क्रांती

१९४३ साली जगातील सर्वात भयंकर दुष्काळ भारतात पडला होता. इतिहासात त्याला बंगालचा दुष्काळ म्हटले जाते. त्यात सुमारे ४० लाख लोकांचा उपासमारीने मृत्यू झाला. १९४७ साली स्वातंत्र्य मिळाल्यानंतरही सदर दुष्काळाच्या आठवणी जाग्या होत्या. सबब पुरेसे अन्नधान्य पिकविणे सरकारच्या अग्रक्रमावर होते. त्या दृष्टीने पिकाखालील जमीन वाढविण्यास प्राधान्य देण्यात आले. प्रयत्न करूनही १९६१ मध्ये अपुऱ्या अन्न उपलब्धतेमुळे भारत पुन्हा दुष्काळाच्या सावटाखाली आला. भूक बळींच्या बातम्या सतत येतच होत्या. अन्नधान्य उत्पादनाच्या वाढीपेक्षा लोकसंख्येतली वाढ अधिक गतीने होत होती. म्हणून पुरेसे अन्नधान्य पिकविले जाईल याबाबत सरकारला खात्री नव्हती. यावर उपाय म्हणून १९६१ मध्ये भारत सरकारच्या कृषी मंत्रालयाचे सल्लागार श्री. सी. सुब्रहमण्यम यांनी अमेरिकेतील कृषी शास्त्रज्ञ नॉर्मन बोरलॉग यांना भारतात पाचारण केले. १९४० पासून हे शास्त्रज्ञ मेक्सिको देशात कृषी संशोधन करत होते. त्यांनी भरघोस उत्पन्न देण्याऱ्या आणि रोगांवर मात करणाऱ्या गव्हाच्या नवीन जातींचा शोध लावला होता. म्हणून त्यांची जगात 'हरित क्रांतीचे जनक' अशी ओळख निर्माण झाली होती.

ऑक्टोबर १९६२मध्ये भारताचे चीन बरोबर युद्ध झाले. ऑगस्ट १९६५ मध्ये पाकिस्तानने मोठ्या संख्येने सैन्य भारतात घुसवून युद्धाला सुरूवात केली. युद्धामुळे अन्नधान्याची चणचण अधिकच वाढली. तेव्हाचे पंतप्रधान श्री लालबहादूर शास्त्री यांनी गरिबांना अन्न मिळावे व अन्न तुटवड्यावर मात करता यावी यासाठी जनतेला एक वेळचे जेवण कमी करण्याचे आवाहन केले. १९ ऑक्टोबर १९६५ रोजी शास्त्रींनी जय जवान, जय किसान असा नारा देऊन सैनिकांप्रमाणेच शेतकरीही देशासाठी तितकाच महत्त्वाचे काम करणारा असल्याचा संदेश दिला.

१९५९ साली फोर्ड फौंडेशनच्या तज्ज्ञांनी India's Crisis of Food and Steps to Meet it अशा शीर्षकाचा एक अहवाल दिला. आणि सरकारने त्याला अनुसरून देशातील शेतीचे धोरण बदलण्याचे ठरवले. निवडक सात राज्यातील सात जिल्ह्यात Intensive Area Development Programme (IADP) असा कार्यक्रम प्रायोगिक तत्त्वावर राबविण्यास सुरूवात झाली. पुढे सदर कार्यक्रम प्रत्येक राज्यात एका जिल्ह्यात सुरू झाला. १९६५ पर्यंत १४४ जिल्ह्यांमध्ये त्याचा विस्तार करण्यात आला आणि त्याचे नामकरण झाले Intensive Agricultural areas Programme (IAAP). १९६१ ते १९६६ या वर्षांसाठीच्या तिसऱ्या पंचवार्षिक योजनेच्या उद्दिष्टात एक महत्त्वाचे उद्दिष्ट होते आणि ते म्हणजे शेत मालाचे उत्पादन वाढविणे आणि अन्नधान्याचे उत्पादन वाढवून भारताला स्वावलंबी बनविणे.

नवीन कृषी धोरण स्वीकारून शेतीचे उत्पादन वाढविण्यावर भर देत भारतात हरित क्रांतीची बीजे रोवली गेली. १९७०-७१ पर्यंत अन्नधान्याबाबत स्वावलंबी होण्याच्या हेतूने १९६७च्या खरीप हंगामात हरित क्रांतीला सुरवात झाली.

हरित क्रांती कशी ?

पिकाखालील जमिनीची वाढ, ज्या जमिनी वहितीखाली होत्या त्यात वर्षातून दोन पिके घेण्याची सुरूवात आणि सुधारित बियाणांचा वापर या तीन पायांवर हरित क्रांती उभी केली गेली. यात खालील उपायांचा समावेश करण्यात आला. अधिक उत्पादन देणाऱ्या बियाणांचा वापर, जलसिंचनाच्या सुविधांचा विस्तार, कीटकनाशकांचा वापर, धारण केलेल्या जमिनींचे एकत्रीकरण, ग्रामीण पायाभूत सुविधांचा विकास, कृषी पत पुरवठ्यात सुधारणा, रासायनिक खतांचा वापर, ठिबक सिंचन पद्धतीचा वापर, प्रगत यंत्र सामग्रीचा अवलंब. यातील बहुतेक सर्व उपाय एकमेकांशी संबंधित आणि एकमेकांवर अवलंबून आहेत. उदा. अधिक उत्पादन देणाऱ्या बियांना खतांची गरज आहे आणि सदर बियाणे कीटकांपासून अरक्षित (vulnerable) आहेत आणि त्यात मोठ्या प्रमाणात तण येण्याची शक्यता आहे. शिवाय त्यांचा पुरेपूर लाभ पुरेश्या पाण्या अभावी घेता येत नाही. याचा अर्थ बियाणे, खाते, कीटकनाशके आणि मुबलक पाणी हे सारे घटक एकाच वेळेस कार्यरत झाले तर सकारात्मक परिणाम मिळू शकतो. थोडक्यात, लागवडीची नवीन पद्धत स्वीकारून तसेच सुधारित बियाणे, कीटक नाशके आणि खते यांचा भरपूर वापर करून शेतीत कमालीचा बदल घडवून आणण्याच्या प्रयत्नांतून अन्नधान्याविषयी स्वयंपूर्णता साधणे याला हरित क्रांती असे संबोधले गेले.

१९६६ मध्ये भारतात अन्नधान्याचे उत्पादन ७२ दशलक्ष टन होते पण त्या वर्षी अन्नधान्याची आयात १० दशलक्ष टन करावी लागली होती. १९६७ मध्ये १२

दशलक्ष टन आयात झाली. १९६० च्या दशकात अन्नधान्याच्या एकूण उपभोगापैकी सुमारे ७% आयात करावी लागली होती. खात्रीचा पाणी पुरवठा आणि शेतीचा यशस्वी इतिहास असलेल्या पंजाब या राज्याची भारत सरकारने नव्या पिकांचे प्रयोग करण्यासाठी निवड केली. असेच प्रयोग हरियाणा आणि उत्तर प्रदेशातही केले गेले. हरित क्रांतीच्या सुरवातीच्या काळात गहू आणि तांदूळ या दोन पिकांवर लक्ष केंद्रित करण्यात आले होते. नंतरच्या काळात बाजरी, तेलबिया आणि भाज्या यांचाही त्यात समावेश झाला.

हरित क्रांतीचा परिणाम

भारत हा खूप विस्तीर्ण कृषी प्रधान देश असल्यामुळे किमान कालावधीत शेतीत लक्षणीय सुधारणा करण्यासाठी केंद्रित दृष्टिकोनाची गरज होती. देशातील स्वातंत्र्यानंतर चे अन्न संकट विचारात घेता अन्न स्वावलंबनासाठी शेतीचे नवे धोरण आवश्यक होते. अधिक उत्पादन देणाऱ्या बियाणांच्या वापराने शेती आर्थिक दृष्ट्या समर्थनीय ठरली. शेतीसाठी आवश्यक असणारे इनपुट्स मर्यादित असल्याने त्यांचे उपयोजन निवडक ठिकाणी केल्याने त्यांच्या पासून कमाल उत्पादन मिळणे शक्य झाले. मोजक्या ठिकाणी भरघोस उत्पादन आलेले पाहिल्यावर अन्य शेतकऱ्यांनाही नव्या धोरणाने शेती करावी असे वाटू लागले. हरित क्रांतीचा सकारात्मक परिणाम म्हणजे कृषी उत्पादनातील लक्षणीय वाढ. देशातील एकूण कृषी उत्पादन मोठ्या प्रमाणात वाढले. त्याच बरोबर शेतीच्या उत्पादकतेत वाढ झाली. प्रती हेक्टरी उत्पादन जास्त होऊ लागले. शेती क्षेत्रात रोजगार संधी वाढल्या. धान्याचे उत्पादन वाढल्यामुळे बाजारात उपलब्धता निश्चित झाली व स्वाभाविकपणे धान्याच्या बाजारातील किमती स्थिरावल्या. देशांतर्गत उत्पादन पुरेसे होऊ लागल्याने धान्याची आयात कमी झाली. शेती माल मुबलक प्रमाणात तयार होऊ लागल्याने त्याच्या प्रक्रियेचे उद्योग उभे राहिले. ग्रामीण क्षेत्रात उत्पन्न स्तर सुधारू लागला. देश धान्याबाबत स्वावलंबी झाला.

हरित क्रांतीवर काही आक्षेप सुद्धा घेतले गेले. ज्या बियाणांना जास्त उत्पादन देणारी बियाणे असे म्हटले जात होते ती बियाणे वास्तविक सामान्य बियाणांपेक्षा कमी उत्पादन देत होती. उत्पादनातील वाढ बियाणांमुळे नव्हे तर मुबलक पाणी पुरवठा आणि भरपूर खते व कीटकनाशके यांच्यामुळे शक्य झाली असा दावा केला गेला. शेतीमध्ये पर्यावरण आणि जैव विविधता यांना अनन्य साधारण महत्त्व आहे. हरित क्रांतीने या दोन्ही गोष्टींवर विपरीत परिणाम केल्याचा आरोप केला जातो.

❐

१२ विदेशी व्यवहार तोल सकारात्मक करण्यासाठी धाडसी उपाय

वर्ष १९६६ – रुपयाचे अवमूल्यन

प्रत्येक देशाला जगातील इतर देशांबरोबर व्यापार, व्यवहार करावे लागतात. असे व्यवहार देशाच्या स्वतःच्या चलनात होतात असे नाही. जगातील इतर देशांना मान्य असलेल्या चलनात व्यवहारांची किंमत अदा करावी लागते. सबब जागतिक व्यवहारांसाठी विदेशी चलनाचा साठा असावा लागतो. विदेशी चलनाच्या खर्चा पेक्षा आवक जास्त असली तर साठा तयार होतो. विदेशी चलनाची आवक ही प्रामुख्याने निर्यातीतून होते. काही प्रमाणात विदेशी गुंतवणूक आणि विदेशी कर्ज तसेच विदेशी मदत यातून देशात विदेशी चलन येते. थोडक्यात विदेशी चलनाचा पुरेसा साठा असला तर इतर देश व्यवहार करण्यास संकोच करत नाहीत. परंतु विदेशी चलनाचा साठा अपुरा असेल तर विदेशी व्यवहारांवर मर्यादा येणे स्वाभाविक असते. शिवाय पुरेसा साठा हा विदेशी व्यवहाराचा परिव्यय (कॉस्ट) कमी करण्यासही कारणीभूत ठरतो.

स्वातंत्र्य मिळून सुमारे दोन दशके उलटली तरी भारताला आर्थिकदृष्ट्या आपल्या पायावर उभे राहणे अवघड जात होते. दुसऱ्या पंचवार्षिक योजनेच्या दृष्टिकोनानुसार विकासासाठी भांडवली वस्तूंची आयात करण्यावर भर होता. तर जगात निर्यात होईल अशी उत्पादने देशात तयार होत नव्हती. स्वाभाविकपणे भारताचा व्यापार तोल १९५० पासून नकारात्मक होता. १९६०च्या दशकात सदर नकारात्मक व्यापार तोल फार वाढला. १९६३ ते १९६६ या वर्षांसाठी विदेशी व्यापार तूट अनुक्रमे रु. ६८६ कोटी, ८४४ कोटी, ९३० कोटी आणि ९२५ कोटी इतकी उच्च पातळीवर होती. सदर तूट भरून काढण्यासाठी दोन मार्ग होते – एक म्हणजे विदेशी गुंतवणूक भारतात आणणे आणि दुसरा म्हणजे विदेशी कर्ज/ मदत

मिळविणे. भारतात गुंतवणूक करण्यास विदेशी गुंतवणूकदारांनी रस घ्यावा असे भारता कडे काही नव्हते. व्यापार आधिक्य नाही आणि विदेशी गुंतवणूक सुद्धा नाही, याचा परिणाम म्हणून भारताचा व्यवहार तोल नकारात्मक राहिला. दुसरा विषय होता तो राजस्व तुटीचा. एकीकडे करांचा अपुरा महसूल आणि दुसरीकडे विकास आणि जनकल्याणासाठी भरपूर खर्च करण्याची गरज अशी स्थिती होती. परिणामतः राजस्व तूट सतत वाढती होती. खासगी क्षेत्रातील बचतीचा आणि गुंतवणुकीचा दर अल्प असल्याने सरकारला कर्ज घेऊन गुंतवणूक करणे अनिवार्य झाले होते. देशांतर्गत बचत कमी असल्याने देशात कर्ज उभारणीला मर्यादा होत्या तर आंतरराष्ट्रीय स्तरावर देशाची पत नसल्याने मोठ्या प्रमाणात विदेशी कर्ज मिळणे अवघड होते. यावर उपाय म्हणून सरकार रिझर्व बँकेला बाँड्स इश्यू करून सतत कर्ज घेत होते. त्यामुळे देशातील पैशाची मात्रा वाढत होती. १९६३ ते १९६६ या वर्षात देशातील चलनात (M2) अनुक्रमे ८.८१%, १०.२१%, १०.२३% आणि ११.२२% इतक्या प्रमाणात वाढ झाली. उत्पादनवाढीच्या दरापेक्षा चलनवाढीचा दर जास्त असल्याने महागाईत वाढ होत होती.

या विपरीत आर्थिक परिस्थितीत भारताला १९६२ साली चीन विरुद्ध आणि १९६५ साली पाकिस्तान विरुद्ध युद्धाला सामोरे जावे लागले. युद्धाचा खर्च भागविण्यासाठी विदेशी मदत घ्यावी लागली. १९६५-६६ मध्ये सरकारच्या एकूण खर्चापैकी संरक्षणावरील खर्च २४.०६% इतक्या उच्च पातळीवर पोहोचला. अमेरिकेसारखे पाकिस्तानचे मित्र देश भारताला मदत करण्यास हात आखडता घेऊ लागले. यात भर पडली ती दुष्काळाची ! दुष्काळामुळे अन्नधान्याचे उत्पादन कमी झाले. त्यामुळे अन्नधान्याची आयात मोठ्या प्रमाणावर करणे आवश्यक झाले. सरकारला १९६५-६६ च्या सुमारास गहू आणि तांदुळाची आयात प्रथमच करावी लागली. त्याचा ताण देशाच्या परकीय गंगाजळीवर पडला. विदेशी कर्ज नाही, विदेशी मदत नाही आणि निर्यात आधिक्य नाही यामुळे विदेशी चलन गंगाजळी लक्षणीय प्रमाणात कमी झाली. आंतरराष्ट्रीय वित्त संस्थांनी भारताला उदारीकरणाचे धोरण स्वीकारण्याचा सल्ला (?) दिला. भारताला मदत हवी असेल तर भारताने विदेशी व्यापारावरील बंधने काढून टाकण्याची अट विदेशी वित्त संस्थांनी घातली.

त्यात भर पडली ती राजकीय अनिवार्यतेची. ११ जानेवारी १९६६ रोजी देशाचे पंतप्रधान लाल बहादूर शास्त्रींचा मृत्यू झाला होता आणि नवीन पंतप्रधान म्हणून इंदिरा गांधीनी सूत्रे घेतली होती. देशाच्या अर्थव्यवस्थेची गंभीर परिस्थिती आणि राजकीय पटलावर नवीन पंतप्रधान अशा स्थितीत काही जालीम आणि तातडीने निष्पत्ती देणारा उपाय अवलंबणे अनिवार्य होते. आणि हा उपाय होता रुपयाच्या अवमूल्यनाचा.

रुपयाचे अवमूल्यन

भारताच्या आर्थिक इतिहासात ६ जून १९६६ अर्थात ६.६.६६ हा दिवस लक्षवेधी ठरला. या दिवशी भारत सरकारने आपले चलन 'रुपया' याचे जाणीव पूर्वक अवमूल्यन केले. १९४७ साली रुपयाचा विनिमय दर एका अमेरिकी डॉलर साठी रु. १.३० असा होता. रुपया आणि डॉलर यांच्या सशक्तते नुसार १९६६मध्ये सदर विनिमय दर १ डॉलर साठी ४.७६ रुपये इतका झाला होता. ६ जून १९६६ रोजी सरकारने रुपयाचे ३६.५% ने अवमूल्यन केले आणि विनिमय दर १ डॉलर साठी रु. ४.७६ ऐवजी रु. ७.५० इतका केला. याचा अर्थ डॉलरची किंमत रुपयाच्या भाषेत ५७.४% ने वाढली.

अवमूल्यनाने होते काय ?

प्रत्येक देशाचे अन्य काही देशांबरोबर व्यवहार होत असतात. सदर व्यवहारांच्या पूर्ततेसाठी इतर देशांचे चलन लागत असते. हे अन्य देशांचे चलन प्रत्येक देशाला बाजारातून विकत घ्यावे लागते. एखादी वस्तू बाजारातून विकत घेतांना जशी त्या वस्तूची किंमत द्यावी लागते तसेच एखाद्या देशाचे चलन विकत घेतांना त्या चलनाची किंमत द्यायला हवी. विदेशी चलनाची आपल्या देशाच्या चलनात दिलेली किंमत म्हणजे विनिमय दर होय. थोडक्यात एका चलनाची दुसऱ्या चलनाच्या भाषेतील किंमत याला विनिमय दर म्हणतात. चलनाची मागणी व पुरवठा यावरून सामान्यतः विनिमय दर ठरतो. एखाद्या चलनाची मागणी वाढली तर त्या चलनाचा विनिमय दर सुधारतो आणि या उलट स्थितीत तो घसरतो.

स्वातंत्र्य मिळाले तेंव्हा १ डॉलरचा विनिमय दर होता १ रुपया ३० पैसे. परंतु त्यानंतर त्यात बाजारातील मागणी पुरवठ्यानुसार घट झाली. १९४९ साली तो रु. ३.६७ झाला आणि १९५५ ते १९६६ जून या काळासाठी तो रु. ४.७६ इतका राहिला. विनिमयातील असे बदल बाजारातील मागणी पुरवठा या न्यायाने झाले. त्यात सरकारचा हस्तक्षेप नव्हता. ६ जून १९६६ रोजी मात्र भारत सरकारने स्वतः सदर विनिमय दर १ डॉलर बरोबर रु. ७.५० असा घोषित केला. याचा अर्थ अवमूल्यन ही सरकारची जाणीवपूर्वक केलेली गोष्ट असते. त्यामागे काही हेतू असतो. अवमूल्यनाचा देशाच्या आयात आणि निर्यातीवर परिणाम होतो. विनिमय दर १ डॉलर = रु. ४.७६ असा असतांना विदेशातील आयातदार १ डॉलरच्या बदल्यात भारतातून ४ रुपये ७६ पैशांचा माल विकत घेऊ शकत होता. सदर विनिमय दर अवमूल्यनानंतर १ डॉलर = ७ रु. ५० पैसे झाल्याने तोच ग्राहक १ डॉलर देऊन रु. ७.५० चा माल आयात करू शकेल. याचाच अर्थ त्याच्यासाठी आयात स्वस्त झाली. म्हणून आयातदार भारतातून जास्त आयात करू शकेल. पर्यायाने भारताची

निर्यात वाढेल. थोडक्यात १९६६ मध्ये निर्यातवाढीसाठी अवमूल्यन केले होते. अवमूल्यनामुळे जशी निर्यात स्वस्त होते तशी आयात महाग होते. १९६६ पूर्वी १ डॉलरचा माल आयात करायला रु. ४.७६ लागत होते. ते अवमूल्यनानंतर रु. ७.५० लागू लागले. सबब आयात कमी करण्यासाठी सुद्धा अवमूल्यनाचा वापर होतो. या दोन्ही गोष्टींमुळे भारताच्या विदेशी चलन गंगाजळी वरील ताण कमी करण्याचा हेतू होता.

परिणाम

राजकीय दृष्टीने हा निर्णय अत्यंत अप्रिय होता. त्यावर खूप टीकाही झाली. भारताने आंतरराष्ट्रीय नाणेनिधी आणि जागतिक बँकेला देश विकला इथपर्यंत प्रतिक्रिया आल्या. विदेशी चलनाचा साठा नसल्याने भारताची जागतिक बाजारातील विश्वासार्हता कमी झाली होती. त्यामुळे भारताला जागतिक बाजारात कर्ज/ मदत मिळणे अशक्य झाले. देशातील किमती इतक्या वाढल्या की स्थानिक वस्तू जागतिक बाजारात विकणे व्यवहार्य राहिले नाही. वस्तूंच्या देशांतर्गत आणि आंतरराष्ट्रीय बाजारातील किमतीत सुसंगती यावी आणि त्यातून निर्यातीत वाढ व्हावी यासाठी अवमूल्यन केल्याचे रिझर्व बँकेने जाहीर केले होते. १९६५-६६ पर्यंतच्या १५ वर्षात निर्यातीतील वाढ जेमतेम २०% होती तर आयात १३१.३ % ने वाढली होती. १९५०-५१ मध्ये व्यापार तोल संतुलित होता तो १९६५-६६ मध्ये फारच विपरीत झाला होता. अवमूल्यनानंतर निर्यात सुधारली आणि आयात घटली. १९७० मध्ये व्यापार तूट १९६६च्या तुलनेत फक्त १०% राहिली. अन्नधान्याचा तुटवडा आणि भारताची संभाव्य दिवाळखोरी सदृश परिस्थिती यावर अवमूल्यनाचा उतारा प्रभावी ठरला. त्याच्या जोडीला आयात पर्यायन कठोरपणे राबवून १९७० पर्यंत विदेशी व्यापारातील तूट १०० कोटी रुपयांपर्यंत कमी करण्यात यश आले. १९६५ मध्ये विदेशी गुंतवणूक रु. ८१९ कोटी होती. १९६६ मध्ये ती जवळपास शून्य झाली. पण अवमूल्यनानंतर १९६७ मध्ये ती वाढून रु. ८६३ कोटी झाली.

थोडक्यात सांगायचे तर अवमूल्यन फायद्याचे की तोट्याचे यावर मतमतांतरे असली तरी त्यावेळी ती आर्थिक आणि राजकीय अपरिहार्यता होती हे नक्की.

❐

१३ विदेशी चलन तुटवडा, महागाई आणि रुपयाचे अवमूल्यन यावर तोडगा वर्ष – १९६८ सुवर्ण नियंत्रण कायदा

भारतीयांचे सोन्यावरील प्रेम सर्वज्ञात आहे. पूर्वी भारतातून मसाले, कापड आणि इतर वस्तूंची निर्यात होत असे आणि सोने, चांदी, हिरे, मोती यांची आयात होत असे. भारताच्या सुबत्तेमुळे जगातील आक्रमकांना भारताचे आकर्षण राहिले. अनेक आक्रमकांनी भारतावर आक्रमणे केली. अशा स्थितीत सहजपणे हस्तांतरित करता येणारे, सहज लपवून ठेवता येणारे आणि चटकन रोखीत रुपांतरित करता येणारे सोने भारतीयांना आकर्षक वाटू लागले. शिवाय पारंपरिक आणि सांस्कृतिक कारणांनी सुद्धा सोने खरेदी करणे आणि त्याचा साठा करणे हा भारतीयांचा जणू स्वभाव झाला. भारतात सोन्याची खरेदी भरपूर होत होती पण उत्पादन मात्र नगण्य होते. देशातील सोन्याची मागणी भागविण्यासाठी आयात करण्याशिवाय पर्याय नव्हता. कच्च्या तेलाच्या आयाती खालोखाल सोन्याच्या आयातीवर विदेशी चलन खर्च होत होते. सोन्याच्या आयातीचा परिणाम म्हणून स्वातंत्र्यानंतर भारताचा विदेशी व्यापार तोल नकारात्मक राहिला. शिवाय विदेशी गुंतवणूकदारांची भारतात गुंतवणूक करण्यातील उदासीनता होती त्यामुळे विदेशी चलन साठा अपुरा ठरू लागला. विदेशी चलन गंगाजळीत लक्षणीय घट झाली.

सोन्याचा उपयोग प्रामुख्याने दागिने करण्यासाठी आणि गुंतवणूक करण्यासाठी केला जातो. सबब सोन्यातील गुंतवणूक अनुत्पादक मानली जाते. विकासाच्या मार्गाकडे चालणाऱ्या देशाला अनुत्पादक मालमत्तेत गुंतवणूक करणे परवडणारे नसते आणि त्यातही अशी गुंतवणूक विदेशी चलनात होत असेल तर नक्कीच त्याचा फेर विचार करणे आवश्यक होते.

आयात मर्यादित न झाल्याने, निर्यात न वाढल्याने आणि विदेशी चलन साठा

समाधानकारक पातळीवर न टिकल्याने रुपयाचे अवमूल्यन होऊ लागले. परिणामतः अन्नधान्याच्या किमती वाढू लागल्या.

थोडक्यात सोन्याची आयात कमी करून व्यापारी तूट आटोक्यात आणण्यासाठी सरकार प्रयत्नशील झाले. सरकार सोन्याच्या आयातीवर कर आकारणी करण्याबरोबर इतर कायदेशीर उपाय योजत होते.

त्यात भर पडली ती १९६२च्या चीनच्या सीमा वादाची. सबब त्यावेळचे अर्थमंत्री श्री. मोरारजी देसाई यांनी डिफेन्स ऑफ इंडिया रुल्स अंतर्गत ९ जानेवारी १९६३ पासून सोन्याचा स्थानिक व्यापार आणि देशांतर्गत देवाण घेवाण याचे नियमन करण्यासाठी सुवर्ण नियंत्रण कायदा १९६२ लागू केला. त्यानुसार बँकांनी सोनेतारणावर दिलेली सर्व कर्जे रद्द करून परत बोलाविली. तसेच सोन्याच्या वायदा व्यापारावर बंदी घातली. १९६३ मध्ये १४ कॅरेट पेक्षा जास्त शुद्धतेचे दागिने बनविण्यावर बंदी घातली. दडवलेल्या संपत्तीला करातून सूट देण्यासाठी १९६५ मध्ये गोल्ड बाँड स्कीम काढण्यात आली. १९६६ मध्ये निर्यात वृद्धी आणि आयात मर्यादित करण्याच्या हेतूने रुपयाचे अवमूल्यन करावे लागले.

सुवर्ण नियंत्रण कायदा १९६८

वरील उपाय योजनांचा फार परिणाम न झाल्याने सरकारने २४ ऑगस्ट १९६८ रोजी नवीन सुवर्ण नियंत्रण कायदा लागू केला. त्याची उद्दिष्टे अशी होती–

१. सोने, सोन्याचे दागिने आणि वस्तू यांचे उत्पादन, पुरवठा, वितरण, वापर, धारणा आणि धंदा यावर नियंत्रण आणणे.

२. तस्करी मार्गाने चलनात येणाऱ्या सोन्याला प्रतिबंध करणाऱ्या अन्य उपायांना बळकटी देणे आणि तस्करी झालीच तर आयातीनंतर त्याचा शोध घेणे सुकर करणे.

सदर कायद्यानुसार

१. बार आणि नाणे या स्वरूपात सोने धारण करण्यास बंदी करण्यात आली.

२. जवळ असलेले सर्व सोने दागिन्यात रूपांतरित करणे व त्याचे प्रकटीकरण निर्दिष्ट अधिकाऱ्याकडे करणे अनिवार्य झाले.

३. व्यक्तीला कमाल दोन किलो आणि कुटुंबाला कमाल चार किलो सोने (फक्त दागिन्याच्या स्वरूपात) बाळगायला परवानगी देण्यात आली.

४. दागिन्यांचे दुकान उघडायला अथवा कारागिराचे काम करायला लायसन्स अनिवार्य करण्यात आले.

५. लायसन्स असलेल्या जागेतूनच व्यवहार करण्यास परवानगी देण्यात आली.

६. अशा दुकानदारांना कमाल २ किलो सोने बाळगण्याची मुभा मिळाली.

७. सोन्याच्या व्यापाऱ्यांनी आपसात खरेदी विक्री करण्यास प्रतिबंध घालण्यात आला.

प्रतिसाद

सदर कायद्याला जनता सकारात्मक प्रतिसाद देईल, लोक जुन्या दागिन्यांचे नवे दागिने करतील आणि आयात मर्यादित होईल अशी सरकारची अपेक्षा होती. पण जनतेचा प्रतिसाद अनपेक्षित होता. सोन्याच्या मागणीत अजिबात घट झाली नाही. मागणी तेव्हढीच राहिली पण आयातीवर बंधने असल्याने आयात कमी झाली. म्हणून सोन्याची तस्करी प्रचंड वाढली. सोन्याच्या चोरट्या आयातीची रक्कम अदा करण्यासाठी हवाला बाजार जोरात आला. सोन्याचा अनधिकृत बाजार तेजीत आला. या काळ्या बाजारात टिकून राहणे असंघटित कारागिरांना शक्य झाले नाही. परंपरेने सोन्याचे दागिने घडविणाऱ्या कारागिरांवर बेकारीची कुऱ्हाड कोसळली. त्यांचा धंदा बसला. कुटुंबांची वाताहत झाली. अनेक सराफांना लायसन्स मिळविणे जिकीरीचे झाले आणि त्यांनाही धंद्यातून काढता पाय घ्यावा लागला. सोन्याचा धंदा बेहिशेबी व्यवहारांनी भरून गेला. चोरटी आयात वाढली. रोखीचे व्यवहार उदंड झाले. जोखीम कमी करण्यासाठी तस्करांनी सोन्याच्या तस्करी बरोबर नशिल्या पदार्थांची तस्करी सुरू केली. काळा पैसा, कर बुडवेगिरी आणि भ्रष्टाचार या बाबी सर्रास सुरू झाल्या. केवळ दोन किलो सोने बाळगण्यास परवानगी असल्याने प्रती व्यापारी निर्यात मर्यादित झाली. दागिने आयात करू इच्छिणाऱ्यांना अनेक व्यापाऱ्यांकडून तुकड्या तुकड्याने आयात करणे भाग पडू लागले. त्याने देशाची दागिन्यांची निर्यात कमी झाली. एका अर्थाने सुवर्ण नियंत्रण कायद्याने अपेक्षित परिणाम तर साधला नाहीच उलट नवे प्रश्न निर्माण केले ज्यांचा भारतीय अर्थव्यवस्थेवर दूरगामी परिणाम राहिला.

सुवर्ण नियंत्रण कायद्याचे सकारात्मक परिणाम साधण्यासाठी काही पूर्व तयारी आवश्यक होती. सोन्यावरील निर्बंधांची आवश्यकता ग्राहकांना समजून देणे, सोन्यातील गुंतवणुकीला परिणामकारक वित्तीय पर्यायाचा देकार देणे, देशाच्या अर्थव्यवस्थेच्या दृष्टिकोनातून सोन्याच्या खरेदीकडे पाहण्याचे परिणामकारक आवाहन करणे, कायद्याचे उल्लंघन करणाऱ्यास कठोर शासन करणे, जलद न्याय मिळण्याची व्यवस्था उत्पन्न करणे, आणि कायद्याची अंमलबजावणी करण्यासाठी सक्षम व्यवस्था उभी करणे अशा काही उपायांनी कदाचित सदर कायदा परिणामकारक ठरू शकला असता.

सुवर्ण नियंत्रण रद्द कायदा १९९०

खंडप्राय भारत देशातील सामाजिक, आर्थिक आणि सांस्कृतिक घटक आणि प्रशासकीय यंत्रणेचा अभाव यामुळे १९६८चा कायदा निरुपयोगी ठरला. सदर कायदा

प्रतिगामी आणि केवळ नियनम करणारा होता. त्याने अनेकांचा स्वयंरोजगार आणि रोजगार बुडाला. कारागिरांच्या कौशल्याला वाव मिळेनासा झाला. २२ वर्षे अस्तित्वात असलेला सुवर्ण नियंत्रण कायदा परिणामकारक ठरला नाही. १९९० च्या अर्थसंकल्पात असे नमूद केले की सोन्याची देशांतर्गत मागणी कमी करण्यासाठी हा कायदा उपयोगी ठरला नाही. तो रद्द केला तर अनेक कारागीर आणि सोनार यांचा फायदा होईल. म्हणून सरकारने सुवर्ण नियंत्रण कायद्याच्या २२ वर्षाच्या अनुभवानंतर ६ जून १९९० रोजी सदर कायदा रद्द केला. सरकारने असा विचार केला की तस्करी करून सोने देशात येतच असेल तर सोन्याची आयात मुक्त केल्यास निदान त्यावर आयात शुल्काचा महसूल तरी मिळविता येईल. सबब आयातीवर बंदी घालण्याऐवजी सरकारने सोन्याच्या आयातीवर प्रती दहा ग्रॅमला रु. २५० इतके आयात शुल्क लावले.

सरकारने विदेशी चलन वाचावे आणि सोने या अनुत्पादक मालमत्तेत गुंतवणूक अडकून पडू नये म्हणून सोन्याच्या आयातीवर आयात शुल्क लावण्या बरोबरच अन्य अनेक उपाय योजले. मार्च २००७ पासून गोल्ड ई टी एफ मध्ये गुंतवणूक सुरू झाली. ऑगस्ट २०१३ मध्ये रिझर्व बँकेने ८०:२० योजना लागू केली. त्या नुसार धातू सोन्याची आयात करणाऱ्याने किमान २०% इतकी मूल्यवर्धित स्वरूपात निर्यात करणे अनिवार्य केले. नोव्हेंबर २०१४ मध्ये मध्यवर्ती बँकेने ही अट रद्द केली. फेब्रुवारी २०१५ च्या अर्थसंकल्पात सरकारने तीन योजना आणल्या. सुवर्ण मुद्रीकरण योजना, सार्वभौम गोल्ड बॉंड्स आणि भारतीय सुवर्ण नाणे. २०१६ च्या अर्थसंकल्पात सोने आणि हिऱ्याच्या दागिन्यांवर १% इतके उत्पादन शुल्क लागू केले. त्याला प्रखर आणि प्रदीर्घ विरोध झाला पण सरकारने तो निर्णय निर्धाराने अमलात आणला. सोने व दागिने खरेदीसाठी पॅन कार्ड अनिवार्य केले. सुवर्ण ठेव योजना लागू केली.

सोन्यात गुंतवणूक करण्याची जनतेची मानसिकता आणि त्यामुळे उद्भवणारे आर्थिक मुद्दे यावर सरकार काही तोडगा काढण्याचा सतत प्रयत्न करत आहे इतकेच.

❑

१४ सर्वांसाठी, सर्वदूर आणि चांगली बँकिंग सुविधा देण्यासाठी वर्ष १९६९ – बँकांचे राष्ट्रीयीकरण

सर्व अर्थव्यवस्थांमध्ये बँकांची भूमिका फार महत्त्वाची असते. भारतात ब्रिटिशांच्या काळात श्रीमंत लोक आणि संस्थानिक यांनी बँका सुरू केल्या. आपापल्या भौगोलिक क्षेत्रातील उद्योग आणि व्यापाराला वित्त पुरवठा करणे हा त्यांचा हेतू होता. स्वाभाविकपणे सक्षम आणि श्रीमंत मंडळीना कर्ज पुरवठा होत असे. सामान्य नागरिक, शेतकरी आणि कमी उत्पन्न गटातील लोकांना बँकिंग सुविधा मिळत नसे तसेच त्यांना कर्ज नाकारले जात असे. त्यामुळे अशा लोकांना खासगी सावकारांकडे जाऊन आपल्या गरजा भागवाव्या लागत असत. हे सावकार जाचक अटीवर कर्ज देत, त्यांचे व्याजदर अवाजवी जास्त असत. भारतात शेतकरी आणि ग्रामीण भागात निवास करणाऱ्यांचे प्रमाण खूप मोठे असल्याने त्यांना बँकिंग सुविधा लवकर आणि चांगली उपलब्ध करून देण्याच्या हेतूने बँकांचे राष्ट्रीयीकरण करण्यात आले. बँकांचे व्यवस्थापन आणि मालकी शासना कडे असेल तर' सामाजिक न्यायाचे तत्त्व पाळून समाजातील सर्वांना आणि विशेषतः गरीब आणि वंचित यांना बँकिंग सेवा वाजवी दराने पुरवता येईल अशी कल्पना होती.

प्रक्रिया व टप्पे

स्वातंत्र्यानंतर १९४८ साली रिझर्व बँकेचे राष्ट्रीयीकरण करण्यात आले आणि देशातील बँकांचे नियमन करण्याची जबाबदारी तिच्याकडे आली. १९५५ मध्ये इम्पिरिअल बँकेची पुनर्रचना करून स्टेट बँक ऑफ इंडिया झाली. देशातील बाकी सर्व बँका खासगी क्षेत्रात होत्या. भारताच्या विकासात हातभार लावणारा एक महत्त्वाचा घटक म्हणून बँकांनी आपली भूमिका सिद्ध केली होती. तसेच बँकांची मोठ्या प्रमाणात रोजगार पुरविण्याची क्षमता होती. म्हणून १९६० च्या सुमारास

बँकांच्या राष्ट्रीयीकरणाची चर्चा सुरू झाली. तत्कालीन पंतप्रधान श्रीमती इंदिरा गांधी यांनी अखिल भारतीय काँग्रेस समितीच्या वार्षिक अधिवेशनात Stray thoughts on Bank Nationalization. असा निबंध सादर करून सरकारचा बँक राष्ट्रीयीकरणाचा हेतू जाहीर केला. त्याचे स्वागत झाले. त्यानंतर एक अध्यादेश काढून देशातील १४ मोठ्या बँकांचे १९ जुलै १९६९ च्या मध्यरात्रीपासून राष्ट्रीयीकरण करण्यात आले. पुढे दोन आठवड्यात संसदेने Banking Companies (Acquisition and Transfer of Undertaking) Bill, पारित केले व त्यास ९ ऑगस्ट १९६९ रोजी राष्ट्रपतींची संमती मिळाली. १९८० साली आणखी ६ मोठ्या बँकांचे राष्ट्रीयीकरण करून दुसरा टप्पा संपन्न झाला. पुढे १९९३ मध्ये पंजाब नॅशनल बँकेत न्यू बँक ऑफ इंडिया चे विलीनीकरण केले आणि राष्ट्रीयकृत बँकांची संख्या १९ झाली.

कारणे

१९६९ साली राष्ट्रीयीकरणाचा निर्णय घेतल्यानंतर देशाला उद्देशून आकाशवाणीवर केलेल्या भाषणात पंतप्रधानांनी सांगितले की आपली उद्दिष्ट्ये लवकर साध्य करण्यासाठी हा निर्णय घेतला आहे. आतापर्यंत बँक कर्जासाठी प्राथमिकता प्राप्त क्षेत्र काहीसे दुर्लक्षित राहिले आहे. शेती, लघु उद्योग तसेच निर्यात यांना पुरेसा कर्ज पुरवठा व्हावा, बँकांवरील मोजक्या लोकांचे नियंत्रण रद्द व्हावे, बँकांच्या व्यवस्थापनाला व्यावसायिकतेची जोड मिळावी, नवीन उद्योजक वर्गाला प्रोत्साहन द्यावे, बँक कर्मचाऱ्यांना प्रशिक्षण मिळावे तसेच त्यांच्या नोकरीच्या शर्ती चांगल्या असाव्यात या साठी राष्ट्रीयीकरण करण्यात येत आहे.

राष्ट्रीयीकरणाने खालील गोष्टी साधतील अशी अपेक्षा होती

१. **कार्यक्षमतेत वाढ :** बँका सार्वजनिक क्षेत्रात आल्या की जनतेचा त्यांच्यावर विश्वास वाढेल आणि ठेवींमध्ये वाढ होईल. बँकांना मोठ्या प्रमाणात व्यवसाय करता आल्याने खर्चात बचत होईल. बँकांच्या व्यवस्थापनासाठी सरकार तज्ज्ञ लोक नेमू शकेल. सरकार अर्थव्यवस्थेच्या अनुरूप बँकिंग विषयक धोरण ठरवू आणि राबवू शकेल.

२. **चलनीकरणाचे सार्वत्रीकरण :** बँका आपल्या ठेव रकमेतून पत पैसा तयार करतात. त्यावर देशातील एकूण चलनाची मात्रा अवलंबून असते. हे महत्त्वाचे काम खासगी बँकांकडे असणे उचित नाही.

३. **मध्यवर्ती बँक आणि व्यापारी बँका यांच्या उद्दिष्टात समन्वय साधणे :** रिझर्व बँक राष्ट्रीयीकृत आहे. ती नफा मिळविण्यासाठी कार्यरत नाही. पण रिझर्व बँकेने ज्यांचे नियमन करणे अपेक्षित आहे त्या व्यापारी बँका मात्र नफ्यासाठी व्यवसाय करतात. अशा स्थितीत रिझर्व बँकेची धोरणे राबविण्यास व्यापारी बँका विरोध

(किमान पक्षी नाराजी व्यक्त) करू शकतात. ते टाळून दोघांमध्ये समन्वय आणि सामंजस्य असण्यासाठी बँकांचे राष्ट्रीयीकरण गरजेचे आहे.

४. **नफाखोरीवर मर्यादा :** नफा कमविणे हे वाणिज्य बँकांचे लक्ष्य असते. पण अर्थव्यवस्थेच्या विकासासाठी सर्व क्षेत्रांना वाजवी व्याज दराने वित्त पुरवठा उपलब्ध करून दिला पाहिजे. राष्ट्रीयीकरणाने बँका केवळ नफ्याकडे पाहून व्यवसाय करणार नाहीत तर सामाजिक भान ठेवून काम करतील.

५. **समाजवादी दृष्टिकोन :** समाजवादी अर्थव्यवस्थेत सार्वजनिक क्षेत्रातील उद्योगांना महत्त्व असते. अशा उद्योगांचा हेतू केवळ नफा मिळविणे हा नसल्याने खासगी बँका त्यांना पत पुरवठा करतीलच असे नाही. त्यांना पुरेसा पतपैसा मिळवा यासाठी राष्ट्रीयीकरण आवश्यक आहे. तसेच सर्वच क्षेत्रात सार्वजनिक उद्योगांना महत्त्वाची भूमिका बजावणे गरजेचे असताना बँकिंग क्षेत्रातही राष्ट्रीयीकरण करायला हवे.

६. **आर्थिक शक्तीचे केंद्रीकरण टाळणे :** खासगी बँका आणि उद्योजक व्यापारी यांच्या संगनमताने नवीन उद्योजकांना कर्ज मिळणे कठीण होते आणि आहेत तेच उद्योग मोठे होत जाऊन उत्पन्न आणि मालमत्ता यांचे केंद्रीकरण होते. राष्ट्रीयीकरण केल्याने ते टाळणे शक्य होईल.

७. **बँकांवरील सामाजिक नियंत्रण सक्षम करणे.**

८. **बँकांकडे जमा झालेला पैसा प्राथमिकताप्राप्त क्षेत्रांकडे वळविणे :** बँका जनतेकडून ठेवी स्वीकारतात. याचा अर्थ समाजाची बचत बँकांकडे जमा होते. त्याचा भांडवल म्हणून पुरवठा देशाच्या हितकारक प्रकल्पांना व्हायला हवा. तसेच देशाने 'नियोजनातून विकास' असे धोरण ठरवून पंचवार्षिक योजना आखायला आणि राबवायला सुरूवात केल्यानंतर योजनात नमूद केलेल्या प्राथमिकता प्राप्त क्षेत्राला कर्ज पुरवठा व्हायला हवा. खासगी बँका तसा तो करतील याची खात्री नसल्याने त्यांचे राष्ट्रीयीकरण आवश्यक आहे.

९. **कृषी, लघु उद्योग व निर्यात या साठी पत पुरवठा उपलब्ध करणे :** कृषी आणि लघु उद्योग यांना कर्ज देण्यात जोखीम थोडी जास्त असते. केवळ नफा कमविण्याच्या उद्देशाने बँका चालत असतील तर या क्षेत्रांना कर्ज पुरवठा होणे अवघड होते. निर्यात ही विशेष बाब आहे. त्यातही जोखीम आहे. पण निर्यात वाढविणे ही देशाची गरज आहे. अशा परिस्थितीत विशेष अटी व शर्तींवर निर्यातीला पत पुरवठा करणे आवश्यक ठरते. खासगी बँका तो करतील याची खात्री नसल्याने त्यांचे राष्ट्रीयीकरण समर्थनीय ठरते.

१०. **अर्थव्यवस्थेत प्रादेशिक असमतोल दूर करणे :** भारतातील काही प्रदेश

वित्तीय सुविधा आणि पत पुरवठा नसल्याने आर्थिक दृष्ट्या मागास राहिले होते. अशा मागास क्षेत्रात बँका आपल्या सेवा देण्यास कचरतात कारण तेथे उद्योग व्यापाराची संभाव्यता कमी असते तसेच नफा मिळविण्याची शक्यताही कमी असते. राष्ट्रीयीकृत बँका मात्र अशाही ठिकाणी सामाजिक दायित्वाचा विचार करून पत पुरवठा करतील आणि त्यातून असमतोल दूर होईल यासाठी राष्ट्रीयीकरण आवश्यक ठरते.

११. **बँकांच्या दिवाळखोरीस रोखणे.**

१२. **बँक व्यवसायाला अधिक स्थिरता प्रदान करणे :** राष्ट्रीयीकरणामुळे ठेवीदारांचा बँकांवरील विश्वास दृढ होण्यास मदत होईल. त्यामुळे ठेवींमध्ये वाढ होऊन स्थिरता येईल. शिवाय केंद्रीय स्तरावर बँकांचा विस्तार आणि व्यवस्थापन या बाबत निर्णय झाल्याने स्थिरता येईल.

१३. **बँक कर्मचाऱ्यांना वाजवी सेवा शर्ती मिळणे :** राष्ट्रीयीकरणामुळे बँक कर्मचाऱ्यांना नोकरीची शाश्वती आणि पगाराची वाढ शक्य होईल. त्यातून कर्मचाऱ्यांना चांगले आणि क्षमतेने काम करणे शक्य होईल. त्याचा फायदा बँकेला नफा वाढविण्यासाठी आणि खातेदारांना चांगली आणि जलद सुविधा देण्यासाठी होईल.

परिणाम

राष्ट्रीयीकरणाच्या निर्णयाचे समाजातील विविध स्तरावरील लोकांनी स्वागत केले. सामान्यांच्या अपेक्षा उंचावल्या. बँकांनीसुद्धा नवनवीन योजना सुरू केल्या. राष्ट्रीयीकरणाने बँकांच्या कर्ज वाटपाची पुनर्रचना होऊन केवळ मध्यम आणि मोठ्या औद्योगिक व व्यापारी आस्थापनांना कर्ज न मिळता ते लघु, सूक्ष्म, ग्रामीण आस्थापनांनाही मिळू लागले. शेतीला कर्ज पुरवठा करण्यास खासगी बँका तयार नव्हत्या. त्याही क्षेत्राला कर्ज सहज खुले झाले. बँकांनी राष्ट्रीयीकरणानंतर दोन मार्ग स्वीकारले – पहिला शाखांचा विस्तार. बँकिंग सुविधा नसलेल्या आणि अपुरी सुविधा असलेल्या ठिकाणी बँकांनी शाखा उघडल्या. दुसरा मार्ग म्हणजे कर्जावर विभेदक व्याज दर आकारणी. प्राथमिकता प्राप्त क्षेत्रांना कमी व्याज दराने कर्ज पुरवठा करण्यास सुरूवात झाली. १९८० मध्ये ६ बँकांचे राष्ट्रीयीकरण झाल्यावर देशातील ९१% बँकिंग व्यवसाय राष्ट्रीयकृत बँकांकडे आला. १९९० पर्यंत या बँकांचा वृद्धी दर ४% च्या जवळपास होता आणि अर्थव्यवस्थेचा विकासदर सुद्धा तितकाच होता. योजना आयोगाने सुचविलेल्या प्रकल्पांना सहजपणे पुरेसे कर्ज मिळणे शक्य झाले आणि विकासाची गती वाढली. बँकांनी काही जिल्हे दत्तक घेऊन त्यांचा सर्वांगीण विकास करण्याचा प्रयत्न केला.

आक्षेप

खोलवर विश्लेषण केले तर असे दिसते की ग्रामीण भागातील दारिद्र्य हटविणे, उत्पन्न विषमता कमी करणे ही बँक राष्ट्रीयीकरणाची उद्दिष्टे साध्य झाली नाहीत. सुरूवातीची काही वर्षे सोडली तर पुढे ग्रामीण भागात बँकांच्या फार जोमाने शाखाही उघडल्या गेल्या नाहीत. आजही मोठ्या उद्योगांचा आणि व्यापाऱ्यांचा एकूण कर्जातील वाटा फार मोठाच आहे. शेतीसाठीची कर्जे मोठ्या शेतकऱ्यांना मिळाली आणि त्यांनी शेती पेक्षा शेतमालाच्या साठवणुकीसाठी त्याचा वापर केला. त्यांच्या या धोरणाने शेतमालाच्या किमती वाढविण्यास हातभार लावला. सार्वजनिक क्षेत्रातील बँकांच्या अव्यावसायिक व्यवस्थापनाने तसेच सरकारी हस्तक्षेपाने त्यांची नफा क्षमता घटली आणि बँका तोट्यात गेल्या. १९९१च्या नवीन आर्थिक धोरणाचा परिणाम म्हणून विदेशी आणि खासगी बँकांना परवाने मिळाले. त्यांच्याकडून स्पर्धा वाढली. खासगीकरणाचे वारे वाहू लागले. राष्ट्रीयीकृत बँकांमधील सरकारी मालकीचे समभाग बाजारात विकण्यास सुरूवात झाली. सरकारचे बँकांमधील भांडवलाचे प्रमाण ५१% पेक्षा जास्त राहिले तरी त्यांना 'राष्ट्रीयकृत बँका' असे न म्हणता त्यांना 'सार्वजनिक क्षेत्रातील बँका' असे म्हटले जाऊ लागले. २०१२-१३ पासून सार्वजनिक क्षेत्रातील बँकांच्या अनुत्पादक कर्जांचा प्रश्न गंभीर झाला. बँकांच्या राष्ट्रीयीकरणाचा निर्णय आर्थिक होता की राजकीय हाही वादाचा मुद्दा राहिला. सत्ता टिकविण्यासाठी आणि पक्षावर घट्ट पकड बसविण्यासाठी राष्ट्रीयीकरणाचा निर्णय झाला असे मानण्यासारखी तेंव्हाची राजकीय परिस्थिती नक्कीच होती.

❑

१५ मक्तेदारी व प्रतिबंधित व्यापारी पद्धती नियंत्रणात आणण्यासाठी

वर्ष १९६९ – मक्तेदारी व प्रतिबंधित व्यापारी पद्धती कायदा

स्वातंत्र्यानंतर भारतात समाजवादी आर्थिक धोरणे राबविण्यास सुरूवात झाली. शासनाची भूमिका Command and Control या स्वरूपाची असावी या दृष्टीने वाटचाल चालू होती. खासगी क्षेत्रातील काही थोड्या लोकांच्या हातात आर्थिक सत्ता केंद्रित झाली आहे, मोजक्या लोकांनी आर्थिक कामकाजात मक्तेदारी मिळविली आणि टिकविली आहे, ते प्रतिबंधित व्यापारी पद्धती वापरत आहेत आणि त्याचे विपरीत परिणाम समाजावर तसेच अर्थव्यवस्थेवर होत आहेत अशी धारणा झालेली होती. म्हणून सरकारने १६ एप्रिल १९६४ रोजी सर्वोच्च न्यायालयाचे निवृत्त न्यायमूर्ती श्री. के. सी. दासगुप्ता यांच्या अध्यक्षतेखाली Monopolies Inquiry Commission अशी समिती नेमली. आर्थिक केंद्रीकरणाच्या प्रमाणाची मोजदाद करणे, मक्तेदारी आणि प्रतिबंधित व्यापारी पद्धतींची कारणे शोधून काढणे, त्याच्या आर्थिक-सामाजिक परिणामांचा अभ्यास करणे हे काम समितीकडे सोपविले.

अशा अभ्यासाच्या प्रकारात समाजाचे हितसंबंध जपण्यासाठी कायदेशीर आणि अन्य उपाययोजना सुचविणे, विशेषतः आवश्यक वाटल्यास नवीन कायदा आणि त्याच्या अंमलबजावणी साठी व्यवस्था सुचविणे हेही काम समितीकडे देण्यात आले. आपल्या अहवालात समितीने जोरकसपणे नमूद केले की थोड्या उद्योगपतींकडे आर्थिक केंद्रीकरण झाले आहे. ते लक्षणीय आहे. आणि त्यामुळे असे उद्योगपती अनेक क्षेत्रात वर्चस्व गाजवितात. त्याची सावली राजकीय क्षेत्रात लोकशाहीवर आणि सामाजिक क्षेत्रात मूल्यांवर पडते. यावर अंकुश ठेवण्यासाठी कायदा असावा अशी एक शिफारस समितीने केली. सरकारने १९६९ मध्ये The Monopolies and

Restrictive Trade Practices Act, (MRTP Act) पारित केला. सदर कायदा १ जून १९७० पासून लागू झाला. हा कायदा लांबीला कमी होता तरी आर्थिक क्षेत्रातील अत्यंत महत्त्वाचा, जटील, दूरगामी परिणाम करणारा आणि अत्यंत विवादास्पद राहिला.

सदर कायद्यात १९७४, १९८०, १९८२, १९८४ आणि १९९१मध्ये दुरुस्त्या करण्यात आल्या.

कायद्याची उद्दिष्टे आणि मुख्य तरतुदी

कायद्याच्या उपोद्घातात खालील तीन उद्दिष्टे नमूद केलेली आहेत -

१. अर्थव्यवस्थेतील व्यवहारांमुळे थोड्या लोकांच्या हातात आर्थिक केंद्रीकरण होणार नाही याची खात्री देणे.

२. मक्तेदारीवर नियंत्रण ठेवण्याची व्यवस्था करणे.

३. मक्तेदारी आणि प्रतिबंधित व्यापारी प्रथांना चाप लावणे.

सदर उद्दिष्टे साध्य करण्यासाठी कायद्यात प्रामुख्याने खालील प्रकारच्या तरतुदी केल्या.

१. एक कोटी रुपयांपेक्षा जास्त मालमत्ता असलेल्या प्रबळ आणि दबाव टाकू शकणाऱ्या उद्योगांचा विस्तार, एकत्रीकरण आणि विलीनीकरण आणि त्यांच्या संचालक नियुक्त्या यांचे नियमन.

२. २० कोटी पेक्षा जास्त मालमत्ता होईल अशा सद्य उद्योगाशी संलग्न होऊ इच्छिणाऱ्या नवीन उद्योगाचे नियमन.

३. सार्वजनिक हिताला बाधक ठरणाऱ्या मक्तेदारीच्या आणि प्रतिबंधित व्यापारी प्रथांचे नियंत्रण व त्यावर बंदी.

कायद्यात निर्बंधित व्यापारी प्रथा खालील गटात वर्गीकृत केल्या.

१. प्रतिबंधित व अयोग्य व्यापारी प्रथा - यात तीन गोष्टींचा समावेश करण्यात आला. स्पर्धा विरूपित करणे, मर्यादित करणे आणि संपविणे यासाठी वापरलेली व्यापारी पद्धत, उत्पादन प्रक्रियेत येणाऱ्या भांडवल आणि अन्य संसाधनांच्या प्रवाहामध्ये अडथळा निर्माण करणे, वस्तू आणि सेवा यांच्या किमती, विपणनाच्या अटी व शर्ती, माल पुरवठ्यात विरूपता येईल अशी हेराफेरी करणाऱ्या आणि ग्राहकांवर अधिक बोजा टाकणाऱ्या प्रथा.

२. मक्तेदारी निर्माण करणाऱ्या व्यापारी प्रथा - यात खालील प्रथांचा समावेश करण्यात आला. - वस्तू व सेवांचे उत्पादन, वितरण आणि विपणन नियंत्रित अथवा मर्यादित अथवा कमी करून त्यांच्या किमती अवाजवी स्तरावर ठेवणे,

अयोग्य / फसवणुकीच्या व्यापारी प्रथा अवलंबून किंवा अन्य मार्गाने वस्तूंचे उत्पादन, वितरण आणि पुरवठा यातील स्पर्धा संपविणे किंवा कमी करणे, सार्वजनिक हित बाधित होईल अशा पद्धतीने भांडवली गुंतवणूक व तंत्रज्ञान विकास यावर मर्यादा आणणे, मालाच्या दर्जात घसरण करणे, मालाच्या किमती, उत्पादनाचा खर्च, वितरणाचा खर्च अथवा नफा गैर वाजवी प्रमाणात वाढविणे.

आयोगाची तरतूद

कायद्याची अंमलबजावणी करण्याच्या दृष्टीने १९७० मध्ये The Monopolies and Restrictive Trade Practices Commissionची स्थापना करण्यात आली. प्रतिबंधित आणि अयोग्य व्यापारी प्रथांची चौकशी करण्याचे अधिकार सदर आयोगास देण्यात आले. व्यापारी संघटना, ग्राहक आणि नोंदित ग्राहक संघटनांकडून तक्रार आल्यावर किंवा शासनाने तपास करायचा आदेश दिल्यावर किंवा आयोग स्वतःहून अशा प्रतिबंधित आणि अयोग्य व्यापारी प्रथांची चौकशी करू शकेल अशी कायद्यात तरतूद करण्यात आली. मक्तेदारीविषयक व्यापारी पद्धतीची चौकशी करण्याचे अधिकारही आयोगाला दिले. शासनाने संदर्भ दिलेल्या केसेस ची तसेच Director General ने आयोगाकडे अर्ज देऊन मागणी केलेल्या केसेसची चौकशी आयोगाने करणे अपेक्षित होते. तसेच आयोगाला स्वतःला मिळालेल्या माहितीच्या आधारावर सुद्धा चौकशी करण्याची तरतूद होती.

मूल्यमापन

सरकार पूर्णपणे जनतेच्या मर्जीत असताना MRTP कायदा केला गेला. सदर कायदा एक आर्थिक - सामाजिक कायदा होता. भारतातील धंद्याची औद्योगिक रचना आणि विपणनपद्धती यावर त्याचा मोठा परिणाम अपेक्षित होता. सामान्यांना अपायकारक ठरतील अशा मक्तेदारी निर्माण होऊ नयेत, प्रतिबंधित व्यापारी प्रथा असू नयेत आणि झाल्या तर त्या संपवाव्यात यासाठी सदर कायदा झाला. त्याची उद्दिष्टे आजही तितकीच उपयुक्त आहेत. सदर आयोग ही पहिली अर्ध न्यायिक व्यवस्था होती आणि तिने आर्थिक केंद्रीकरण रोखण्याचा प्रयत्न केला. अयोग्य व्यापारी प्रथांवर नियंत्रण आणण्याचा प्रयास केला. १९७०मध्ये सदर कायदा लागू झाला, त्यात पाच वेळा दुरुस्त्या करण्यात आल्या आणि तो २००९मध्ये रद्द करण्यात आला. सुमारे चार दशके कायदा आणि त्यानुसार व्यवस्था असताना मक्तेदारी निर्माण होणे थांबले का? प्रतिबंधित आणि अयोग्य व्यापारी प्रथा संपल्या का? निदान पक्षी मोठ्या प्रमाणात कमी झाल्या का? या प्रश्नांची उत्तरे देताना 'प्रयत्न

झाले' इतकेच म्हणता येईल.

परंतु खासगी क्षेत्रात आर्थिक केंद्रीकरण होऊ नये यासाठी एकत्रीकरण, विलीनीकरण आणि विस्तारीकरण यावर या कायद्याने घातलेल्या बंधनांमुळे खासगी उद्योगांची वाढ खुंटली. खासगी क्षेत्रातून गुंतवणूक होण्यासाठी कायद्यातील काही तरतुदी अडथळा ठरू लागल्या. उद्योग आणि उद्योजक मोठा होणे म्हणजे सामाजिक दृष्ट्या गैर आहे असे वाटू लागले.

कायद्यात 'स्पर्धा' या शब्दाची व्याख्या स्पष्टपणे न केल्याने अनेक न्यायिक अडचणी येऊ लागल्या abuse of dominance, cartel, collusion, boycott, refusal to deal, bid rigging, predatory pricing अशा स्पर्धा विरोधी पद्धतींच्या स्पष्ट व्याख्या कायद्यात नसल्याचा युक्तिवाद करत न्यायालयात अनेक केसेस दाखल झाल्या. न्यायालयानेही आपापल्या पद्धतीने कायद्याचा अर्थ लावला, काही वेळेस एका न्यायालयाने लावलेला अर्थ दुसऱ्या केस मध्ये न्यायालयांच्या निकालांशी विपरीत होता.

कायद्यातून पळवाट काढत आपला व्यवसाय वाढविण्यासाठी सरकारी वरदहस्त मिळविण्याची धडपड सुरू झाली. त्यातून भ्रष्टाचारात प्रचंड वाढ होऊ लागली. उद्योग स्पर्धाशील राहिले नाहीत. उद्योग आणि सार्वजनिक पुरवठा मंत्रालयाने १९९५ मध्ये एक सर्व्हे केला त्यात असे दिसून आले की २०३ औद्योगिक उत्पादने अशी होती की ज्यात केवळ एकाच फर्म ची संपूर्ण मक्तेदारी होती आणि त्यांचे नियमन करण्यात कमिशन आणि कायदा प्रभावहीन होते. मक्तेदारी असलेल्या मोठ्या फर्म्स खंडित करण्यासाठी कायद्यातील कलम २७ चा क्वचितच वापर करण्यात आला. याचा अर्थ असे करण्यास सरकारी स्तरावर फार उत्सुकता नव्हती.

खासगी क्षेत्रातील उद्योगांची अशी स्थिती असताना दुसरीकडे सार्वजनिक क्षेत्रात महाकाय उपक्रम सुरू झाले आणि कालांतराने ते अयशस्वी आणि अकार्यक्षम झाले. धंद्यातील कार्टेल्स वर अंकुश ठेवण्यात The Monopolies and Restrictive Trade Practices Commission अयशस्वी ठरला. आयोगाच्या निर्णयांची अंमलबजावणी कोर्टाच्या मार्फत करायची असल्याने त्यात भरपूर विलंब होऊ लागला आणि त्यामुळे त्या आदेशांची परिणामकारकता कमी झाली.

कायदा रद्द

१९९१मध्ये भारताने नवीन आर्थिक धोरण स्वीकारले. देशातील आणि विदेशातील उद्योगांना भारतीय बाजारपेठेत प्रवेश सुकर झाला. या पार्श्वभूमीवर MRTP कायदा बदलण्याची गरज वाटू लागली. १९९१मध्ये सदर कायद्यात सुधारणा

केली. स्पर्धेला पूरक वातावरण निर्माण करण्यावर भर देण्यात आला. १९९९मध्ये राघवन समितीची स्थापना करण्यात आली. व्यापार संबंधी स्पर्धा विरोधी तरतुदी रद्द करणे आणि स्पर्धा पूरक वातावरण निर्माण करणे यासाठी समितीने शिफारस करणे अपेक्षित होते. समितीने MRTP कायदा रद्द करण्याची सूचना केली. त्यानुसार सप्टेंबर २००९ मध्ये सदर कायदा रद्द करण्यात आला आणि त्याऐवजी Competition Act 2002 लागू करण्यात आला.

❒

१६ आजारी उद्योगांना व्यवहार्य बनविण्याचा प्रयत्न वर्ष १९७१ – भारतीय औद्योगिक पुनर्बांधणी निगमची स्थापना

भारत कृषी प्रधान देश असला तरी विकासासाठी औद्योगीकरणाची गरज दुसऱ्या आणि तिसऱ्या पंचवार्षिक योजनेत प्रकर्षाने मांडली गेली. स्वातंत्र्यानंतर २० –२२ वर्षात अनेक नवीन खासगी उद्योग सुरू झाले तरी देशात औद्योगिक उपक्रमांची स्थिती फारशी चांगली नव्हती. व्यवस्थापनाची उदासीनता, कामगारांचा असंतोष, कच्च्या मालाचा तुटवडा, तंत्रज्ञानाची कमतरता, विपणन कौशल्यातील उणीवा आणि वित्त पुरवठ्यातील मर्यादा यामुळे अनेक उपक्रम आजारी झाले, व्यवहार्य राहिले नाहीत. अनेक युनिट्स बंद पडली आणि काही बंद पडण्याच्या उंबरठ्यावर आली. अशा उद्योगांचे पुनर्वसन करण्यासाठी १९७१ मध्ये Industrial Reconstruction Corporation of India - IRCI – भारतीय औद्योगिक पुनर्बांधणी निगम ची स्थापना करण्यात आली.

IRCI – स्थापना व कार्ये

भारत सरकार आणि रिझर्व बँक ऑफ इंडिया यांच्या नियंत्रणाखाली एप्रिल १९७१ मध्ये IRCI ही पब्लिक लिमिटेड कंपनी सुरू झाली. आजारी आणि बंद पडण्याच्या वाटेवर असलेल्या परंतु व्यवहार्यतेची खात्री असलेल्या उपक्रमांचे पुनर्वसन करण्याचा हेतू त्यामागे होता. उद्योग बंद होण्यामागे वारंवार होणारे संप, उपक्रमांचे गैर व्यवस्थापन, अपुरे भांडवल अशी अनेक कारणे होती. उद्योग बंद पडल्याने बेरोजगारीचा प्रश्न उभा ठाकतो तसेच देशाचे औद्योगिक उत्पादन घटते. असे होऊ नये आणि उद्योग चालू राहावेत यासाठी त्यांना वित्तीय, तांत्रिक, व्यवस्थापकीय आणि विपणन विषयक मदत देण्याच्या हेतूने IRCI ची स्थापना करण्यात आली.

आजारी उद्योगांचे पुनर्वसन करण्याच्या दृष्टीने IRCI ने पुढील कामे करणे अपेक्षित होते.

१. आजारी उपक्रमांच्या व्यवस्थापनांची पुनर्रचना करणे.

२. IRCI ने स्वतःच्या कर्मचाऱ्यांकडून अथवा बाहेरच्या तज्ज्ञांकडून संबंधित उपक्रमांना तांत्रिक आणि व्यवस्थापकीय मार्गदर्शन करणे.

३. संबंधित उपक्रमांना बँका, वित्त संस्था आणि सरकारी एजन्सीज कडून वित्तीय सहाय्य मिळवून देणे

४. उपक्रमांची वित्तीय पुनर्रचना करून त्यांना व्यवहार्य बनविणे.

५. संबंधित उपक्रमांच्या कामगार प्रश्नांवर व्यवहार्य तोडगा काढणे.

६. संबंधित उपक्रम व्यवहार्य राहण्यासाठी त्यांच्या उत्पादन मिश्रण आणि इतर संबंधित बाबींवर व्यवस्थापनाला मार्गदर्शन करणे.

या बरोबरच IRCI ने उपक्रमांच्या पुनर्रचनेच्या प्रक्रियेवर सतत नजर ठेवणे अपेक्षित होते.

IRCI च्या अधिकृत २५ कोटी रुपयांच्या भांडवलापैकी १० कोटी रुपये केंद्र सरकारने दिले, १० कोटी रुपये IDBI, ICICI, IFCI, LIC, SBI आणि १४ राष्ट्रीयीकृत बँकांनी दिले. ११ कोटी रुपयांचे bonds बाजारात विकून पैसा उभारला. आजारी आणि बंद पडलेल्या उपक्रमांना पुनरुज्जीवित करण्यासाठी IRCI ने वाखाणण्यासारखी सेवा दिली. वित्त पुरवठा करण्याबरोबरच अनेक उपक्रमांना वेळेवर आणि योग्य कच्चा माल मिळण्यासाठी प्रयत्न केले, उत्पादनांचा दर्जा सुधारण्यासाठी मार्गदर्शन केले, उत्पादने विकण्यासाठी मदत केली आणि व्यवस्थापनाची पुनर्रचना केली. IRCI ने देशाच्या औद्योगिक अर्थव्यवस्थेचे पुनरुज्जीवन करण्यात मोठे योगदान दिले.

IRCI चे IRBI मध्ये रूपांतर

१९८५ मध्ये सरकारने The Industrial Reconstruction Bank of India कायदा १९८४ नुसार IRCI चे IRBI मध्ये रूपांतर केले. त्यामुळे हे निगम बँक झाले. औद्योगिक उपक्रमांचे आधुनिकीकरण, विस्तार, पुनर्गठन, वैविध्यीकरण, आणि पुनर्बांधणी करून उपक्रमांच्या पुनरुज्जीवनासाठी पत आणि पुनर्बांधणीची प्रधान संस्था म्हणून काम करणे हा IRBI चा मुख्य उद्देश होता. असेच काम करणाऱ्या अन्य संस्थांशी समन्वय साधण्याचे काम सुद्धा IRBI कडून अपेक्षित होते. उपक्रमांना मुदत कर्जे तसेच खेळते भांडवल पुरविणे, उद्योगांना व्यापारी बँका आणि राज्य वित्तीय महामंडळानी दिलेल्या कर्जांना हमी देणे अशी कामे IRBI ने करणे अपेक्षित होते. आजारी उद्योगांच्या पुनर्बांधणी आणि पुनरुज्जीवनासाठी आवश्यक

अशा आस्थगित भुगतान हमी आणि इन्डेम्निटी बॉंड देणे हे ही काम IRBI कडे होते.

IRBI झाली IIBI

१९८५ मध्ये IRBI ची स्थापना झाली आणि त्याच वर्षी आजारी उद्योग आणि संभाव्य आजारी उद्योग शोधणे व त्यावर जलद उपाय योजना करणे या साठी The Sick Industrial Companies (Special Provisions) Act, 1985 पारित करण्यात आला. त्याबरोबर १९८७ मध्ये, the Board for Industrial and Financial Reconstruction (BIFR) स्थापन करण्यात आले. सदर मंडळाच्या स्थापनेनंतर आजारी उद्योगांच्या पुनर्बांधणीचा बोजा विकासक वित्तीय संस्था तसेच बँकाही पेलू लागल्या. त्यामुळे IRBI ची भूमिका नव्याने निश्चित करण्याची गरज वाटू लागली. शिवाय आजारी उपक्रमांची पुनर्बांधणी आणि पुनरुज्जीवन या कामाने IRBIची अनुत्पादक मालमत्ता प्रचंड वाढली. रिझर्व बँकेच्या मानकानुसार तरतूद करणे अनिवार्य असल्याने IRBI ची नफा क्षमता आणि कामकाजाची व्यवहार्यता यावर प्रश्नचिन्ह निर्माण झाले. १९९१ च्या उदारीकरणाच्या धोरणाने वित्तीय संस्थांना बाजारातून निधी उभारणे महत्त्वाचे झाले. या पार्श्वभूमीवर स्पर्धात्मक वित्त बाजारात भांडवल उभारून त्यातून चांगल्या कर्जांचे भांडार तयार करणे हे मोठे आव्हान IRBI समोर उभे राहिले. सदर आव्हान पेलणे आणि त्याच बरोबर बदललेल्या वित्त बाजारात कामकाज करताना लवचिकता असणे यासाठी २४ जानेवारी १९९७ रोजी the Industrial Reconstruction Bank (Transfer of Undertakings and Repeal) Ordinance, 1997 असा अध्यादेश काढण्यात आला. त्यानुसार कंपनी कायद्याखाली The Industrial Investment Bank of India Limited अशी कंपनी स्थापन झाली.

सदर IIBI कंपनीकडे IRBI चा धंदा, मालमत्ता आणि देणी वर्ग करण्यात आली. थोडक्यात IRBI च्या कारभारात सुधारणा करण्यासाठी आणि तिला अधिक सशक्त बनविण्यासाठी IIBI ची स्थापना करण्यात आली. IIBI एक स्वतंत्र आणि पूर्ण रूपाने विकासक वित्तीय संस्था झाली. सदर संस्थेची चार प्रमुख उद्दिष्ट्ये कायद्यात नमूद केली होती ती अशी – उद्योगांच्या पुनरुज्जीवनासाठी प्रमुख पत आणि पुनर्रचना संस्था म्हणून काम करणे, देशाच्या औद्योगिक विकासाला प्रोत्साहन देणे व मदत करणे, असेच काम करणाऱ्या इतर संस्थांच्या कामाचे समायोजन करणे आणि औद्योगिक उपक्रमांचे पुनर्वसन करणे.

वैधानिक मंडळाचे कंपनीत रूपांतर झाल्याने आपल्या व्यवसायाची रणनीति ठरविणे, कामकाजात अधिक स्वायत्तता आणि लवचिकता मिळणे, भाग भांडवल आणि कर्जाऊ भांडवल उभारणीसाठी भांडवल बाजाराचा वापर करणे आणि इतर

वित्तीय संस्थांशी समान पातळीवर स्पर्धा करणे या गोष्टी सहज शक्य होतील अशी अपेक्षा होती. प्रकल्पासाठी दीर्घकालीन वित्त पुरवठा, मालमत्तेच्या तारणावर प्रकल्पेतर अल्पकालीन वित्त पुरवठा, खेळते भांडवल कर्ज, भाग भांडवल पुरवठा, उपकरणे व यंत्र सामुग्री खरेदीसाठी वित्त पुरवठा आणि शेअर बाजार आणि चलन बाजारातील प्रपत्रात गुंतवणूक इतक्या विस्तृत प्रकारे IIBI ने आपला व्यवसाय केला.

IIBI चे परिसमापन

IIBI सुरूवातीपासूनच आजारी उद्योगांना वित्त पुरवठा करत असल्याने तिची अनर्जक मालमत्ता वाढत गेली यात आश्चर्य नाही. शिवाय आधीच्या IRBI ची कर्जे सुद्धा IIBI कडे वर्ग झाल्याने त्यांची वसुली होणे अवघडच होते. त्यात काही संरचनात्मक आणि वित्तीय प्रश्नांनी कंपनीची व्यावहारिकता जवळपास संपून गेली. म्हणून सरकारने २००५ मध्ये IIBI चे IDBI मध्ये विलीनीकरण करावे असा प्रस्ताव आणला पण तो IDBI ने नाकारला. त्यानंतर २००६-०७ मध्ये IIBI बंद करण्याचा निर्णय घेण्यात आला. IIBI चे भांडवल पर्याप्तता प्रमाण उणे ६४% तर वसूल न होणाऱ्या कर्जांचे प्रमाण १३% होते. सध्या ही बँक अवसायनात आहे.

IIBI ही विकासक वित्तीय संस्थांच्या साखळीतील शेवटची कडी आहे. अन्य सर्व विकासक वित्तीय संस्था एकतर दुसऱ्या बँकेत विलीन झाल्या किंवा स्वतःच बँकेत रूपांतरित झाल्या.

आजारी उपक्रमांना पुनरुज्जीवित करण्यासाठी सुरू केलेली संस्था स्वतःच आजारी होऊन परिसमापनाकडे गेली हे दुर्दैव !

❐

१७ सामान्य विम्याचा लाभ सर्वांना आणि ग्रामीण, निमशहरी भागातही मिळावा यासाठी वर्ष १९७२ – सामान्य विम्याचे राष्ट्रीयीकरण

सामान्य विमा – राष्ट्रीयीकरणापूर्वी

विम्याचे दोन प्रकार आहेत. एक आयुर्विमा आणि दुसरा जीवनेतर किंवा सामान्य विमा. सामान्य विम्यात घर, ऑफिस, गोदाम, वाहने, जहाज, आरोग्य, इत्यादी मालमत्तेच्या आग, चोरी, अपघात, इत्यादींमुळे होणाऱ्या नुकसानीच्या जोखमीला संरक्षण दिले जाते. भारतात सामान्य विम्याची सुरूवात १८५०मध्ये ट्रायटोन विमा कंपनी ह्या ब्रिटिश कंपनीने केली. १९०७मध्ये इंडियन मर्कंटाइल इन्शुरन्स लि. ही भारतीय कंपनी सुरू झाली. १९३८च्या इन्शुरन्स कायद्यात बदल करून १९५०मध्ये इन्शुरन्स असोसिएशन ऑफ इंडिया च्या जनरल इन्शुरन्स कौन्सिल च्या नियंत्रणाखाली काम करणारी एक टॅरिफ कमिटी स्थापन करण्यात आली. विम्याच्या हप्त्यांचे दर ठरविण्याचे काम तिच्याकडे होते आणि सर्वसामान्य विमा कंपन्यांना ते बंधनकारक होते. १९५७मध्ये जनरल इन्शुरन्स कौन्सिलने चांगल्या व्यावसायिक पद्धतीची खात्री देण्यासाठी आचारसंहिता तयार केली. १९६८मध्ये विमा कायद्यात पुन्हा सुधारणा करून टॅरिफ कमिटीच्या ऐवजी स्वतंत्र, निःपक्षपाती आणि शास्त्रीय पद्धतीने काम करणारी टॅरिफ ॲडव्हायसरी कमिटी नेमली.

राष्ट्रीयीकरण – कारणे आणि प्रक्रिया

आयुर्विम्याचे राष्ट्रीयीकरण १९५६ ला झाले तेंव्हा सामान्य विम्याचे राष्ट्रीयीकरण का केले नाही याचे उत्तर तेव्हाच्या अर्थमंत्र्यांनी असे दिले – सामान्य विमा हा खासगी व्यापार आणि उद्योगाचा एक भाग आहे आणि तो एका वर्षाच्या काळासाठी उतरवला जातो. त्यात काही चुका झाल्या, काही वगळले गेले तर त्याने थेट नागरिकावर परिणाम होत नाही. याउलट आयुर्विमा दीर्घ काळासाठी असतो आणि

सामान्याच्या बचतीतून तो केला जातो जी बचत देशाच्या विकासासाठी अत्यंत मोलाची असते. म्हणून सदर बचतीचे गैर अथवा अकार्यक्षम व्यवस्थापन सामान्य नागरिक तसेच देशाचा विकास यावर मोठा विपरीत परिणाम करू शकते.

१९७२मध्ये सामान्य विमा हा शहरी भागात एकवटलेला होता. तो संघटित क्षेत्रातील व्यापार आणि उद्योग यांच्या पुरता मर्यादित होता. सामान्य विम्याचा लाभ सर्वांना आणि ग्रामीण, निमशहरी भागातही मिळावा यासाठी त्याचे राष्ट्रीयीकरण झाले.

General Insurance (Emergency provisions) Act, 1971 असा कायदा करून सरकारने सामान्य विमा कंपन्यांचे व्यवस्थापन ताब्यात घेतले. आणि The General Insurance Business (Nationalisation) Act, 1972 पारित करून सामान्य विमा व्यवसायाचे राष्ट्रीयीकरण केले. २२ नोव्हेंबर १९७२ रोजी कंपनी कायद्याखाली जनरल इन्शुरन्स कॉर्पोरेशन नोंदवून तिने ५५ भारतीय आणि ५२ इतर सामान्य विमा कंपन्यांचा व्यवसाय १ जानेवारी १९७३ पासून ताब्यात घेतला. त्यासाठी जनरल इन्शुरन्स कॉर्पोरेशनच्या National Insurance Company Ltd., the Oriental Insurance Company Ltd., The New India Assurance Company Ltd आणि The United India Insurance Company Ltd. या चार उपकंपन्या स्थापन करण्यात आल्या. राष्ट्रीयीकरणानंतर एक नियंत्रण कंपनी आणि चार उप कंपन्या अशी रचना करण्याची काही कारणे होती.

१. सदर उप कंपन्यांनी व्यवसायाची आचारसंहिता आणि उत्तम व्यावसायिक प्रथा यांची मानके स्थापित करावीत.
२. उप कंपन्यांच्या खर्चावर नियंत्रण ठेवण्यासाठी जनरल इन्शुरन्स कॉर्पोरेशन कार्यरत असावे.
३. जनरल इन्शुरन्स कॉर्पोरेशन कडून उप कंपन्यांच्या निधी गुंतवणुकीला मदत आणि मार्गदर्शन व्हावे
४. सामान्य विमा व्यवसाय ग्रामीण भागात पोहोचावा.
५. जनरल इन्शुरन्स कॉर्पोरेशन ने चारही कंपन्यांना पुनर्विमा सुविधा पुरवावी ज्यामुळे पुनर्विम्याची रक्कम विदेशी विमा कंपनीला जाणार नाही.
६. चार उप कंपन्यांनी स्पर्धा ठेवून विमाधारकांना उत्तम सेवा द्यावी.

जनरल इन्शुरन्स कॉर्पोरेशनची उद्दिष्ट्ये

आग, अपघात, मरीन, आरोग्य असा विविध प्रकारचा जीवनेतर/सामान्य विमा व्यवसाय करावा.

आपल्या उप कंपन्यांनी विमा व्यवसाय करावा यासाठी त्यांना मदत करावी.

आपल्या उप कंपन्यांची गुंतवणूक व्यूहरचना सक्षम आणि उत्पादक होण्यासाठी त्यांना मदत करावी.

कामकाज व धोरण बदल

जनरल इन्शुरन्स कॉर्पोरेशन आणि तिच्या चारही उपकंपन्यांना सामान्य विमा व्यवसायाचा देशात एकाधिकार मिळाला आणि त्यांनी देशभरात आपल्या ४१०० कार्यालयांमार्फत जाळे उभे केले. देशातील पहाडी आणि दुर्गम भागातही व्यवसाय पोहोचविला. वाहनांचा विमा अनिवार्य करण्यात आला. एजंट्स, विकासाधिकारी, आणि चार उप कंपन्यांचे कर्मचारी आणि अधिकारी यांची मोठी फौज सामान्य विमा विस्तारण्यासाठी कार्यरत झाली. दर वर्षी सुमारे २ कोटी पॉलिसीज् उतरविल्या जात होत्या आणि सुमारे २० लाख दावे निकाली काढले जात असत. २००१ पर्यंत सामान्य विम्याचा व्यवसाय सुमारे १२२ अब्ज रुपयांपर्यंत पोहोचला होता.

१९९०च्या दशकात सामान्य विमा क्षेत्र खुले करण्याचा विचार सुरू झाला. १९९३ मध्ये सरकारने विमा क्षेत्रात सुधारणा सुचविण्यासाठी श्री. मल्होत्रा यांच्या अध्यक्षतेखाली एक समिती नेमली. तोपर्यंत नवीन आर्थिक धोरणानुसार वित्तीय सुधारणा सुरू झाल्या होत्या. या समितीने १९९४ मध्ये आपला अहवाल दिला. त्यात असे नमूद केले होते की चार सामान्य विमा कंपन्या जाहीर करीत असलेली सांख्यिकी अपूर्ण आणि कालबाह्य असते. बाजारातील किमतीशी विम्याच्या प्रीमिअमचे दर मेळ खात नाहीत. सामान्य विमा कंपन्यांच्या कर्मचाऱ्यांची वागणूक आणि दृष्टिकोन ग्राहकाभिमुख नाही. त्यामुळे सक्षम ग्राहक सेवा देण्याचे उद्दिष्ट पूर्ण होत नाही. कंपन्यांचा परिव्यय कमी करण्याचे प्रयत्न १९८० पर्यंत नेटाने केले गेले पण त्यानंतर त्याकडे दुर्लक्ष झाले. कंपन्यांच्या गुंतवणुकीवर अल्प उत्पन्न मिळते कारण त्यांचे गुंतवणूक व्यवस्थापन सक्षम नाही. कंपन्यांनी पशु विमा, पीक विमा अशा योजना आणून आणि ग्रामीण एजंटांचे कमिशन वाढवून ग्रामीण भागात विस्तार करण्याचा प्रयत्न जरूर केला पण त्यास फार यश आले नाही. पुनर्विम्याचा धंदा मोठ्या प्रमाणात भारतात ठेवण्यात जनरल इन्शुरन्स कॉर्पोरेशन अपयशी ठरले. चार कंपन्यांमध्ये स्पर्धा न राहता त्यांनी आपसात कार्टेल करून एका एका भौगोलिक क्षेत्रात एकाधिकार स्थापित केला.

मल्होत्रा समितीने शिफारस केली की विमा क्षेत्र खासगी कंपन्यांना खुले करावे. तसेच भारतीय कंपन्यांबरोबर भागीदारी करून विदेशी विमा कंपन्यांनाही विमा व्यवसायात प्रवेश द्यावा. एक विमा नियंत्रक व्यवस्था निर्माण करावी. जनरल इन्शुरन्स कॉर्पोरेशन केवळ पुनर्विम्यासाठी असावी. चार विमा कंपन्या उप कंपन्या न राहता स्वतंत्र कंपन्या असाव्यात.

सदर शिफारशीनुसार १९९९ मध्ये कायदा करून विमा बाजारात स्पर्धा वाढवून वित्तीय सुरक्षेची खात्री, उत्तम ग्राहक सेवा आणि किमान प्रीमियम हे उद्देश साध्य करण्यासाठी १९ एप्रिल २००० रोजी भारतीय विमा विनियामक आणि विकास प्राधिकरण हे स्वायत्त प्राधिकरण स्थापन करण्यात आले. जनरल इन्शुरन्स कॉर्पोरेशन आणि चार सामान्य विमा कंपन्यांची मक्तेदारी नष्ट करण्यात आली. खासगी आणि विदेशी कंपन्यांना विमा क्षेत्र खुले करण्यात आले. जनरल इन्शुरन्स कॉर्पोरेशनची चार विमा कंपन्यांच्या पर्यवेक्षणाची भूमिका संपुष्टात आणली. फक्त पुनर्विम्याचा व्यवसाय जनरल इन्शुरन्स कॉर्पोरेशनकडे ठेवण्यात आला. २१.०३.२००३ पासून तिच्या चार उप कंपन्यांची मालकी सरकारकडे वर्ग करण्यात आली.

खासगी मालकीत असलेला सामान्य विमा व्यवसाय १९७३ मध्ये सार्वजनिक क्षेत्रात आला. २००० सालापर्यंत त्यात एकाधिकार राहिला. त्यानंतर विमा क्षेत्र खुले झाले पण २००३ पासून सरकारी मालकीच्या चार विमा कंपन्या स्पर्धेत राहिल्या. आजही सामान्य विमा व्यवसायातील लक्षणीय वाटा या चार कंपन्यांकडेच आहे.

२०१८च्या अर्थसंकल्पात सदर चार कंपन्यांचे विलीनीकरण करण्याचा प्रस्ताव अर्थमंत्र्यांनी मांडला आहे.

❐

१८ विदेशी चलनाच्या प्रत्येक व्यवहारावर सरकारचे रिझर्व बँकेच्या माध्यमातून नियंत्रण आणण्यासाठी वर्ष १९७३ – विदेशी चलन नियमन कायदा

कोणत्याही देशातील विदेशी चलनाचे व्यवहार तीन प्रकारचे असतात.

१. विदेशी वस्तू व सेवांची खरेदी विक्री ज्याला आपण आयात आणि निर्यात म्हणतो.

२. वित्त प्रेषण म्हणजे विदेशी चलन देशातून बाहेर पाठविणे व देशात येणे

३. भांडवली खात्यावरील व्यवहार उदा. विदेशी थेट गुंतवणूक, विदेशी भाग भांडार गुंतवणूक, विदेशी कर्जे, देशातून अन्य देशात गुंतवणूक इत्यादी.

सदर तीन प्रकारांच्या व्यवहारातून विदेशी चलन देशात येते आणि देशातून बाहेर जाते. शिल्लक राहिलेले विदेशी चलन म्हणजे देशाचा विदेशी चलनाचा साठा होय.

स्वातंत्र्यानंतर २०–२५ वर्षात भारताचा विदेशी चलन साठा धोक्याच्या पातळीवर पोहोचला. आयात भरपूर, निर्यात फारच मर्यादित, आणि विदेशातून वित्त प्रेषण नाही तसेच गुंतवणूक नाही. यामुळे विदेशी चलनाची चणचण भासू लागली. आंतरराष्ट्रीय व्यवहारांसाठी विदेशी चलन तर आवश्यक असते जर त्याचा साठा मर्यादित झाला तर देशाची जागतिक बाजारपेठेत पत कमी होते आणि इतर देशांशी व्यापार व्यवहार करणे अवघड जाते. सबब कोणत्याही देशासाठी विदेशी चलन ही अतिशय मौल्यवान बाब असते. भारतात त्याचा तुटवडा झाला होता. ती स्थिती सुधारण्यासाठी काही पाऊले उचलणे आवश्यक होते. देशातील कोणाही निवासी भारतीयाने कोणत्याही प्रकारच्या व्यवहाराने विदेशी चलन मिळविले तर त्यावर सरकारचा हक्क आहे अशी सरकारची मानसिकता तयार झाली. असे मिळालेले विदेशी चलन प्रत्येकाने रिझर्व बँकेकडे जमा केले पाहिजे आणि विदेशी चलनाच्या

प्रत्येक व्यवहारावर सरकारचे रिझर्व बँकेच्या माध्यमातून नियंत्रण असले पाहिजे या विचारातून १९७३ साली विदेशी चलन नियमन (Foreign Exchange Regulation Act - FERA) कायदा पारित करण्यात आला व तो १ जानेवारी १९७४ पासून लागू झाला.

उद्दिष्ट्ये व तरतुदी

फेरा कायद्याचे उद्दिष्ट होते देशाच्या आर्थिक विकासाच्या दृष्टीने देशाच्या विदेशी चलनाच्या स्रोतांचे संधारण करणे आणि विदेशी चलनाचा योग्य विनियोग करणे. त्यासाठी फेरा कायद्याने खालील चार प्रकारच्या व्यवहारांचे नियमन सुरू झाले – काही प्रकारचा भरणा, विदेशी चलन आणि प्रतिभूती यातील व्यवहार, विदेशी चलनाची आयात व निर्यात आणि अप्रत्यक्षपणे विदेशी चलनावर परिणाम करणारे व्यवहार.

सदर कायद्याची अंमलबजावणी करण्याचे दायित्व रिझर्व बँकेकडे देण्यात आले. रिझर्व बँकेने परवानगी न दिलेल्या विदेशी चलनातील सर्व व्यवहारांवर बंदी घालण्यात आली. या कायद्यानुसार निर्बंध लावलेल्या बाबी –

१. विशिष्ट विदेशी चलनाची आयात आणि निर्यात
२. बेकायदेशीर विदेशी चलनातील भरणा
३. विदेशी चलनाचा व्यापार – व्यवहार
४. आयातीच्या बिलांच्या रकमा देणे
५. बेअरर प्रतिभूती इश्यू करणे
६. व्यवहारांची विदेशात सेटलमेंट
७. भारताबाहेर स्थावर मालमत्ता खरेदी व धारणा
८. विदेशी चलनात व्यवहार करण्यासाठी एजंट म्हणून व्यक्ती किंवा कंपनीची नियुक्ती
९. भारतात धंद्याची जागा स्थापित करणे.
१०. विदेशी नागरिकांना भारतात व्यवसाय सुरू करण्यासाठी रिझर्व बँकेची परवानगी
११. भारतात स्थावर मालमत्ता खरेदी व धारणा.

थोडक्यात अधिकृत व्यापारी (authorised dealer) आणि चलन बदलून देणारा (money-changer) यांच्या व्यतिरिक्त कोणासही रिझर्व बँकेच्या परवानगी शिवाय विदेशी चलन खरेदी करणे, अन्य मार्गांनी मिळविणे, विकणे, हस्तांतरित करणे कर्जाऊ देणे किंवा घेणे यावर बंदी आली. विदेशी चलनातील कोणत्याही व्यवहाराच्या विनिमयाचा दर रिझर्व बँकेने ठरविलेल्या दरापेक्षा भिन्न आकारण्यास रिझर्व बँकेची परवानगी अनिवार्य करण्यात आली. ज्या कोणास विदेशी चलन

विशिष्ट कारणासाठी मिळाले असेल त्याने ते चलन त्याच कारणासाठी वापरणे आवश्यक झाले. आणि ते त्या कारणासाठी वापरता येणार नसेल तर ते तीस दिवसात अधिकृत व्यापारी अथवा चलन बदलून देणारा (money-changer) यांच्याकडे परत करणे गरजेचे झाले.

फेरा कायद्याने कोणाही व्यक्ती, फर्म किंवा कंपनीकडून भारतीय चलन, विदेशी चलन, हिशोबाची पुस्तके इत्यादी विषयी माहिती मागविण्याचा अधिकार रिझर्व बँकेला देण्यात आला. त्याच बरोबर संशयित व्यक्ती / कंपनी यांची चौकशी करणे, छापा टाकणे आणि कागद पत्रे ताब्यात घेणे यासाठी सर्वाधिकार रिझर्व बँकेला देण्यात आले.

विदेशी चलन व्यवहारांसाठी अधिकृत व्यापारी (authorised dealer) आणि चलन बदलून देणारा (money-changer) यांना रिझर्व बँकेचा परवाना घेणे अनिवार्य झाले. त्यांनी रिझर्व बँकेच्या पूर्व परवानगी शिवाय विदेशी चलन रुपयात आणि रुपये विदेशी चलनात बदलून देण्यावर बंदी आली. रिझर्व बँकेने ज्या कारणासाठी विदेशी चलन दिले असेल त्याच कारणासाठी ते वापरण्याचे बंधन घालण्यात आले. रिझर्व बँकेच्या परवानगी शिवाय भारतातील कोणालाही विदेशात पैसे पाठवायला तसेच विदेशातून भारतात पैसे आणायला बंदी आली. कोणत्याही प्रकारची प्रपत्रे इश्यू करून विदेशी चलनात काही दायित्व अथवा काही येणे निर्माण करण्यास मज्जाव करण्यात आला. कोणाही निर्यातदारास सरकारच्या परवानगी शिवाय माल निर्यातीस बंदी घातली गेली. तसेच भारतातून विदेशात कोणतीही प्रतिभूती इश्यू करायला अथवा विदेशातील कोणतीही प्रतिभूती भारतीयाने घेण्याला रिझर्व बँकेची परवानगी अनिवार्य झाली. भारतात एजंट अथवा तंत्र सल्लागार तसेच व्यवस्थापन सल्लागार यांच्या नियुक्तीवर बंधने आली.

उदारीकरणाचे वारे वाहू लागल्यानंतर १९९३ साली सदर कायद्यात बदल करून Foreign Exchange Regulation (amendment) Act पारित करण्यात आला आणि विदेशी चलन व्यवहारांवरील निर्बंध मोठ्या प्रमाणात शिथिल करण्यात आले.

मूल्यमापन

फेरा कायद्यापूर्वी विदेशी कंपन्यांच्या भारतातील गुंतवणुकीसाठी कोणतेच निर्बंध नसल्याने जे उद्योग भारतीय कंपन्या करू शकत होत्या त्यातच विदेशी गुंतवणूक येत असे आणि नफा विदेशात जात असे. फेरा कायद्यामुळे तंत्रज्ञानाची उपलब्धता, निर्यातवृद्धी, आयात पर्यायन आणि संशोधन या सह विदेशी गुंतवणूक येऊ लागली. Priority industries आणि निर्यात याकडे लक्ष केंद्रित झाले. विदेशी चलनाचा वापर जास्त काळजीने होऊ लागला.

पण काही लोक या कायद्याला Draconian कायदा म्हणू लागले. सदर कायद्याने विदेशी चलनासंबंधीच्या प्रत्येक गोष्टीचे नियमन करायला सुरूवात झाली. या कायद्याने भारतीय उद्योगांचे आधुनिकीकरण आणि विस्तार यात अडथळा निर्माण झाला तसेच उद्योगांचा विकास खुंटला असा दावा केला जातो. निर्यातीसाठी कटकटीची आणि दीर्घ प्रक्रिया आवश्यक झाली. आयातीसाठी परवानग्या अनिवार्य झाल्या. विदेशी चलनाचा अयोग्य वापर होऊ नये या साठी केलेला हा कायदा आयात निर्यातीसाठी अडसर ठरला.

IBM, Coca Cola सारख्या कंपन्या भारतातून निघून गेल्या. विदेशी कंपन्यांतील भागधारणा कमी करण्या ऐवजी काही कंपन्यांनी भारतात आणखी भाग भांडवल उभारून विदेशी भागधारणेचे फक्त प्रमाण कमी केले. या जादा भांडवलातून भारतात आपल्या उद्योगाचा विस्तार करून अधिक नफा कमविला. कायदा होण्यापूर्वी जितका नफा विदेशात पाठविला जात होता त्याच्या जवळपास दुप्पट नफा बाहेर जाऊ लागला. भाग धारणेचे प्रमाण ४०% पर्यंत कमी झाले तरी कंपन्यांचे व्यवस्थापन विदेशी लोकांच्याच हातात राहिले.

फेमा कायदा

विदेशी चलनाच्या प्रत्येक आणि सर्व व्यवहारांवर फेरा कायद्याने नियमन केले जात होते. १९९१ साली उदारीकरण आणि जागतिकीकरणाचे धोरण स्वीकारल्या नंतर त्यात बदल करणे आवश्यक वाटू लागले. त्यानुसार फेरा दुरुस्ती कायदा १९९३मध्ये केला गेला. परंतु बदलत्या आंतरराष्ट्रीय परिस्थितीत तोही कालसुसंगत वाटेनासा झाला. सबब १९९९ मध्ये फेरा रद्द करून त्या जागी Foreign Exchange Management Act (FEMA) पारित करण्यात आला व तो १ जून २००० पासून लागू झाला. विदेशी व्यापार आणि विदेशी भरणा या बाबत सुलभता आणण्यासाठी सद्य विदेशी चलन संबंधी कायदे बदलणे तसेच एकत्रित करणे आणि भारतातील विदेशी चलन बाजारपेठेचा योग्य पद्धतीने विकास करणे हा फेमा चा हेतू आहे. फेरा आणि फेमा कायद्यांची तुलना करायची झाल्यास असे म्हणता येईल की फेरा कायदा विदेशी चलनाचा गैरवापर थांबविण्यासाठी होता तर फेमा कायदा विदेशी व्यापार सुकर/ सुलभ करण्यासाठी झाला. फेरा कायद्याचा भर विदेशी चलनाच्या नियंत्रणा वर होता तर फेमा कायद्यात तो विदेशी चलनाच्या व्यवस्थापनाकडे गेला.

❐

१९ ग्रामीण भागात शेतकरी, शेतमजूर आणि सामाजिक–आर्थिक दुर्बल घटकांना पत पुरवठा करण्यासाठी वर्ष १९७५ – क्षेत्रीय ग्रामीण बँकांची स्थापना

१९७०च्या दशकात भारतातील सुमारे ७०% जनता ग्रामीण भागाशी जोडलेली होती व त्यांना देशाच्या मुख्य आर्थिक प्रवाहात सामील करणे आवश्यक होते. ग्रामीण भागात ग्रामीण जनतेचा आर्थिक विकास साधण्यासाठी दोन प्रकारच्या वित्तीय संस्था कार्यरत होत्या त्या म्हणजे – विसाव्या शतकाच्या सुरूवातीला स्थापन झालेल्या सहकारी बँका आणि १९६०च्या दशकाच्या अखेरीस ग्रामीण भागाशी जोडलेल्या व्यापारी बँका. १९६९मध्ये १४ बँकांचे राष्ट्रीयीकरण झाले आणि जनतेचा भारतातील बँकिंग व्यवस्थेवरील विश्वास दुणावला. परंतु व्यापारी बँकांची कार्यसंस्कृती शहरी असल्याने बँकांच्या राष्ट्रीयीकरणानंतरसुद्धा त्यांच्या मार्फत ग्रामीण भागात पतपुरवठा होण्याची शक्यता दिसेना.

या प्रश्नावर विचार करण्यासाठी सरकारने १९७५मध्ये नरसिंहम कार्यगटाची स्थापना केली. या कार्य गटाच्या शिफारशीनुसार क्षेत्रीय ग्रामीण बँकांची सुरूवात झाली.

स्थापना व कार्ये

सप्टेम्बर १९७५ मध्ये एक अध्यादेश काढून सरकारने क्षेत्रीय ग्रामीण बँका (Regional Rural Banks - RRBs) स्थापन करण्याचा मार्ग प्रशस्त केला. २ ऑक्टोबर १९७५ला पहिली RRB स्थापन झाली. RRBs ची स्थापना, नियमन आणि समापन यासाठी संसदेने ९ फेब्रुवारी १९७६ रोजी The Regional Rural Banks Act, 1976 पारित केला. सदर कायद्यात या बँकांच्या स्थापने मागचा हेतू स्पष्टपणे नमूद केला आहे तो असा – ग्रामीण भागात कृषी, व्यापार, वाणिज्य, उद्योग

आणि इतर उत्पादक कामांचा विकास करणे, छोटे आणि सीमांत शेतकरी, शेत मजूर, कारागीर आणि छोटे उद्योजक यांना पत पुरवठा करणे आणि इतर बँकिंग सुविधा पुरविणे व तद अनुषंगिक इतर सेवा पुरविणे.

एकीकडे सहकारी बँकांचा अनुभव व ओळख आणि दुसरीकडे व्यापारी बँकांची व्यावसायिक दृष्टी यांचा उत्तम संयोग असणारी ही व्यवस्था निर्माण केली गेली. ग्रामीण भागातील शेतकरी, शेतमजूर आणि सामाजिक-आर्थिक दुर्बल घटकांना पत पुरवठा करण्याचे दायित्व सदर बँकांवर सोपविण्यात आले. सदर बँका शासन प्रायोजित आहेत. त्यांना प्रादेशिक आधार आहे आणि त्यांचे काम प्रामुख्याने ग्रामीण भागासाठी आहे.

सदर बँका स्थानिक स्तरावर काम करणाऱ्या व सूक्ष्म वित्त पुरवठा करणाऱ्या म्हणून प्रसिद्ध झाल्या. त्यांचे कार्यक्षेत्र एक किंवा दोन जिल्हे इतके मर्यादित असते आणि ते केंद्र सरकार नोटिफिकेशन काढून ठरवून देते. त्यांनी प्रामुख्याने ग्रामीण भागात काम करणे अपेक्षित असले तरी त्यांच्या शाखा निम शहरी भागातही सुरू करण्यास परवानगी देण्यात आली. सार्वजनिक क्षेत्रातील काही बँकांनी RRB प्रायोजित केल्या. अशा RRB ची ५०% मालकी केंद्र सरकारची, ३५% प्रायोजक बँकेची आणि १५% राज्य सरकारची अशी निश्चित करण्यात आली.

ग्रामीण आणि निम शहरी भागात बँकिंग सेवा पुरविण्या बरोबरच या बँका पेन्शन चे वितरण, मनरेगा योजनेचे वेतन वितरण अशी शासकीय कामे करू लागल्या. शिवाय लॉकर उपलब्ध करणे, डेबिट कार्ड क्रेडिट कार्ड देणे या प्रकारच्या सह बँकिंग सेवाही देऊ लागल्या. ग्रामीण गुणवैशिष्ट्ये असलेली, स्थानिक वाटणारी आणि गरीब जनताकेन्द्री अशी ओळख ठेवून कमी परिव्यय असणारी बँक म्हणजे क्षेत्रीय ग्रामीण बँक होय. अशी प्रत्येक बँक सार्वजनिक क्षेत्रातील कोणत्या तरी बँकेने प्रायोजित करणे अपेक्षित असले तरी प्रत्येक RRB स्वतंत्र आणि आर्थिकदृष्ट्या स्वावलंबी व्हावी याचा आग्रह होता. सदर बँकांनी कर्जावर आकारायचा कमाल व्याज दर रिझर्व बँक सूचित करते.

विस्तार व मूल्यमापन

गांधी जयंतीच्या मुहूर्तावर २ ऑक्टोबर १९७५ रोजी प्रथमा बँक या नावाने ५ कोटी भाग भांडवल असलेली पहिली RRB सुरू करण्यात आली. एक वर्षानंतर याच दिवशी आणखी ५ RRBs सुरू झाल्या. त्यांचे एकत्रित भाग भांडवल १०० कोटी रुपये होते. सुरूवातीच्या काळात या बँकांचा विस्तार फार झपाट्याने झाला. बँकांची संख्या वाढली, वेगवेगळ्या राज्यात त्या सुरू झाल्या आणि त्यांच्या शाखांचीही संख्या वाढली. १९८५ सालच्या अखेरीस RRB च्या १२६०६ शाखा

होत्या. त्यांचे ऋण ठेव प्रमाण १६५% इतक्या उच्च पातळीवर होते. सदर बँकांनी आपले अल्प परिव्यय प्रतिमान जपत ग्रामीण भागात शाखा उघडल्या, दुर्बल घटकांना कमी व्याज दराने कर्जे दिली.

सदर बँकांना व्यावसायिक दृष्टिकोन आणि प्रेरणा नव्हती. त्यामुळे अल्पावधीतच त्या आर्थिक दृष्ट्या अक्षम झाल्या. १९८६ अखेरीस त्यांचे ऋण ठेव प्रमाण १६५% वरून १०४% पर्यंत घसरले आणि पुढे ते झपाट्याने खाली येत राहिले. १९८९ मध्ये सरकारने Agricultural Credit Review Committee नेमली. तिने असे नमूद केले की गरीब ग्रामीण लोकांना पत पुरविण्याचे काम करणारी बँक स्वतः आर्थिक दृष्ट्या स्वयंपूर्ण असली पाहिजे. परंतु RRBs ची अवस्था तशी नाही. आपल्या अविवेकी बँकिंग धोरणामुळे सदर बँका अव्यवहार्य झाल्या आहेत आणि त्या प्रचंड तोटा सहन करत आहेत. संपूर्ण बँकिंग व्यवस्थेत RRBs हा एक नकारात्मक भाग झाला असून त्या चालू ठेवण्यासाठी कोणतेही समर्थनीय कारण नाही. सबब त्यांचे प्रायोजक बँकेत विलीनीकरण करणे हा एक उपाय आता शिल्लक आहे. परंतु तो पर्यंत RRBs च्या शाखांचे जाळे इतके विस्तारलेले होते की सरकारला असे विलीनीकरण करणे राजकीय दृष्ट्या शहाणपणाचे वाटले नाही.

१९९०मध्ये सुद्धा नरसिंहम समितीने पुन्हा RRBs चे प्रायोजक बँकांमध्ये विलीनीकरण करण्याची शिफारस केली. १९९३ मध्ये १९६ RRBs पैकी १७२ RRBs तोट्यात होत्या. तोट्याच्या रकमेपेक्षा भांडवलाची रक्कम फारच अपुरी होती. कर्ज वसुलीचे प्रमाण ४०% पर्यंत घसरलेले होते. थोडक्यात RRBs ची सुरूवात केल्या पासून केवळ दोन दशकात त्या आर्थिक दृष्ट्या अक्षम झाल्या. त्यांच्या बँकिंग व्यवसायातील संधी वाढाव्यात आणि त्या नफ्यात याव्यात म्हणून सरकारने त्यांना निर्णय स्वातंत्र्य आणि त्यांचे पुनर्भांडवलीकरण करण्याच्या योजना आखल्या. त्याने फार सुधार झाला नाही. २००५ मध्ये सरकारने त्यांच्या विलीनीकरणाचा पहिला टप्पा राबविला. मार्च २०१० पर्यंत एका राज्यातील एका प्रायोजक बँकेच्या RRBsचे विलीनीकरण करून RRBs ची संख्या १९६ वरून ८२ पर्यंत कमी केली. पुढेही विलीनीकरणाचे सत्र चालूच ठेवले. २०१२ मध्ये एका राज्यातील वेगवेगळ्या बँकांनी पुरस्कृत केलेल्या बँकांचेही विलीनीकरण करायला सुरूवात केली. मध्यम राज्यात केवळ एक आणि मोठ्या राज्यात दोन किंवा तीन RRBs असाव्यात या दृष्टीने विलीनीकरणाने वेग घेतला. सन २०१३-१४ मध्ये पाच राज्यात १३ RRBs चे विलीनीकरण करून त्यांची संख्या सहा झाली. ३१ मार्च २०१६ रोजी ५६ RRBs कार्यरत होत्या. त्यांनी ५२५ जिल्ह्यांमध्ये आपले कामकाज चालवले आहे आणि त्यांच्या १४४९४ शाखांचा विस्तार आहे.

विलीनीकरणानंतर RRBs च्या कारभारात सुधारणा झाली. ३१-०३-२०१६ रोजी ५६ RRBs पैकी ५१ नफ्यात आल्या आणि केवळ पाच बँका तोट्यात होत्या. RRBs चे भांडवल वाढविण्यासंबंधी शिफारस करण्यासाठी सरकारने चक्रवर्ती समिती नेमली. समितीच्या शिफारशी नुसार २१ राज्यातील निवडक ४० RRBs चे पुनर्भांडवलीकरण करण्याचा निर्णय सरकारने घेतला. २०१५-१६ या वर्षात केंद्र सरकार आणि नाबार्ड यांनी अनुक्रमे ११.५ कोटी रुपये आणि २८.२० कोटी रुपये RRBs च्या पुनर्भांडवलीकारणासाठी दिले.

१२ मे २०१५ रोजी RRB दुरुस्ती कायदा मंजूर करून RRBs चे अधिकृत भांडवल रु. २,००० कोटी पर्यंत वाढविले. सदर भांडवल भांडवल बाजारातून अथवा प्रायव्हेट प्लेसमेंट द्वारे उभारण्याची परवानगी देण्यात आली. २००१ ते २०१६ या कालावधीत RRBs च्या ठेवीतील वाढ ८.२३ पट तर कर्जातील वाढ १३.१० पट दिसून आली. याच काळात कर्ज वसुलीचे प्रमाण ७०.५९% वरून ८२.५१% पर्यंत वाढले. सदर कालावधीत RRBs च्या स्व भांडवलात रु. ४,०५९ कोटी वरून रु.२७,७१६ कोटींपर्यंत वाढ झाली. तर कर्जाऊ भांडवलातील वाढ रु. ४,५२४ कोटी वरून ४८,११० कोटी अशी होती. सदर कालावधीत नुकसानीत असलेल्या RRBs ची संख्या ५६ वरून केवळ ५ पर्यंत कमी झाली. RRBs चा एकूण नफा रु.६००.६२ कोटी वरून रु. २४३५ कोटीं पर्यंत वाढला.

गरिबांना केंद्रबिंदू मानून ग्रामीण भागाचा विकास करण्यासाठी स्थानिक कार्यसंस्कृतीनुसार अल्प परिव्ययाने RRBs ने काम करावे ही अपेक्षा असलेल्या RRBs ने सुरूवातीच्या काळात आपला चांगला ठसा उमटवला. मधल्या काही काळात त्यांची आर्थिक स्थिती बिघडली. परंतु त्यांच्या विलीनीकरणानंतर, पुनर्भांडवलीकरणानंतर त्यांचे कामकाज सुधारू लागले. आज RRBs ग्रामीण भागातील शाखा विस्तार, ठेवी गोळा करणे, ग्रामीण जनतेची कर्जांची गरज पूर्ण करणे आणि त्यातून ग्रामीण विकास साधणे यात मोठे योगदान देत आहे. त्या बँका अधिक तंत्रज्ञान युक्त करणे, त्यांच्या कर्मचाऱ्यांना चांगले प्रशिक्षण देणे आणि त्यांचे चांगले पर्यवेक्षण करणे याकडे लक्ष दिल्यास त्या आणखी प्रभावी होऊ शकतील.

❐

२० विदेशी व्यापार आणि गुंतवणुकीला वित्त पुरवठा करणे, सुविधा आणि प्रोत्साहन देणे यासाठी वर्ष १९८१ – आयात निर्यात बँकेची स्थापना

आर्थिक विकासासाठी विदेशी व्यापाराचे फार महत्त्व असते. सर्व देशांना विदेशी चलनाची गरज असते. भारत सुद्धा याला अपवाद नाही. स्वातंत्र्यानंतर सुरूवातीला भारताने आयात पर्यायनाचा मार्ग अवलंबला. पण भांडवली वस्तूंची आणि कच्च्या मालाची आयात करण्यास पर्याय नाही हे लक्षात आले. निर्यात आधिक्य नसल्यामुळे विदेशी चलन मिळविण्यासाठी सरकारला विदेशी कर्ज घेण्यावाचून पर्याय नव्हता. सतत कर्जे घेत गेल्यामुळे १९८०च्या सुमारास भारतावर विदेशी कर्जाचा डोंगर झाला होता. निर्यात वाढविणे हाच यावर दीर्घकालीन उपाय असल्याचे जाणवू लागले आणि निर्यातीला प्रोत्साहन देण्याचा प्रयत्न अधिक जोमाने सुरू झाला. IDBI चा आंतरराष्ट्रीय वित्त विभाग विदेशी व्यापाराला वित्त पुरवठा करण्याचे महत्त्वाचे काम करत होता. त्यात तज्ज्ञता यावी व त्याचा विस्तार व्हावा याची गरज जाणवत होती. केवळ वित्त पुरवठा करणे पुरेसे नाही तर त्या बरोबरच संशोधन, उत्पादनांचा विकास, विपणनात सक्षमता यासाठी उद्योगांना सल्ल्याचीही गरज असते, हे लक्षात घेऊन काही विचार झाला.

आंतरराष्ट्रीय व्यापाराचे महत्त्व लक्षात घेऊन त्यासाठी वित्त पुरवठा, संशोधन आणि सल्ला अशी कामे करणारी एक सक्षम आणि तज्ज्ञ संस्था असण्याची गरज प्रकर्षाने जाणवू लागली. त्यासाठी आवश्यकता असल्यास सदर स्वतंत्र संस्थेने IDBI चा आंतरराष्ट्रीय वित्त विभागही ताब्यात घ्यावा असा विचार झाला. भारताच्या आंतरराष्ट्रीय व्यापाराला आणि गुंतवणुकीला वित्त पुरवठा करणे, सुविधा पुरविणे आणि प्रोत्साहन देणे यासाठी एक स्वतंत्र संस्था सुरू करण्याच्या उद्देशाने संसदेमध्ये सप्टेंबर १९८१मध्ये एक कायदा पारित करून EXIM बँक सुरू करण्याची मुहूर्तमेढ

केली. बँकेचे कामकाज मार्च १९८२ पासून सुरू करण्यात आले. बँकेचे अधिकृत भांडवल रु. २०० कोटींचे असून भरणा भांडवल रु. १०० कोटींचे आहे. संपूर्ण भांडवल केंद्र सरकारने दिलेले असल्याने सदर बँक भारत सरकारच्या संपूर्ण मालकीची आहे. EXIM बँकेचे व्यवस्थापन संचालक मंडळामार्फत केले जाते. केंद्र सरकार, रिझर्व बँक, Export Credit Guarantee Corporation, सार्वजनिक क्षेत्रातील बँक्स आणि उद्योजक यांचे प्रतिनिधी संचालक मंडळावर कार्यरत असतात.

EXIM बँकेची उद्दिष्ट्ये

- भारताच्या आयात-निर्यात क्षेत्राला वित्तीय, तांत्रिक आणि प्रशासकीय मदत पुरविणे.
- निर्यात करू शकणाऱ्या उपक्रमांचे नियोजन तसेच विकास करणे आणि त्यांना प्रोत्साहन देणे, वित्त पुरवठा करणे.
- विदेशी व्यापाराला उत्तेजन देण्यासाठी तसेच त्याचा विकास करण्यासाठी आवश्यक असे सर्व्हेक्षण, संशोधन आणि तांत्रिक- आर्थिक अभ्यास करणे व त्यासाठी वित्त पुरवठा करणे.
- आंतरराष्ट्रीय व्यापाराशी निगडीत बाजारपेठ आणि पत स्थिती या संबंधी माहिती गोळा करणे, तिचे संकलन आणि प्रसार करणे.

EXIM बँकेचे कार्य

EXIM बँक देशाचा आंतरराष्ट्रीय व्यापार वाढवा यासाठी आयातदार आणि निर्यातदार यांना वित्तीय मदत करते. ती वस्तू व सेवांच्या आयात निर्यातीस वित्त पुरवठा करणाऱ्या संस्थांचा समन्वय साधणारी प्रमुख संस्था आहे. ही बँक सार्वजनिक हितसंबंध जपत पूर्णतः व्यापारी तत्त्वावर कार्यरत आहे. व्यापारी बँकांनी दिलेल्या आयात-निर्यात कर्जासाठी ही बँक त्यांना पुनर्वित्त पुरवठा करते. आंतरराष्ट्रीय व्यापार वृद्धीसाठी सदर बँक भारतात किंवा भारताबाहेरील देशात वित्त पुरवठा करते. भांडवली वस्तूंची आयात करणाऱ्या भारतीयांना त्यांची किंमत हप्त्याने देता यावी यासाठी बँक निर्यातदारांना हमी देते. विदेशातून लीज ने मशिनरी घेण्यासाठी बँक सहाय्य करते. रेल्वे, तेल विहिरी असे प्रकल्प इतर देशात राबविण्यासाठी भारतीय उद्योगांना वित्त पुरवठा करते. भारतीय उद्योजकांकडून विदेशात कोणी आयात करत असेल तर ही बँक त्या देशातल्या मध्यवर्ती बँकेला कर्ज पुरवठा करते. त्यातून त्या आयातदाराला कर्ज पुरवठा होतो आणि पर्यायाने भारतातून निर्यात वाढते. आयात निर्यात क्षेत्राला वित्त पुरावठ्याबरोबरच सदर बँक तांत्रिक आणि व्यवस्थापकीय मदत सुद्धा पुरविते. निर्यात प्रधान उद्योगांना नियोजन, विकास आणि विस्तार यासाठी मदत

करते, विदेशात संयुक्त प्रकल्प चालविण्यासाठी सदर बँक वित्त पुरवठा करते. EXIM बँक आयात निर्यात क्षेत्रात काम करणाऱ्या कंपन्यांना मर्यादित प्रमाणात मर्चंट बँकिंग सेवा (समभाग आणि बाँड्स यांचे अंडर रायटिंग इ.) पुरविते. आंतरराष्ट्रीय व्यापारात नेतृत्व पुरवणारी आणि तज्ज्ञता असलेली ही बँक आहे.

आंतरराष्ट्रीय व्यापाराच्या प्रत्येक टप्प्यावर सदर बँक मदत करते, आयातीला वित्त पुरवठा, pre shipment आणि post shipment वित्त पुरवठा, विदेशात गुंतवणूक, उत्पादनांचा विकास, विपणन विषयी मार्गदर्शन, निर्यातीसाठी उत्पादन आणि सल्ला सेवा अशा सर्व सेवा बँक देते. निर्यातीसाठी अल्प, मध्यम व दीर्घ मुदतीची कर्जे देण्याबरोबरच सदर बँक भांडवली वस्तूंच्या आयातीसाठी तसेच मोठ्या प्रमाणात कच्चा माल आयात करण्यासाठी कर्ज देते. निर्यात करणाऱ्या उद्योगांना उत्पादन विकास, उद्योगाचा विस्तार, नवे प्रकल्प, निर्यात बाजारपेठेचा विकास यासाठी आर्थिक मदत करते. विदेशातील कंपन्यात समभाग गुंतवणूक करण्यासाठी मुदतीची कर्जे देते. या शिवाय निर्यात करणाऱ्या भारतीय आणि विदेशी कंपन्यांच्या थेट समभागात गुंतवणूक सुद्धा करते. बँक आंतरराष्ट्रीय व्यापाराला वित्त पुरवठा दोन प्रकाराने करते - fund based (निर्यात कर्जे, विदेशात गुंतवणुकीसाठी कर्जे, आयात कर्जे, निर्यातदारांना मुदत कर्जे, इ.) आणि non fund based (performance guarantee, payment guarantee, financial guarantee, letter of credit इ.)

कामगिरी

वित्त पुरवठा करण्याचे दोन दृष्टिकोन असतात. एक म्हणजे Product centric. या प्रकारात बँक कर्ज देण्यासाठी विविध योजना आखते आणि त्यानुसार कर्ज देते. स्वाभाविकपणे आयात-निर्यातदाराला अशा योजनांनुसारच कर्ज मिळते. परंतु अनेकदा त्याच्या गरजा भिन्न असू शकतात. आणि त्या परिस्थितीत एक तर त्याला कर्ज मिळत नाही किंवा त्याने घेतलेले कर्ज योग्य प्रकारे वापरले जात नाही. कर्जाचा दुसरा प्रकार असतो तो customer centric. या प्रकारात ग्राहक म्हणजे कर्जदार याला केंद्रस्थानी मानून त्याच्या गरजेनुसार कर्ज दिले जाते. असे कर्ज ग्राहकाच्या गरजा पूर्ण करणारे असल्याने जास्त उपयुक्त ठरते. EXIM बँकेचा सुरूवातीला वित्त पुरवठ्याचा product centric असा दृष्टिकोन होता. तो बदलून आता ग्राहक केन्द्री दृष्टिकोन (customer centric) स्वीकारल्यामुळे बँकेच्या कामकाजात मोठी प्रगती झालेली दिसते. ३१-०३ २०१७ रोजी बँकेचा लोन पोर्टफ़ोलिओ रु. १०२६४१ कोटी रुपये तर non funded portfolio १२२३१ कोटी रुपयांचा होता. बँकेचा कामकाजी नफा रु. २५०० कोटीचा होता. बँकेचा करोत्तर नफा २०१३-१४ या वर्षी ७४२ कोटी रुपयांचा होता तो मात्र फार कमी होऊन २०१६-१७ या वर्षात फक्त ४१ कोटी रुपये

राहिला. बँकेने सरकारला दिलेला नफ्यातील भाग २०१४-१५ या वर्षी ४३३ कोटींचा होता तो २०१६-१७ ला केवळ ४ कोटी रुपये इतक्या खालच्या पातळीवर आला. बँकेचे नक्त मालमत्ता मूल्य प्रतिवर्षी वाढत जाऊन ३१.०३.२०१७ रोजी ११९८६ कोटी रुपये होते. भांडवलाशी जोखीमयुक्त मालमत्तेचे प्रमाण १५.८१% इतके आहे.

३१.०३.२०१७ रोजी बँकेकडे एकूण निधी रु. १,०८,०९७ कोटी आहे. त्यात स्वनिधी १०.९६%, रुपयातील कर्जे ४४.८६% आणि विदेशी चलनातील कर्जे ४४.१८% इतकी आहेत. २०१६-१७ या वर्षात बँकेला केंद्र सरकारने ५०० कोटींचे भाग भांडवल दिले तर रुपयातील कर्ज उभारणी रु. २१,६०० कोटी आणि विदेशी चलनातील कर्ज उभारणी रु. १८,८०० कोटीची झाली. बँकेचे पतमापन उच्च दर्जाचे आहे.

मूल्यमापन

बँक कार्यरत होऊन ३५ वर्षांचा काळ उलटला आहे. भारताची निर्यात वाढविण्यात बँकेचे योगदान किती ह्या प्रश्नाचे उत्तर देणे फार सोपे नाही कारण निर्यात वृद्धी अनेक घटकांवर अवलंबून असते. बँकेने स्वतःच्या कामाचा विस्तार मात्र चांगला केलेला दिसतो. निर्यात संधींची पुरेशी आणि योग्य माहिती उपलब्ध करून देण्यात बँकेचा मोठा वाटा आहे. इतक्या वर्षांच्या आपल्या कारकिर्दीत Exim Bank of India ने एक विशेष स्थान निर्माण केले आहे. जागतिकीकरणाच्या प्रयत्नात असलेल्या लघु आणि मध्यम उद्योगांना वित्त आणि सल्ला पुरवठा या बाबतीत जणू भागीदाराची भूमिका वठवली आहे. तंत्रज्ञानाची आयात, निर्यातक्षम उत्पादनांचे विकसन, निर्यातक्षम वस्तूंचे प्रत्यक्ष उत्पादन, जागतिक बाजारपेठेत विपणन वित्त पुरवठा या सर्व बाबतीत विविध सेवा देऊन सहाय्य केले आहे. तरीही ३५ वर्षात भारताचा जगाच्या निर्यातीतील हिस्सा अजूनही १% ची पातळी ओलांडू शकला नाही ही वस्तुस्थिती आहे. सुदान, सिरीया आणि अन्य दोन देशांमध्ये दिलेली बँकेची कर्जे अनर्जक होण्याच्या मार्गावर आहेत. सदर देशातील सामाजिक अशांतता जरी त्यासाठी मोठ्या अंशी कारणीभूत असली तरी बँकेने त्या परिस्थितीचा अंदाज बांधायला हवा होता. बँकेची अनर्जक कर्जे एकूण कर्जांच्या सुमारे २.५% इतकी आहेत. बँकेने आपल्या निर्यात करार आणि कर्ज पुरवठा धोरणात आवश्यक बदल करायला हवेत. प्रकल्पांना मंजूर केलेल्या कर्जांच्या रकमा पूर्णपणे वापरल्या जातील याची दक्षता घेतली पाहिजे. कर्जासाठी अधिक सुरक्षित देशातील आयातदार विकसित केले पाहिजेत. आवश्यक असल्यास विदेशात शाखा उघडल्या पाहिजेत. नवीन

प्रकल्प आणि प्रकल्पांचे आधुनिकीकरण यासाठी कर्ज पुरवठ्याकडे लक्ष द्यायला हवे.

भारतातून वस्तू, सेवा आणि भांडवली वस्तूंची निर्यात वाढविण्यासाठी वित्त पुरवठा, विपणन व व्यवस्थापन सल्ला सेवा आणि संशोधन याबाबतीत EXIM बँकेने निश्चित योगदान दिलेले आहे. त्यात वाढ करण्याला भरपूर वाव आहे याची जाण ठेवून बँकेचे कामकाज चालविणे गरजेचे आहे.

❐

२१ लघु उद्योग वित्तपुरवठा संरचनेतील ऐतिहासिक पाऊल वर्ष १९८२ – भारतीय लघु उद्योग विकास बँकेची (सिडबी) स्थापना

भारताच्या अर्थव्यवस्थेत सूक्ष्म, लघु आणि मध्यम उद्योगाचे स्थान उत्पादनांचे विविध प्रकार, रोजगार व स्वयं रोजगार निर्मितीची शक्यता, निर्यात क्षमता आणि उत्पादनांच्या वाजवी किमती या दृष्टीने फार महत्त्वाचे राहिले आहे. म्हणून स्वातंत्र्यानंतर लघु उद्योग क्षेत्राला वित्त पुरवठा करण्यासाठी अनेक व्यवस्था उत्पन्न करण्यात आल्या. उद्योगांच्या वित्त गरजा प्रामुख्याने दोन प्रकारच्या असतात – एक असते दीर्घकालीन कर्ज आणि दुसरे खेळते भांडवल. सामान्यतः व्यापारी बँका अल्प कालीन अर्थात खेळते भांडवल पुरवीत असत. परंतु जमीन, इमारत, मशिनरी , वाहन अशा मालमत्तेसाठी दीर्घ कालीन वित्त पुरवठ्याची गरज भागविण्याकरिता काही स्वतंत्र व्यवस्था निर्माण करण्याची गरज जाणवत होती. दुसऱ्या पंचवार्षिक योजना काळात लघु उद्योगांना स्थिर मालमत्ता खरेदीसाठी कर्ज उपलब्ध करून देण्याकरिता राज्यांनी स्टेट फायनान्शिअल कॉर्पोरेशन्स स्थापित केली. त्याच काळात स्टेट बँकेने राबलतीच्या व्याज दराने लघु उद्योगांना कर्ज द्यायला सुरूवात केली आणि तोच कित्ता पुढे व्यापारी बँकांनी गिरवला. १९५६ मध्ये नॅशनल स्मॉल इंडस्ट्रीज कॉर्पोरेशन आणि त्यानंतर राज्य स्तरावर स्मॉल इंडस्ट्रीज डेव्हलपमेंट कॉर्पोरेशन्स स्थापन करून लघु उद्योगांना हायर परचेस पद्धतीने मशिनरी पुरविण्याची व्यवस्था केली. अशा पद्धतीने लघु उद्योगांना ही विशेष कॉर्पोरेशन्स स्थिर भांडवल पुरवीत होती. सरकारने १९६० मध्ये क्रेडिट गॅरंटी स्कीम सुरू करून याला आणखी बळ दिले.

१९६४ मध्ये IDBI स्थापन करून लघु उद्योगांच्या दीर्घ कालीन कर्जांची चागली व्यवस्था लावून देण्यात आली. १९६९ मध्ये बँकांचे राष्ट्रीयीकरण झाले आणि लघु उद्योगांची कर्जे प्राधान्य क्षेत्रात आली. १९८२ मध्ये NABARD सुरू

केल्याने लघु उद्योगांना कर्जे मिळण्यात आणखी सुलभता आली. या पार्श्वभूमीवर लघु उद्योग वित्तपुरवठा संरचनेतील ऐतिहासिक पाऊल म्हणजे भारतीय लघु उद्योग विकास बँकेची (सिडबी) स्थापना.

उद्दिष्ट्ये आणि कार्ये

- भारत सरकारने Small Industries Development Bank of India Act १९८९ पारित करून २ एप्रिल १९९० रोजी IDBI च्या पूर्ण मालकीची उप कंपनी म्हणून सिडबी स्थापन केली. तिने IDBI बँकेने लघु उद्योगांना दिलेली सुमारे ४,००० कोटींची कर्जे आपल्याकडे घेतली. सूक्ष्म, लघु आणि मध्यम उद्योगांचा (MSMEs) कर्ज पुरवठा सुलभ आणि सशक्त करणे तसेच त्यांच्या वित्तीय आणि विकासात्मक व्यवस्थेतील त्रुटी भरून काढणे ही सिडबीची उद्दिष्ट्ये होती. सूक्ष्म, लघु आणि मध्यम उद्योग क्षेत्र सशक्त व्हावे, जगात स्पर्धाशील असावे आणि त्याची कीर्ती जगात दुमदुमत राहावी यासाठी सदर क्षेत्राच्या वित्त विषयक आणि विकास विषयक गरजा पूर्ण करणारी एक खिडकी व्यवस्था म्हणून सिडबी सुरू करण्यात आली.

सिडबी MSMEs साठी खालील पद्धतीने काम करते.

१. वित्त पुरवठा : उत्पादन, सेवा पुरवठा आणि पायाभूत सुविधा या क्षेत्रात काम करणाऱ्या MSMEs ना थेट कर्ज पुरवठा आणि अप्रत्यक्ष कर्ज पुरवठा करण्याचे काम सिडबी चे आहे. भाग भांडवल, दीर्घ कालीन कर्ज, येणे बाकी रकमांवर कर्ज इत्यादी मार्गांनी थेट वित्त पुरवठा केला जातो. या शिवाय बँका, बँकेतर वित्तीय संस्था, राज्य वित्त संस्था यांनी MSMEs ना दिलेल्या कर्जांसाठी सिडबी पुनर्वित्त पुरवठा करते.

२. MSMEs चा विकास : आधुनिक तंत्रज्ञान, व्यवस्थापकीय कौशल्ये, धंद्यातील येणे बाकी वेळेवर जमा होण्याच्या पद्धती, उत्पादनांचा दर्जा सुधारणे, आजारी न होण्याची कला, पुरेशा पायाभूत सुविधा, विपणनाबाबत मार्गदर्शन अशा अनेक बाबतीत MSMEs ना मदत करून त्यांचा विकास करण्याचे काम सिडबी करते.

३. समन्वय : लघु आणि मध्यम उद्योगातील सर्वोच्च संस्था या नात्याने सिडबी या क्षेत्राला मदत करणाऱ्या सर्व संस्थांचा समन्वय साधते. या समन्वयातून MSMEs ना पुरेसा आणि वाजवी अटींवर कर्ज पुरवठा होतो. सिडबी ची राष्ट्रीय स्तरावर एक सल्लागार समिती आहे आणि क्षेत्रीय स्तरावर सल्लागार समित्या आहेत. सदर समित्यांवर वेगवेगळ्या संस्थांचे प्रतिनिधी आहेत. त्यांच्याशी संवाद साधून MSMEs च्या विकासाशी संबंधित सर्वांचा समन्वय साधला जातो. MSMEs च्या

विकासातील विविध पैलूंचा विचार करण्यासाठी सिडबीने बँका, वित्त संस्था, शासकीय विभाग, आंतरराष्ट्रीय संस्था, संशोधन आणि विकास संस्था आणि उद्योग संघटना यांच्या बरोबर समझोता करार सुद्धा केले आहेत.

४. विशिष्ट कामांसाठी इतर संस्थांची स्थापना : सिडबीने MSMEs संबंधी विशिष्ट कामांसाठी विविध संस्था सुरू केल्या. उदा. MSMEs ना विनातारण कर्ज पुरवठा करणाऱ्या वित्तीय संस्थांना हमी देण्यासाठी क्रेडिट गॅरंटी ट्रस्ट फंड, लघु उद्योगांना व्हेन्चर कॅपिटल पुरविण्यासाठी सिडबी व्हेन्चर कॅपिटल लि., उद्योगांचा पतदर्जा निश्चित करणारी SME Rating Agency of India, लघु उद्योगांच्या अनर्जक मालमत्तेवर तोडगा काढणारी SME Asset Reconstruction Company इ.

५. सरकारी योजनांची प्रमुख संस्था : MSMEs साठी केंद्र सरकार अनेक योजना आखत असते. उदा. Technology Upgradation Fund Scheme (TUFS), Credit Linked Capital Subsidy Scheme (CLCSS), Integrated Development of Leather Sector Scheme, Development of Infrastructure Development Projects इत्यादी. अशा योजनांच्या अंमलबजावणीसाठी सिडबी केंद्रीय प्रमुख संस्था म्हणून काम करते.

योगदान

स्थापनेनंतर गेल्या २७ वर्षात सिडबीचे MSMEs साठी मोठे योगदान राहिले आहे. देशातील सर्व राज्यांमध्ये १५ क्षेत्रीय कार्यालये आणि ८५ शाखांद्वारे ६०० MSMEs समूहांना सिडबीने सहाय्य केले आहे. ३१-०३-२०१६ रोजी सिडबीने दिलेली कर्जे रु. ६५,६३२ कोटींची होती. त्याचा लाभ सुमारे ३ कोटी ५० लाख लघु उद्योगांनी घेतला. सिडबीची नक्त मालमत्ता रु. १०,८३६ कोटी, उत्पन्न रु. ५,७८४ कोटी तर निव्वळ नफा रु. ११७७ कोटी इतका होता. अनर्जक कर्जाचे प्रमाण केवळ ०.७३% इतके अल्प होते. सिडबीने वाहतूक, आरोग्य, पर्यटन अशा सेवा क्षेत्रातील MSMEs ना सुद्धा मदत केली आहे. आज देशात सुमारे ५ कोटी १० लाख MSMEs उपक्रम आहेत. त्यांनी ११ कोटी ७० लाख इतकी रोजगार निर्मिती केली आहे. ते सुमारे ६,००० प्रकारची उत्पादने तयार करतात. देशातील एकूण उत्पादनात सुमारे ४५% आणि एकूण निर्यातीत ४०% वाटा MSMEs चा आहे. राष्ट्रीय उत्पन्नात MSMEs चे योगदान ३७%च्या जवळपास आहे. थोडक्यात भारताच्या अर्थव्यवस्थेत MSMEs चे स्थान फार महत्त्वाचे आहे आणि MSMEs साठी सिडबीचे योगदान खचितच वाखाणण्यासारखे आहे.

२००० साली सिडबी दुरुस्ती कायदा पारित करून IDBI ची पूर्ण मालकी

संपुष्टात आणली. आता सिडबी चे समभाग भारत सरकार आणि ३३ वित्त संस्थांकडे आहेत.

अपेक्षित सुधारणा

सूक्ष्म आणि लघु उद्योजक उच्च शिक्षित आणि बँकिंग बाबत फार माहिती असलेला असेलच असे नाही. सबब सिडबीची कर्ज प्रक्रिया आणखी सोपी, सुटसुटीत आणि कमी वेळ लागणारी असायला हवी. लघु उद्योगाच्या स्थापना काळात योग्य तारणावर कर्ज सुविधा उपलब्ध करून दिली तर MSMEs सावकाराच्या जाळ्यात अडकणार नाहीत. उद्योग सुरू झाल्यावर त्याची कामगिरी पाहून मदत मिळणे या बरोबरच नव उद्योग सुरू करताना कर्ज मिळण्याची व्यवस्था व्हायला हवी. MSMEs ची सर्व प्रकारची कॉस्ट (अपव्यय, संकल्पचित्र, तंत्रज्ञान, बांधकाम, मनुष्य बळ इ.) कमी होण्यासाठी सिडबीने प्रशिक्षण कार्यक्रम अधिक जोमाने चालवायला हवेत, ज्यामुळे MSMEs अयशस्वी होण्याचे प्रमाण कमी होईल. MSME क्लस्टर्स मधील त्रुटींचा अधिक साकल्याने खोलवर विचार करून त्यावर कल्पक उपाय योजायला हवेत. उदा. loan syndication, capacity building of MSME sector, common facility centre, cluster diagnostic studies, credit facilitation centre, credit counselling and advisory services. याशिवाय नवीन उद्योजकांना वेब साईटच्या माध्यमातून बाजारपेठेविषयी माहिती पुरविण्याबरोबरच शंका समाधान करणे, विविध समस्यांचा अभ्यास करणे, त्यावर उपाय सुचविणारे अहवाल प्रसिद्ध करणे यातून MSMEs सशक्त होतील, अर्थव्यवस्था बळकट होईल आणि मोठा रोजगारही निर्माण होईल.

❐

२२ मोठ्या आणि गंभीर संकटांनी ग्रासलेली अर्थव्यवस्था वर्ष १९९१ – भारताचे आर्थिक संकट

भारताच्या आर्थिक इतिहासात १९९१ हे वर्ष सर्वात जास्त आव्हानात्मक राहिले. देशाची अर्थव्यवस्था मोठ्या आणि गंभीर संकटांनी ग्रासली. असे घडण्याची कारणे दोन गटांमध्ये विभागता येतील. एका गटात देशांतर्गत कारणांचा विचार करता येईल तर दुसऱ्या गटात जगातील काही विशेष घडामोडींचा !

राजकीय अस्थिरता

देशांतर्गत अनेक कारणांपैकी राजकीय अस्थिरता हा मोठा घटक होता. अर्थव्यवस्थेच्या प्रगती साठी राजकीय स्थिरता आवश्यक असते हे कोणी सांगण्याची गरज नाही. राजकारण आणि अर्थकारण नेहमीच हातात हात घालून चालत असतात. विकासाची आणि जन कल्याणाची दीर्घकालीन आर्थिक धोरणे ठरविणे आणि त्यांची प्रभावी अंमलबजावणी करणे यासाठी स्थिर सरकार असायला हवे.

१९९१ चे आर्थिक अरिष्ट ओढविण्यापूर्वी बरोबर २० वर्षे म्हणजे १९७१ च्या लोकसभा निवडणुकीत तत्कालीन पंतप्रधान श्रीमती इंदिरा गांधी यांनी श्री. राज नारायण यांचा पराभव केला. राज नारायण यांनी इंदिरा गांधींच्या या विजयाच्या विरोधात कोर्टात दावा दाखल केला. दाव्यासाठीचे मुद्दे होते निवडणुकीत भ्रष्ट मार्गांचा अवलंब आणि सरकारी यंत्रणेचा दुरुपयोग! १२ जून १९७५ रोजी अलाहाबाद उच्च न्यायालयाने सदर केस मध्ये ऐतिहासिक निर्णय देत इंदिरा गांधीना दोषी ठरविले. त्यांची निवड रद्द ठरविली आणि त्यांना पुढील सहा वर्षे निवडणूक लढविण्यास बंदी घातली. या निर्णयास इंदिरा गांधींनी सर्वोच्च न्यायालयात आव्हान दिले. २४ जून १९७५ रोजी सर्वोच्च न्यायालयाने उच्च न्यायालयाचा आदेश उचलून धरला. इंदिरा गांधीना संसद सदस्य म्हणून मिळणाऱ्या सर्व सवलती रद्द केल्या आणि त्यांचा मतदानाचा हक्कही काढून घेतला. तथापि त्यांना पंतप्रधान पदावर राहण्यास मुभा दिली.

पाकिस्तान बरोबर झालेल्या युद्धानंतर राष्ट्रीय सुरक्षेबाबतचा धोका वाढल्याचा साक्षात्कार या काळजीवाहू सरकारला सदर निर्णयानंतर एका दिवसातच झाला. तसेच भारताची आर्थिक स्थिती खालावली असल्याचा शोधही चोवीस तासात लागला. आर्थिक स्थिती खालावण्यास दुष्काळ आणि १९७३चे जगातील तेल संकट कारणीभूत असल्याचा दावा सरकारने केला. त्याच बरोबर संप आणि निदर्शने यांनी देशांतर्गत शिस्त बिघडली असून शासन परिणामकारक ठरत नसल्याचा डांगोरा सरकारने पिटला. अशी कारणांची यादी सदर करत पंतप्रधानांनी आणीबाणी लागू करण्याची शिफारस राष्ट्रपतींना केली. तातडीने अगदी लगेच २५ जून १९७५च्या मध्यरात्री राष्ट्रपती यांनी पंतप्रधानांच्या सूचनेनुसार आणीबाणी लागू केली. ही आणीबाणी २१ मार्च १९७७ रोजी हटविण्यात आली.

मार्च १९७७ मध्ये सार्वत्रिक निवडणुका झाल्या. त्यात जनता दलाला बहुमत मिळाले आणि २४ मार्च १९७७ रोजी मोरारजी देसाई यांच्या नेतृत्वाखाली जनता सरकार स्थापन झाले. अनेक पक्षांचे कडबोळे असलेले हे सरकार दुहेरी सदस्यत्वाचा मुद्दा आणि चरणसिंग यांची राजकीय महत्त्वाकांक्षा अशा काही मुद्यांमुळे कोसळले. इंदिरा गांधी यांनी चरणसिंग यांना पाठिंबा दिला आणि ते २८-०७-१९७९ रोजी पंतप्रधान झाले. सहा महिन्यापेक्षा कमी काळातच इंदिरा गांधी यांनी पाठिंबा काढला. नव्याने निवडणुका झाल्या आणि १४ जानेवारी १९८० रोजी इंदिरा गांधी प्रधान मंत्री पदी पुन्हा विराजमान झाल्या. ३१.१०.१९८४ या दिवशी इंदिरा गांधी यांची हत्या त्यांच्याच अंगरक्षकांनी केली आणि राजीव गांधी पंतप्रधान बनले. संसदेचा कालावधी संपत असल्याने त्यांनी निवडणूक घेण्याची शिफारस केली. इंदिरा गांधीच्या वधामुळे सहानभूतीची लाट होती. निवडणुकीत काँग्रेसचे उमेदवार भरघोस संख्येने निवडून आले आणि ३१.१२.१९८४ रोजी राजीव गांधी पंतप्रधान झाले. त्यानंतर १९८९च्या सार्वत्रिक निवडणुकीत राष्ट्रीय मोर्चाने भा.ज.पा. आणि डावे पक्ष यांच्याशी युती करून बहुमत मिळविले. विश्वनाथ प्रताप सिंह पंतप्रधान म्हणून निवडले गेले. ७-११-१९९० रोजी भा.ज.पा. ने सरकारचा पाठिंबा काढला आणि विश्वनाथ प्रताप सिंह यांच्यावर अविश्वास ठराव पारित झाला. राजीव गांधी यांनी पाठिंबा दिल्याने श्री चंद्रशेखर यांच्या नेतृत्वात दि. १०-११-१९९० रोजी नवीन सरकार स्थापन झाले. जेमतेम चार महिने ते सरकार चालले. ६ मार्च १९९१ रोजी काँग्रेस ने पाठिंबा काढल्यामुळे श्री चंद्र शेखर यांचे सरकार कोसळले. पुन्हा निवडणुका झाल्या आणि २१-०६-१९९१ रोजी अल्पमतातील काँग्रेसचे सरकार स्थापन झाले. त्याचे प्रधानमंत्री होते नरसिंह राव. आणि हेच वर्ष देशासाठी फार मोठे आर्थिक संकटाचे होते.

१९७७ ते १९९१ या १४ वर्षांच्या कालावधीत सात पंतप्रधान झाले. इंदिरा

गांधी आणि राजीव गांधी वगळता सर्वांचा कालावधी अल्प होता. मोरारजी देसाई सुमारे सव्वा दोन वर्ष, चरण सिंग सहा महिन्यांपेक्षाही कमी काळ, विश्वनाथ प्रताप सिंह जवळपास ११ महिने तर चंद्रशेखर केवळ साडेसात महिने इतक्या थोड्या काळासाठी सरकारचे नेतृत्व करत होते. याचा परिणाम राजकीय अस्थिरतेत झाला. अनेक पक्ष, अनेक नेते आणि प्रत्येक पक्ष आणि नेत्याची मोठी राजकीय महत्त्वाकांक्षा यामुळे सत्तेत असलेल्यांना दीर्घ कालीन विचार करायला, धोरण ठरवायला सवडच मिळाली नाही, अंमलबजावणी तर दूरच राहिली. प्रशासनावर पकड ढिली झाली. राजकोषीय शिस्त बिघडली. अनुनयाच्या राजकारणाने वेग घेतला. देशाच्या आर्थिक विकासापेक्षा व्यक्ती आणि पक्ष यांच्या भल्याकडे जास्त लक्ष दिले गेले. राजकीय अस्थिरतेने आर्थिक संकट ओढवले.

जागतिक स्तरावरील काही घडामोडी

देशांतर्गत राजकीय अस्थिरते बरोबर जगातील काही घडामोडी भारताच्या आर्थिक संकटाला निमंत्रण देणाऱ्या ठरल्या. सोव्हिएट रशियाचे विघटन झाल्याने काही देशांबरोबरचे 'रुपी पेमेंट करार' संपुष्टात आले. परिणामतः देशात येणारा नवीन 'रुपी ट्रेड क्रेडिट' प्रवाह आटला. १९८८मध्ये जागतिक विकास दर ४.५% होता तो १९९१ मध्ये २.२५% पर्यंत खाली आला. भारताची मुख्य निर्यात बाजारपेठ असलेल्या अमेरिकेचा विकास दर १९८८ मध्ये ३.१% होता तो १९९० आणि १९९१ मध्ये अनुक्रमे ०.८% आणि - १% इतका कमी झाला. यामुळे भारताची निर्यात लक्षणीयरीत्या घटली. ऑगस्ट १९९०मध्ये इराक - कुवेत युद्ध सुरू झाले. जुलै १९९० मध्ये कच्च्या तेलाचा भाव प्रती पिंप १५ डॉलर्स होता तो ऑक्टोबर १९९० मध्ये ३५ डॉलर प्रती पिंप इतका झाला. त्यामुळे भारताची तेल आयातीची रक्कम ६०% ने वाढली. निर्यातीत घात आणि आयातीत प्रचंड वाढ यामुळे चालू खात्यावर तूट वाढत गेली. तूट भरून काढण्यासाठी विदेशी कर्ज घेणे हा सोपा उपाय अवलंबिला गेला. पण काही काळानंतर विदेशी कर्ज मिळविणे अवघड होत गेले. परिणामतः विदेशी चलन गंगाजळीतील घट झाली. यामुळे गुंतवणूकदारांचा विश्वास ढळला आणि विदेश गुंतवणूक येणे कमी झाले.

आर्थिक संकटाचे स्वरूप

कमालीची राजकीय अस्थिरता आणि जागतिक स्तरावरील आर्थिक घडामोडी यामुळे भारतावर आर्थिक अरिष्ट आले. हे अरिष्ट नेमके कोणत्या स्वरुपात समोर आले याची कल्पना खालील आकडेवारी वरून सहज येईल.

सरकारची वित्तीय तूट अल्प असणे हे आर्थिक सुदृढतेचे लक्षण मानले जाते.

सामान्यतः ही तूट GDP च्या ३% पर्यंत स्वीकारार्ह मानली जाते. भारतात केंद्र आणि राज्य सरकारे यांच्या एकत्रित वित्तीय तुटीचे GDP शी प्रमाण १९८०-८१ मध्ये ९% होते ते १९८५-८६ मध्ये १०.४% आणि १९९०-९१ मध्ये १२.७% इतके प्रचंड वाढले. फक्त केंद्राच्या तुटीचे हे प्रमाण अनुक्रमे ६.१%, ८.३% आणि ८.४% असे धोकादायक झाले. सरकारची ही प्रचंड तूट भरून काढण्यासाठी सरकारला कर्ज घेणे भाग पडू लागले. १९८०-८१ मध्ये सरकारचे देशांतर्गत कर्जाचे GDP शी प्रमाण ३५% होते ते १९९०-९१ मध्ये ५३% झाले. देशाचे विदेशी कर्ज ७० अब्ज डॉलर्स पर्यंत पोहोचले. २९० अब्ज डॉलर्स GDP असणाऱ्या भारताला ७० अब्ज डॉलर्स चे कर्ज हा निश्चितच मोठा बोजा होता.

देशाकडे असलेला विदेशी चलन साठा त्या देशाच्या आर्थिक स्थैर्याचा दर्शक असतो. त्यामुळे प्रत्येक देश अधिकाधिक विदेशी चलन गंगाजळी करण्यावर भर देत असतो. पण भारताकडील विदेशी चलन साठा मात्र वर्षानुवर्षे घटत गेला. जानेवारी १९९१ला विदेशी चलन गंगाजळी केवळ १.२ अब्ज डॉलर्स इतक्या खालच्या पातळीवर होती. तिच्यात जून १९९१ पर्यंत निम्म्याने घट झाली. आगामी तीन आठवड्यांची आयात करण्यासही ती पुरेशी नव्हती. आंतरराष्ट्रीय व्यवहारांच्या हिशेबांचे देणे देण्यात चुकारपणा होण्याची वेळ दोन तीन आठवड्यांवर येऊन ठेपली होती. विदेशी व्यापारातील तूट १९८९-९० या वर्षासाठी रु. १२,४०० कोटींची होती ती १९९०-९१ या वर्षात रु. १६,९०० कोटींपर्यंत वाढली. १९८९-९० वर्षासाठी चालू खात्यावरील तूट रु. ११,३५० कोटी म्हणजे GDP च्या २.३% होती ती १९९०-९१ मध्ये रु. १७,३५० कोटी म्हणजे GDPच्या ३.१% पर्यंत वाढली.

विदेशी चलन मिळविण्यासाठी निर्यात वाढविण्याचा एक प्रयत्न म्हणून १ जुलै ते ३ जुलै १९९१ या तीन दिवसांत रुपयाचे दोन टप्प्यात अनुक्रमे ७ ते ९% आणि ११% इतके अवमूल्यन करण्यात आले.

१९८८मध्ये ९.४% असलेला भाववाढीचा दर (rate of Inflation) १९९१मध्ये १३.९% वर गेला. देशाचा राष्ट्रीय उत्पन्न वाढीचा दर १९८९-९० मध्ये ६.५% होता तो १९९०-९१मध्ये घटून ५.५% झाला. औद्योगिक उत्पादन वाढीचा दर १९८९-९०मध्ये ८.६% होता त्यातही घट होऊन १९९०-९१मध्ये तो ८.२% झाला.

अशा गंभीर समस्येवर तातडीने उपाय योजना काय केली हे पुढील दोन प्रकरणांमध्ये पाहू.

❐

२३ भारताची जागतिक स्तरावर मानहानी वाचविण्यासाठी वर्ष १९९१ – सोने तारणावर कर्ज

१९९१ साली भारताची आर्थिक स्थिती खूप गंभीर झाली होती. त्यावर तातडीचा उपाय करणे आवश्यक होते. असे उपाय दोन प्रकारांनी करण्यात आले. पहिला उपाय तात्कालिक होता. भारताने आपले सोने गहाण टाकून कर्ज घेतले आणि त्या विदेशी चलनाच्या आधारे तात्पुरता मार्ग काढला. तर दुसरा उपाय दीर्घकालीन होता आणि तो म्हणजे स्वातंत्र्यापासून स्वीकारलेल्या command and control economic policy चे धोरण सोडून liberalized and global economic policy चा अवलंब करण्याचा! या प्रकरणात आपण तात्कालिक उपाय 'सोने तारणावर कर्ज' याचा तपशील पाहू या.

१९९०च्या सप्टेंबर मध्ये तत्कालीन नॅशनल फ्रंट सरकारला आगामी काळातील या आर्थिक संकटाची चाहूल लागली होती. किंबहुना त्याची झळ लागण्याची सुरूवात झाली होती. म्हणून त्या सरकारने आंतरराष्ट्रीय नाणे निधी कडून gold tranche facility या सुविधेद्वारे ५५ कोटी डॉलर्स चे कर्ज घेतले. सदर कर्ज रकमेने व्यवहार तोलाचा प्रश्न तात्पुरता सुटला. पण त्यानंतर परिस्थितीत सुधारणा व्हावी या साठी काही भरीव उपायांची योजना आणि अंमलबजावणी झाली नाही. 'भारतात सरकार आणि रिझर्व बँक यांच्याकडे सोन्याचा साठा पुरेसा आहे त्याचा उपयोग अशा कठीण प्रसंगी करायला काय हरकत आहे?' असा विचार सुरू झाला. रिझर्व बँक ही असा विचार करण्याला अपवाद नव्हती. सरकार आणि रिझर्व बँकेकडे असलेला सोन्याचा साठा कार्यरत करण्यासाठी काही पाऊले उचलली गेली. त्यातील पहिले पाऊल होते सोन्याच्या साठ्याचे बाजार भावाप्रमाणे पुनर्मूल्यांकन करून घेण्याचे ! सरकारने ऑक्टोबर १९९०मध्ये एक अध्यादेश काढून ही प्रक्रिया पूर्ण केली. पुढे सदर अध्यादेशास संसदेने संमती दिली.

नोव्हेंबर १९९० मध्ये नॅशनल फ्रंट सरकार कोसळले आणि राजीव गांधींच्या पाठिंब्याने चंद्रशेखर यांचे सरकार सत्तारूढ झाले. तेंव्हा आर्थिक स्थिती आणखीच नाजूक झाली होती. सदर सरकारने जानेवारी १९९१ मध्ये आंतरराष्ट्रीय नाणे निधीकडे पाठपुरावा केला आणि IMF ने भारताला दोन कर्जे द्यावीत यासाठी राजी केले. त्यातील पहिले कर्ज ७७.५० कोटी डॉलर्सचे आणि दुसरे compensatory and contingency financing facility अंतर्गत १२० कोटी डॉलर्स चे! अर्थात यासाठी भारताने आर्थिक सुधारणा राबविण्याची अट आंतरराष्ट्रीय नाणे निधीने घातली. भारतासमोर दुसरा पर्याय नसल्याने भारताने आंतरराष्ट्रीय नाणे निधीला तसे वचन दिले. सदर सुधारणा फेब्रुवारी मध्ये सादर करायच्या अर्थसंकल्पात जाहीर करण्याचे मान्य केले. परंतु फेब्रुवारीच्या मध्यावर राजीव गांधीनी सरकारचा पाठिंबा काढला आणि सरकार कोसळले. पूर्ण अर्थसंकल्प मांडलाच गेला नाही आणि म्हणून आर्थिक सुधारणाही जाहीर झाल्या नाहीत. पाठोपाठ निवडणुका जाहीर झाल्या आणि नवीन सरकार जून पूर्वी अस्तित्वात येऊ शकणार नाही अशी स्थिती निर्माण झाली. त्यामुळे आर्थिक संकट आणखीच उग्र झाले.

१६ जानेवारी १९९१ मध्ये स्टेट बँक ऑफ इंडिया ने सरकारकडील सोन्याचा साठा lease करून विदेशी चलन उभारण्याचा एक प्रस्ताव सरकारला दिला. रिझर्व बँकेने सदर प्रस्तावाचा अभ्यास केला. एप्रिल १९९१मध्ये सरकारने या प्रस्तावाला मंजुरी दिली आणि ३० मे १९९१ रोजी सरकारने जप्त केलेले २० टन सोने स्टेट बँकेने 'पुनखरेदी पर्याया' ने युनियन बँक ऑफ स्वित्झर्लंड ला विकले. त्यातून २० कोटी डॉलर्स इतकी रक्कम विदेशी चलनात मिळाली. (पुढे नोव्हेंबर/डिसेंबर १९९१ मध्ये स्टेट बँकेने सदर सोन्याची पुनखरेदी केली.) हा व्यवहार संपूर्ण गुप्तता पाळून करण्यात आला. ७ जून रोजी अर्थमंत्री श्री यशवंत सिन्हा आणि रिझर्व्ह बँकेचे सी. रंगराजन यांनी एक पत्रक काढून सोन्याची विक्री किंवा सोने तारणावर कर्ज असा कोणताही व्यवहार सरकार करणार नाही अशी ग्वाही दिली. अर्थात ती फक्त देशातील जनतेच्या मनातील भीती घालविण्यासाठी होती. रिझर्व बँक या सगळ्या व्यवहारात सहभागी होती. परंतु आर्थिक संकटावर मात करण्यासाठी एवढेही पुरेसे नव्हते.

रिझर्व बँक आपल्याकडील सोन्याचा त्यासाठी कसा वापर करता येईल याचा विचार करत होती. रिझर्व बँके जवळचे सोने वापरण्या आधी तीन बाबींविषयी निर्णय होणे आवश्यक होते. पहिला म्हणजे सरकारचा त्यासंबंधी धोरणात्मक निर्णय! जनतेची मानसिकता विचारात घेता सोने विक्रीचा निर्णय फार अवघड होता. म्हणून एकमेव पर्याय होता तो सोने गहाण टाकून कर्ज घेण्याचा! दुसरा मुद्दा होता तो रिझर्व

बँक कायद्याच्या तरतुदींचे पालन करण्याचा! सदर कायद्यानुसार सोने तारणावर फक्त विदेशी चलन authority कडून कर्ज घेता येण्याची तरतूद आहे. तिसरा महत्त्वाचा मुद्दा होता तो प्रत्यक्षात तारण देण्यासाठीचे सोने निवडणे, त्याचे पॅकिंग करणे आणि ते पाठविणे. रिझर्व बँकेने यावर विचार करून सोने गहाण ठेवून कर्ज घेण्याचा प्रस्ताव सरकारला दिला. हा प्रस्ताव सरकारने स्वीकारला. वास्तविक सदर निर्णय अत्यंत धाडसी होता आणि निर्णय घेणारे सरकार हंगामी काळजीवाहू सरकार होते.

सरकारने बँक ऑफ इंग्लंड आणि बँक ऑफ जपान यांच्याशी कर्जासंबंधी बोलणी केली. त्यांनी केवळ सोन्याच्या तारणावर कर्ज देण्यास तयारी दर्शवली आणि तारण म्हणून द्यायचे सोने भारतातून कर्ज देणाऱ्या बँकांकडे हस्तांतरित करण्याची अट घातली. खरं तर भारत आंतरराष्ट्रीय नाणेनिधीचा डिपॉझिटरी असल्याने सोन्याचे प्रत्यक्ष हस्तांतरण आवश्यक नव्हते. पण भारताची राजकीय अस्थिरता आणि गंभीर आर्थिक स्थिती इतकी चिंताजनक होती की कर्ज देण्यासाठी भारताने प्रत्यक्ष सोने हस्तांतरित केले पाहिजे अशी अट दोन्ही बँकांनी घातली. सरकार आणि रिझर्व बँकेने सुमारे ५० टन सोने तारण ठेवून ४०.५ कोटी डॉलर्स इतके कर्ज घेण्याचा निर्णय घेतला. आवश्यक ते सोने मुंबई येथील साठ्यातून पाठवायचे ठरले. पण ते सोने वजन आणि शुद्धता या बाबतीत London Good Delivery (LGD) specifications प्रंमाणे प्रमाणित नव्हते. म्हणून असे ठरले की शुद्ध सोन्याचे बार बँक ऑफ इंग्लंड ला द्यायचे व तिने सदर non LGD सोन्याचे LGD सोन्यात रूपांतर करून घेण्याची जबाबदारी स्वीकारायची. श्री चंद्रशेखर यांचे काळजीवाहू सरकार असताना या सर्व घडामोडी चालू होत्या. पण सदर व्यवहार पूर्ण होण्या आधीच ते सरकार ६ मार्च १९९१ रोजी राजनामा देऊन संपुष्टात आले. २० मे, १२ जून आणि १५ जून या तीन टप्प्यात लोकसभेच्या निवडणुका झाल्या. २१ जून १९९१ रोजी नरसिंह राव यांच्या नेतृत्वाखाली नवीन सरकार स्थापन झाले. सोने गहाण टाकून कर्ज घेण्याच्या सर्व निर्णयांची अंमलबजावणी या नवीन सरकारने केली. प्रत्यक्षात ४ टप्प्यात ४६. ९१ टन सोने इंग्लंडला विमानाने पाठविण्यात आले. सोन्याचा पहिला लॉट ४ जुलै १९९१ रोजी आणि अखेरचा लॉट १८ जुलै १९९१ रोजी पाठविण्यात आला. (सरकारने नोव्हेंबर १९९१ पर्यंत सर्व कर्जाची परतफेड करून तारण दिलेले सोने सोडवून घेतले.)

सोने तारणावर कर्ज घेण्याचा व्यवहार जनतेपासून लपवून ठेवण्याचा सरकार किंवा रिझर्व बँकेचा हेतू नव्हता. सर्व व्यवहार निर्विघ्नपणे पार पडल्यावर तो जाहीर करावा असे रिझर्व बँकेला वाटत होते. १८ जुलै १९९१ रोजी अर्थमंत्र्यांनी संसदेत एक निवेदन करून स्टेट बँक आणि रिझर्व बँकेमार्फत सोन्याच्या तारणावर कर्ज

घेतल्याची माहिती दिली. त्यावेळी संसदेला आणि जनतेला भारताच्या अत्यंत गंभीर आर्थिक संकटाची कल्पना आली आणि त्यामुळे पुढे आर्थिक सुधारणा करण्यास जनता आणि संसदेचे मानस तयार झाले. उदारीकरण, जागतिकीकरण आणि खासगीकरण या त्रिसूत्रीवर आधारित नवीन आर्थिक धोरण स्वीकारण्याचा मार्ग प्रशस्त झाला. हा मार्ग भारताच्या गंभीर आर्थिक समस्येवरचा दीर्घकालीन उपाय होता.

❒

२४ गंभीर आर्थिक स्थितीवरील दीर्घकालीन उपाय वर्ष १९९१ पासून – खासगीकरण, उदारीकरण, जागतिकीकरण

भारताच्या बिकट आर्थिक संकटाचा तात्पुरता सामना भारताने सोन्याच्या तारणावर कर्ज घेऊन केला होता. पण काहीतरी कायमचा उपाय करणे आवश्यक होते. शिवाय जानेवारी १९९१ मध्ये IMF ने भारताला आर्थिक संकटातून वाचविण्यासाठी सुमारे २ अब्ज डॉलर्स चे कर्ज देतानाच आर्थिक सुधारणा करण्याचे वदवून घेतले होते. त्यानंतर ३० मे १९९१ रोजी २० टन आणि ४ जुलै ते १८ जुलै १९९१ या काळात सुमारे ५० टन सोने गहाण टाकून भारताने कर्ज उभारले. या घटनांमुळे आर्थिक सुधारणा तातडीने करण्याचा आंतरराष्ट्रीय दबाव भारतावर होता. २१ जून १९९१ रोजी नरसिंह राव सरकार स्थापन झाले. १ जुलै रोजी रुपयाचे ९% अवमूल्यन करण्यात आले आणि लगेच ३ जुलै ला पुनः ११% अवमूल्यन केले.

आंतरराष्ट्रीय देण्यातील चुकारपणा टाळण्यासाठी २२ जुलै रोजी भारत सरकारने IMF कडे २२० दशलक्ष डॉलर्स चे इमर्जन्सी कर्ज मागितले. आर्थिक सुधारणांचा एक महत्त्वाचा भाग म्हणून नवीन औद्योगिक धोरण तयार करून ते कॅबिनेटमध्ये मांडले गेले. नियोजनातून विकास या गेल्या चार दशकांच्या धोरणाची अनावश्यक आणि पूर्णतः निर्भत्सना करणारे सदर धोरण आहे असे म्हणत १९ जुलै रोजी कॅबिनेट ने ते फेटाळले. कॅबिनेट ने त्याला मंजुरी देणे आवश्यक होते कारण तशी मंजुरी मिळाली तरच ते संसदेत मांडून पारित करून घेणे शक्य होणार होते. मंत्रिमंडळाच्या एका गटाने त्यावर बरीच चर्चा केली. सरकारी स्तरावर पुष्कळ राजकीय हालचाली केल्या गेल्या. अखेरीस सरकारला २३ जुलै रोजी नव्या औद्योगिक धोरणाला कॅबिनेटची मंजुरी मिळविण्यात यश आले. २४ जुलै १९९१ ला सकाळी १२ वाजून ५० मिनिटांनी तत्कालीन उद्योग राज्य मंत्र्यांनी ते संसदेत मांडले. पण या मंत्र्याला

त्यातील सुधारणा पूर्णांशाने पसंत नव्हत्या. सबब त्याने आणि त्या मंत्रालयाच्या अधिकाऱ्यांनी अनेकदा आपली असहमती कट्टरपणे व्यक्त केली होती. वित्त मंत्री मनमोहन सिंग यांना सांगावे लागले होते की आंतरराष्ट्रीय पेच प्रसंग टाळण्यासाठी सरकारने ठरविलेल्या मार्गानेच सदर मंत्र्याने जायला हवे. त्यानंतर त्याच दिवशी चार तासांनी अर्थसंकल्प सदर झाला आणि या दोन महत्त्वाच्या दस्तांनी देशात आर्थिक सुधारणांचे वादळ आले. या सुधारणा म्हणजे भारताच्या स्वातंत्र्यानंतरच्या सर्व धोरणांना फाटा देणाऱ्या आणि त्या धोरणाच्या विपरीत होत्या. समाजवादाकडे झुकलेल्या धोरणाकडून उदारीकरण आणि जागतिकीकरणाच्या बुरख्या आडून भांडवलशाहीशी जवळीक साधणारी धोरणे त्यात स्पष्ट दिसत होती.

नवीन आर्थिक धोरणातील प्रमुख सुधारणा खालील प्रमाणे –

१. औद्योगिक सुधारणा

- अधिक कार्यक्षम आणि स्पर्धाशील औद्योगिक अर्थव्यवस्था उभी करण्यासाठी तसेच स्थानिक उद्योगांना प्रोत्साहन देण्यासाठी नियमन कमी करून मुक्त औद्योगिक धोरण स्वीकारले. त्यातील ठळक वैशिष्ट्ये –
- १८ प्रकारचे उद्योग वगळता इतर सर्व उद्योगांना परवाना घेण्याची तरतूद रद्द केली. यामुळे ८०% उद्योगांची लायसन्स राज मधून सुटका झाली.
- MRTP कायदा रद्द केला. त्यामुळे मोठ्या उद्योगांना क्षमता विस्तार आणि डायव्हर्सिफिकेशन करण्यासाठी पूर्व परवानगी घेण्याची गरज उरली नाही.
- सार्वजनिक क्षेत्रातील उद्योगांसाठी आरक्षित क्षेत्रे १७ वरून ८ पर्यंत कमी करण्यात आली. आरक्षित उद्योगात रेल्वे, अणु ऊर्जा अशी सुरक्षा आणि धोरण विशेष क्षेत्रे ठेवली. यामुळे खासगी उद्योगांना गाभा आणि पायाभूत क्षेत्रात सहभागाची दारे खुली झाली.
- सार्वजनिक उद्योगात शासनाने आपली भाग भांडवल गुंतवणूक कमी करण्यास प्रोत्साहन अर्थात खासगीकरण.
- सार्वजनिक उद्योग आणि सरकार यांच्यात समझोता करार करून उद्योगांना अधिक स्वायत्तता आणि व्यावसायिक व्यवस्थापनाची सोय.

२. राजकोषीय सुधारणा

राजस्व शिस्तीची पुनःस्थापना करणे हे महत्त्वाचे काम होते. त्यासाठी महसुलात वाढ, खर्चात कपात आणि वित्तीय तूट आटोक्यात आणणे या उद्देशाने केलेल्या प्रमुख सुधारणा अशा –

- साखरेवरील सबसिडी रद्द तर खते, पेट्रोल आणि स्वयंपाकघरातील गॅस

यावरील सबसिडीत कपात

- अघोषित पैसा National Housing Bank मध्ये ठेव म्हणून ठेवायचा, त्यावर ४०% रक्कम विशेष कर स्वरूपात सरकार जमा करून घेईल आणि उर्वरित रक्कम कधीही काढून घेण्याची तरतूद. जमा केलेल्या रकमेचा स्रोत इत्यादी विषयी चौकशी नाही.
- अघोषित उत्पन्न दाखविण्यासाठी व्याज व दंड न भरता केवळ कर भरण्याची सवलत.
- विदेशी चलन भारतात यावे यासाठी दोन योजना, ज्यात पाठविलेल्या पैशाचा स्रोत न विचारण्याची हमी.
- निवडक सार्वजनिक उद्योगातील सरकारी भाग धारणेची निर्गुंतवणूक
- आयकर, उत्पादन शुल्क व आयात कर यांचा महसूल वाढविण्यासाठी तसेच कर पद्धती स्थिर आणि पारदर्शक करण्यासाठी Tax Reforms Committeeच्या शिफारशींचा स्वीकार

३. नाणेविषयक आणि वित्तीय क्षेत्रातील सुधारणा

- व्याज दरांविषयी बँकांना स्वातंत्र्य – वेगवेगळ्या मुदतीच्या ठेवींवरील व्याजदर तसेच विविध कारणांसाठी आणि मुदतीसाठीच्या कर्जांचे व्याजदर रिझर्व बँक निश्चित करीत असे. सदर व्याज दर ठरविण्याचे स्वातंत्र्य बँकांना देण्यात आले.
- भांडवल बाजारात इश्यू केलेल्या परिवर्तनीय आणि अपरिवर्तनीय कर्ज रोख्यांवरील व्याज दर मुक्त केले.
- प्रशासकीय अडथळे दूर करून सार्वजनिक क्षेत्रातील, खासगी क्षेत्रातील आणि विदेशी बँकांच्या स्पर्धेला प्रोत्साहन
- बँकांच्या शाखांचे जाळे सुयोग्य पद्धतीने विस्तारण्यासाठी branch licensing धोरणाचे उदारीकरण
- शाखांच्या जागा बदलण्याचे आणि विशेष शाखा सुरू करण्याचे स्वातंत्र्य बँकांना दिले.
- नवीन खासगी बँका सुरू करण्यासाठी मार्गदर्शक प्रणाली जाहीर केली.
- नरसिंहन समितीच्या शिफारशीनुसार बँकांच्या कर्जांचे वर्गीकरण आणि वसूल न होणाऱ्या कर्जांसाठी तरतूद करण्याचे नवीन निकष जाहीर.

४. भांडवल बाजारातील सुधारणा

- भांडवल बाजारावरील सरकारचे थेट नियंत्रण हटवून स्वतंत्र नियामकाच्या माध्यमातून नियमन करण्याविषयी शिफारशी स्वीकारल्या.

- भांडवल बाजारातून पुरेशी संसाधने उभारणे व त्यांचे सक्षमपणे वितरण करणे याची जबाबदारी सेबी कडे सोपविण्यात आली.
- Controller of Capital Issues आणि सरकार यांच्या कडील भांडवल बाजाराविषयीचे अधिकार सेबी कडे वर्ग केले.
- खासगी व संयुक्त क्षेत्राला म्युच्युअल फंडाचे दालन खुले केले.

५. विदेशी व्यापार धोरण सुधारणा

- नकारात्मक यादीतील मोजक्या वस्तूंचा अपवाद वगळता इतर सर्व वस्तूंची आयात खुली केली.
- आयात शुल्कात ३००% वरून १५०% पर्यंत कपात आणि आणखी कपातीचे उद्दिष्ट.
- निर्यात आणि व्यापार करणाऱ्या पेढ्यांना आयातीसाठी सवलती.
- निर्यात वृद्धीसाठी व्यापारी पेढ्यांमध्ये ५१% विदेशी मालकीला परवानगी.

६. विदेशी गुंतवणुकीला प्रोत्साहन

- प्रकल्पासाठी आवश्यक भांडवली वस्तूंच्या आयातीसाठी पुरेसे विदेशी भांडवल मिळत असेल आणि प्रकल्पातून लाभांश वितरणासाठी विदेशी चलन उपलब्ध होत असेल तर उच्च प्राथमिकता असलेल्या उद्योगात ५१% थेट विदेशी गुंतवणुकीला तत्काळ परवानगी देण्याचे धोरण
- निर्यात वृद्धीसाठी काम कारणाऱ्या व्यापारी कंपन्यांमध्ये ५१% थेट विदेशी गुंतवणुकीस परवानगी.
- उच्च तंत्रज्ञान मिळविणे आणि जागतिक बाजारपेठेत शिरकाव करणे याकरिता विदेशी भांडवल उपलब्ध व्हावे म्हणून आंतरराष्ट्रीय मोठ्या कंपन्यांबरोबर वाटाघाटी करण्यासाठी आणि निवडक उद्योगांमध्ये विदेशी गुंतवणुकीला परवानगी देण्यासाठी स्वतंत्र मंडळाची स्थापना.

औद्योगिक धोरण आणि अर्थसंकल्प या दोन बाबीतून गत ४० वर्षे अस्तित्वात असलेली आर्थिक धोरणे २४ जुलै या एकाच दिवशी एकदम बदलण्यात आली. सरकार स्थापनेनंतर जेमतेम एका महिन्याच्या कालावधीत इतक्या विरुद्ध दिशेचे बदल झाले यातच त्या करिता आंतरराष्ट्रीय दबाव असल्याचे स्पष्ट होते. अर्थात तेंव्हा दुसरा काही पर्याय होता का यावर विचार करायलासुद्धा अवधी नव्हता हे ही खरेच. सुधारणांचे भले आणि बुरे परिणाम झाले असले तरी आज २७ वर्षानंतरही आपली अर्थव्यवस्था त्याच मार्गाने मार्गक्रमण करत आहे. गेल्या २७ वर्षात विविध पक्षांची सरकारे सत्तेवर आली परंतु उदारीकरणाचे, जागतिकीकरणाचे आणि खासगीकरणाचे नवीन आर्थिक धोरण त्यांनी पुढे चालू ठेवले.

२५ वित्तक्षेत्र सुधारणा
वर्ष १९९३ – खासगी आणि विदेशी बँकांना परवानगी

स्वातंत्र्यानंतर विशेषतः १९५१ नंतर सरकारने पंचवार्षिक योजनातून विकास हे धोरण स्वीकारले. 'समाजाचे कल्याण या नियोजनाच्या उद्दिष्ट्यपूर्ती साठी देशातील संसाधनांची मालकी सरकारकडे असावी असा विचार झाला. अर्थव्यवस्थेचा विकास आणि सामाजिक कल्याण या दोन्ही उद्दिष्टांच्या पूर्तीसाठी बँकांचे योगदान महत्त्वाचे असते. भारतातील बँका खासगी क्षेत्रात म्हणजे खासगी मालकीच्या होत्या. शेतकरी, कारागीर, लघु आणि ग्रामीण उद्योग यांच्या कर्ज गरजा पूर्ण करण्यात सदर बँका कमी पडत होत्या आणि म्हणून सामाजिक कल्याण साधणे शक्य होत नव्हते. सबब सरकारने १९६९मध्ये १४ मोठ्या व्यापारी बँकांचे राष्ट्रीयीकरण केले. १९८०मध्ये त्यात आणखी सहा बँकांची भर पडली. १९७६मध्ये क्षेत्रीय ग्रामीण बँकांचा कायदा झाला आणि १९६ क्षेत्रीय ग्रामीण बँकांची स्थापना झाली. बँकिंग क्षेत्रात या घडामोडी होत होत्या. देशात बँक सुरू करायची तर रिझर्व बँकेकडून बँकिंग लायसन्स मिळवावे लागते. परंतु १९९०च्या दशकाच्या सुरूवाती पर्यंत रिझर्व बँकेने एकाही व्यापारी बँकेला लायसन्स न दिल्याने नवीन बँक सुरू झाली नाही.

नरसिंहम समिती

सरकारने १९९१च्या गंभीर आर्थिक संकटानंतर २४ जुलै १९९१ रोजी उदारीकरणाला अनुकूल अर्थसंकल्प मांडला. प्रगतिशील आणि स्पर्धाशील अर्थव्यवस्था निर्मितीसाठी बँकिंग क्षेत्रातील सुधारणा अनिवार्य असल्याचे अधोरेखित केले आणि खासगी आणि विदेशी बँकांसाठी दारे उघडण्याचे धोरण स्पष्ट केले. राष्ट्रीयीकरणानंतर बँकांनी आपला विस्तार भौगोलिक स्तरावर आणि विविध बँकिंग सेवांच्या स्तरावर जोरकस पणे केला होता तरीही ग्रामीण भागात बँकांचे जाळे गरजेपेक्षा फारच कमी होते. वित्तीय समावेशकता पुरेशी नव्हती. अनेक ठिकाणी बँकिंग सेवाच नव्हती

किंवा होती ती अपुरी होती. सरकारने रिझर्व बँकेचे माजी गव्हर्नर श्री नरसिंहम यांच्या अध्यक्षतेखाली १४ ऑगस्ट १९९१ रोजी वित्त क्षेत्र सुधारणा समिती नेमली. सदर समितीने नोव्हेंबर १९९१ मध्ये आपला अहवाल दिला. बँकिंग क्षेत्रात स्पर्धा आणि कार्यक्षमता वाढीसाठी खासगी बँकांना प्रवेश देण्याची शिफारस सदर अहवालात केली होती.

मार्गदर्शक तत्त्वे

- नरसिंहम समितीच्या शिफारशी स्वीकारून जानेवारी १९९३ मध्ये बँकिंग रेग्युलेशन कायद्यात सुधारणा करण्यात आली आणि रिझर्व बँकेने खासगी बँकांना परवाना देण्यासंबंधी मार्गदर्शक तत्त्वे जाहीर केली. त्यात खालील बाबींचा समावेश होता.
- खासगी बँक सुरू करण्यासाठी अर्ज करणारा अर्जदार कंपनी कायद्याखाली नोंदविलेली कंपनी असायला हवा.
- अर्जदार कंपनीचे भरणा झालेले भाग भांडवल (paid up capital) किमान २०० कोटी रुपये असायला हवे व बँकिंग व्यवसाय सुरू झाल्यापासून तीन वर्षांत ते ३०० कोटी रुपये पर्यंत वाढवायला हवे.
- बँक प्रवर्तकांचा भांडवलातील हिस्सा किमान ४०% असायला हवा व त्यांनी तो लायसन्स मिळाल्यापासून ५ वर्ष बाळगायला हवा. वाढवलेल्या भांडवलात सुद्धा प्रवर्तकांचा हिस्सा ४०% असायला हवा.
- अनिवासी भारतीयांचा नवीन बँकेच्या भांडवलातील कमाल वाटा ४०% पर्यंत मर्यादित करण्यात आला. नवीन बँकेची प्रवर्तक एखादी विदेशी बँक किंवा वित्त संस्था असेल तर त्यांचा भांडवलातील वाटा वरील ४०% पैकी कमाल २०% असू शकेल. त्यासाठी FIPB (ForeignInvestment Promotion Board) आणि RBI यांची परवानगी घ्यावी लागेल.
- कोणाही एका भागधारकाचा कंपनीतील मताचा अधिकार (voting right) १०% पेक्षा जास्त असता कामा नये. याचाच अर्थ, कोणाही एका भागधारकाची भाग धारणा १०% पेक्षा अधिक असता कामा नये.
- कोणत्याही मोठ्या उद्योग समूहाला अशी बँक सुरू करता येणार नाही.
- भारतात बँकांनी प्राथमिकता क्षेत्राला कर्ज देण्यासंबंधी काही नियम रिझर्व बँकेने घालून दिलेले होते. इतर बँकांना लागू असलेले असे प्राथमिकता क्षेत्राच्या कर्जाचे लक्ष्य नवीन बँकांनाही लागू असतील.
- नवीन बँकांनी कर्जाचे अयोग्य केंद्रीकरण होणार नाही याची काळजी घेण्याचे

बंधन टाकण्यात आले, तसेच औद्योगिक कंपन्यातील क्रॉस होल्डिंग विषयी योग्य काळजी घेण्याची अट घालण्यात आली.

- खासगी क्षेत्रात नवीन बँक सुरू करताना नवीन बँकेच्या २५% शाखा ग्रामीण आणि निमशहरी भागात उघडायला हव्यात अशी अपेक्षा ठेवण्यात आली आहे.
- सदर मार्गदर्शक सूत्रातून एक गोष्ट स्पष्ट होते की नवीन बँका सुरूवातीपासूनच आर्थिक दृष्ट्या व्यवहार्य असतील तसेच आधुनिक तंत्रज्ञानाचा वापर करणाऱ्या असतील, त्या व्यावसायिक तत्त्वावर काम करून ठेवीदारांच्या मनात व्यापारी बँकांची चांगली प्रतिमा व विश्वास निर्माण करतील याची काळजी घेतली होती.

नवीन खासगी बँका

१९९३ च्या वरील मार्गदर्शक सूत्रानुसार नोंदविलेल्या बँकांना 'नवीन पिढीच्या खासगी बँका' (new generation private sector bank) असे म्हणतात. रिझर्व्ह बँकेने मार्गदर्शक सूत्रे जाहीर केल्यानंतर बँका सुरू करण्यासाठी रिझर्व बँकेकडे ११३ अर्ज आले. त्यातील बरेच मोठ्या उद्योग समूहाचे होते. त्यांची छाननी करून १० अर्ज मंजूर करण्यात आले. १९९४ साली १० नवीन खासगी बँका सुरू झाल्या. त्यापैकी चार तग धरू शकल्या नाहीत. तीन बँका (Times बँक, बँक ऑफ पंजाब आणि सेन्चुरियन बँक ऑफ पंजाब) HDFC Bankमध्ये विलीन झाल्या, ग्लोबल ट्रस्ट बँकेचे ओरिएन्टल बँकेत विलीनीकरण झाले. डेव्हलपमेंट क्रेडिट बँक, HDFC Bank, ICICI Bank, इंडस इंड बँक, ॲक्सिस बँक (आधीची UTI बँक) या अन्य बँका होत्या. यातील चार बँका वित्तीय संस्थांनी सुरू केल्या. उर्वरित बँका बँक व्यावसायिकांनी सुरू केल्या. नक्त मालमत्ता मूल्य नष्ट झाल्याने या पैकी एका बँकेचे राष्ट्रीयकृत बँकेत विलीनीकरण करावे लागले. अक्षम व्यवस्थापन आणि अपुरे वित्तीय पाठबळ यामुळे दोन बँकांच्या भागधारकांनी त्यांना अन्य खासगी बँकेत विलीन करणे भाग पाडले. वित्तीय संस्थांनी सुरू केलेल्या खासगी बँका आपल्या मुख्य वित्तीय संस्थेत विलीन झाल्या किंवा त्यांनी आपापले ब्रँड लोकप्रिय करून चांगला व्यवसाय चालू ठेवला.

२००१मध्ये खासगी बँकांसाठी सुधारित मार्गदर्शक सूत्रे जाहीर झाली आणि त्यानुसार २००२-०४ या काळात दोन नवीन बँका स्थापन झाल्या - कोटक महिंद्र बँक, आणि येस बँक. त्या गत १५/१६ वर्षात तुलनेने चांगल्या स्थिरावल्या आहेत.

अनुभव असा आहे की बँकिंग व्यावसायिकांनी व्यक्तिगत स्तरावर सुरू केलेल्या बँका एकतर अयशस्वी ठरल्या किंवा त्यांचे विलीनीकरण झाले. वित्तीय

क्षेत्राचा अनुभव, पुरेसे वित्तीय पाठबळ, विश्वासार्ह आणि सक्षम व्यवस्थापन असलेल्या बँका टिकल्या आणि वाढल्या.

योगदान

सार्वजनिक क्षेत्रातील बँकांचा बाजारात दबदबा होता. त्यांच्या शाखांचे मोठे जाळे होते. शिवाय बँकांची सरकारी मालकी हा ठेवीदारांच्या विश्वासासाठी मोठा घटक होता. या पार्श्वभूमीवर नवीन पिढीच्या खासगी बँकांना पूर्वी स्थिरावलेल्या बँकांशी स्पर्धा करावी लागली. साहजिकच पहिली काही वर्षे त्यांना व्यवसायासाठी झगडावे लागले. परंतु चांगल्या ग्राहक सेवा, उत्तम तंत्रज्ञानाचा वापर, नवनवीन बँकिंग प्रॉडक्ट्स यांच्या आधारावर त्यांनी आता बँकिंग व्यवसायात सुमारे २०% वाटा मिळवला आहे. ATM, नेट बँकिंग, मोबाईल बँकिंग, अशा सेवा देण्यात त्या अग्रेसर आहेत. २००० सालानंतर भारताचा झालेला विकास हा प्रामुख्याने उपभोगावर केंद्रित आहे. त्याचा अंदाज घेऊन नवीन पिढीच्या बँकांनी उपभोगासाठी कर्जांची आखणी केली. वाहन कर्जे, गृह कर्जे, consumer durables साठी कर्जे अशांवर लक्ष दिले. परिणामतः आज देशातील पहिल्या दहा बँकात चार बँका या नवीन खासगी क्षेत्रातील आहेत. त्यांची कामगिरी जुन्या खासगी बँकांच्या तुलनेत फारच भरारी घेणारी ठरली आहे. व्यावसायिक कामगिरी चांगली असली तरी नवीन खासगी बँकांनी प्राथमिकता क्षेत्राला कर्ज पुरवठा, ग्रामीण भागात शाखा विस्तार याकडे अधिक लक्ष देणे आवश्यक आहे.

❐

२६ उभरत्या भांडवल बाजाराचा शिस्तबद्ध, सुव्यवस्थित आणि निरोगी विकास करण्यासाठी सुधारणा वर्ष १९९२ – बाजार नियामक सेबी ची स्थापना

आर्थिक विकास साधण्याकामी अर्थव्यवस्थेत भांडवल बाजार महत्त्वाची भूमिका बजावतो. दीर्घ कालीन बचत एकत्रित करण्याचे आणि तिची उत्पादक कामांसाठी गुंतवणूक करण्याचे काम भांडवल बाजारामार्फत केले जाते. सदर बाजारात मालकीच्या भांडवलाचे आणि दीर्घकालीन कर्जाऊ भांडवलाचे व्यवहार होतात. असे व्यवहार समभाग, कर्जरोखे, बाँड्स यांच्या द्वारे केले जातात. केंद्र सरकार, राज्य सरकारे, सार्वजनिक क्षेत्रातील कंपन्या तसेच खासगी कंपन्या भांडवल उभारणीसाठी भांडवल बाजारावर अवलंबून असतात. बचतदारांना बचतीच्या गुंतवणुकीसाठी आणि केलेली गुंतवणूक मोकळी करण्यासाठी भांडवल बाजार उपयुक्त ठरतो. भांडवल उभारणारे आणि गुंतवणूक करणारे याशिवाय भांडवल बाजारात गुंतलेला तिसरा वर्ग असतो तो म्हणजे मध्यस्थांचा. ब्रोकर्स, सब ब्रोकर्स, ट्रान्सफर एजंट्स, ट्रस्टीज, मर्चंट बँकर्स इत्यादींचा समावेश मध्यस्थांमध्ये होतो. शेअर बाजारात व्यवहार करताना सदर मध्यस्थांची जरुरी असते.

सेबीची गरज का वाटली ?

१९८०च्या दशकात भारतीय भांडवल बाजाराचा चांगला विकास होऊ लागला. गुंतवणूकदारांची तसेच भांडवल उभारणाऱ्या कंपन्यांची संख्या वाढली. त्याच बरोबर कंपन्या आणि मध्यस्थ यांच्याद्वारे गैरप्रकारही वाढले. त्यात प्राइस रिगिंग, अनधिकृत शेअर प्रीमियम, समभागांचे बेकायदेशीर खासगी वितरण, समभाग हस्तांतरणात विलंब, व्यवहारात पारदर्शकतेचा अभाव, कंपनी कायदा आणि शेअर बाजार यांच्या नियमांची पायमल्ली याचा समावेश करता येईल. गैर प्रकराला आळा घालण्यासाठी पुरेशा कायदेशीर तरतुदी नसल्यामुळे सरकार आणि शेअर बाजार

व्यवस्थापन हतबल होत असे. परिणामतः बचतदारांचे आर्थिक नुकसान झाले आणि त्यांचा बाजारावरील विश्वास उडू लागला. १९९०च्या सुरवातीला उदारीकरण सुरू झाले आणि विदेशी तसेच स्थानिक गुंतवणुकीला प्रोत्साहन देण्याची धोरणे आखली गेली. या पार्श्वभूमीवर शेअर बाजाराचा शिस्तबद्ध, सुव्यवस्थित आणि निरोगी विकास करण्यासाठी सुधारणांची एक मालिका राबविणे आवश्यक होते. त्यातील एक महत्त्वाची सुधारणा म्हणजे सेबी ची स्थापना होय.

सेबीची स्थापना, उद्दिष्ट्ये आणि कार्ये

Capital Issues (Control) Act, 1947 ने भांडवल बाजाराच्या नियमनाचे काम Controller of Capital Issues कडे सोपविलेले होते. पण ते फार परिणामकारकतेने होत नसल्याने एप्रिल १९८८मध्ये भारत सरकारने एक ठराव करून सेबी (Securities Exchange Board of India (SEBI). हे गैर वैधानिक मंडळ स्थापन केले. १९९१मध्ये नवीन उदार आर्थिक धोरण स्वीकारल्यानंतर १२ एप्रिल १९९२ रोजी संसदेत 'सेबी कायदा' पारित करून सरकारने सेबीला कायदेशीर दर्जा आणि कायदेशीर अधिकार दिले.

सेबीची उद्दिष्ट्ये खालील प्रमाणे नमूद करण्यात आली.

१. शेअर बाजारांच्या कामकाजाचे नियमन करणे.

२. गुंतवणूकदारांच्या अधिकारांचे संरक्षण आणि शेअर बाजारातील त्यांच्या गुंतवणुकीच्या सुरक्षिततेची खात्री देणे.

३. शेअर बाजारातील गैर प्रकार आणि फसवणूक यांना आळा घालणे.

४. ब्रोकर्स, अंडररायटर्स इत्यादी मध्यस्थांसाठी नियमन करणे व त्यांच्यासाठी आचार संहिता तयार करणे.

सदर उद्दिष्टांच्या पूर्तीसाठी सेबीला तीन भूमिकेतून काम करावे लागते. देशातील शेअर बाजाराचा चांगला विकास करणे, विकसित शेअर बाजाराचे नियमन करून त्यात गैर व्यवहार होणार नाहीत आणि झाले तर तसे करणाऱ्यांना शासन करणे आणि पुन्हा त्या प्रकारचे गैर व्यवहार होणार नाहीत यासाठी व्यवस्थेत सुधारणा करणे, आणि तिसरी महत्त्वाची भूमिका म्हणजे गुंतवणूकदारांच्या हितसंबंधांचे रक्षण करणे. उद्दिष्टपूर्ती साठी भूमिका बजावताना सेबी पुढील कामे करते.

१. संरक्षक भूमिकेतील कामे : सेबी गुंतवणूकदारांचे हितसंबंध जपत त्यांना संरक्षण देण्यासाठी प्राइस रिगिंग (मोजक्या मध्यस्थांनी एकत्रित येऊन कृत्रिमपणे एखाद्या शेअरची किंमत ठरवून वाढविणे किंवा कमी करणे), इनसायडर ट्रेडिंग (कंपनीच्या अंतस्थ माणसाने इतरांना उपलब्ध नसलेल्या पण त्याला मिळणाऱ्या

कंपनीच्या माहितीच्या आधारे कंपनीच्या शेअर्स मध्ये व्यवहार करून नफा मिळविणे), अयोग्य आणि फसव्या व्यापारी प्रथा यांना प्रतिबंध घालते, गुंतवणुकीबाबत गुंतवणूकदारांचे प्रशिक्षण करते, शेअर्स आणि कर्जरोख्यांच्या व्यवहारांबाबत आवश्यकतेनुसार वेळोवेळी मार्गदर्शक सूत्रे प्रसिद्ध करते.

२. शेअर बाजाराचा विकासक म्हणून कामे : शेअर बाजारातील मध्यस्थांच्या प्रशिक्षणाची व्यवस्था, शेअर बाजारातील व्यवहारांची कॉस्ट कमी करण्यासाठी व व्यवहार जलद आणि पारदर्शी होण्यासाठी व्यवस्था करते. आधुनिक तंत्रज्ञाचा वापर करण्याचा आग्रह धरते.

३. बाजाराचा नियामक म्हणून कामे : शेअर बाजारातील मध्यस्थांचे नियमन करण्यासाठी नियम, विनियम आणि आचार संहिता तयार करणे, ब्रोकर्स, सब ब्रोकर्स, ट्रान्सफर एजंट्स, ट्रस्टीज, मर्चंट बँकर्स आणि शेअर बाजारातील अन्य सर्व संबंधितांची नोंदणी आणि नियमन करणे, म्युच्युअल फंडांची नोंदणी आणि नियमन करणे, कंपन्यांच्या अधिग्रहणाचे नियमन करणे, शेअर बाजारांची चौकशी आणि लेखा परीक्षण करणे.

थोडक्यात प्रतिभूती जारीकर्ते, गुंतवणूकदार आणि बाजारातील मध्यस्थ या तीन संबंधितांच्या गरजा लक्षात घेऊन सेबी काम करते. सेबी ही अर्ध वैधानिक, अर्ध न्यायिक आणि अर्ध कार्यकारी व्यवस्था आहे. वैधानिक अधिकारात सेबी विनियम तयार करते व लागू करते, न्यायिक अधिकारात ती निर्णय आणि आदेश देते तर कार्यकारी अधिकारात ती अन्वेषण आणि अंमलबजावणी करते. शेअर बाजारांचे उपविधी मंजूर करणे, आवश्यकता भासल्यास त्यात बदल करण्याची सक्ती करणे, शेअर बाजाराच्या हिशेबाच्या पुस्तकांची तपासणी करणे व त्यांना वेळोवेळी विशिष्ट माहितीची विवरण पत्रके सदर करण्यास सांगणे, मध्यस्थांच्या हिशेब पुस्तकांची तपासणी करणे, कंपन्यांना त्यांच्या समभागांची शेअर बाजारावर नोंदणी करण्याची सक्ती करणे, ब्रोकर्सची नोंदणी अनिवार्य करणे इत्यादी अधिकार सेबीला आहेत. यामुळे सेबी खूब प्रबळ आणि प्रभावी झाली आहे. पण तिला जबाबदार ठरविण्यासाठी तिच्या विरोधात अपील करण्याची तरतूद केलेली आहे.

सेबीच्या कामगिरीतील उल्लेखनीय यश

१. प्रतिभूतींचे निर्भौतिकीकरण : पूर्वी शेअर्स, कर्जरोखे, bonds इत्यादी प्रतिभूती कागदाच्या प्रमाणपत्र स्वरूपात (physical material Ab form मध्ये) होत्या. त्यामुळे त्या खराब होणे, फाटणे, हस्तांतरासाठी वेळ लागणे अशा अडचणी येत असत. सेबीने प्रयत्नपूर्वक त्यांचे dematerialisation (demat) केले. हजारो कंपन्यांच्या लाखो प्रतिभूतींचे निर्भौतिकीकरण करण्याचे आव्हानात्मक काम सेबीने

अल्पावधीत केले व यशस्वीपणे राबविले. त्यासाठी Depositories Act, 1996 पारित करून घेतला.

२. **जलद सेटलमेंट प्रक्रिया :** प्रतिभूतींचा व्यवहार झाल्यानंतर प्रतिभूती आणि पैसे यांची देवाण घेवाण जलद आणि विश्वासार्ह पद्धतीने होण्याची प्रक्रिया सेबीने फार समाधानकारक रीतीने विकसित केली. आता T + २ म्हणजेच व्यवहार झाल्यापासून दोन दिवसांत व्यवहाराची पूर्तता होते.

३. **खंबीर आणि स्पष्ट विनियम आणि आदेश :** विनियम आणि आदेश यांचे शब्दांकन करण्याची सेबीची यंत्रणा सक्षम झाल्याने कंपन्या तसेच मध्यस्थ यांना त्यांचे उल्लंघन करणे अवघड झाले आहे.

४. सेबीने म्युच्युअल फंड उद्योगाला चांगल्या प्रकारे उत्तेजन दिले.

५. **विदेशी संस्थात्मक गुंतवणूकदारांचे नियमन :** १९९३मध्ये विदेशी संस्थात्मक गुंतवणूकदारांना भारताच्या शेअर बाजाराचे दरवाजे खुले करण्यात आले. त्यांना भारतात गुंतवणूक करण्यास प्रोत्साहन देण्याबरोबरच त्यांचे चांगले नियमन करण्यात सेबी यशस्वी झाली. आज भारतीय शेअर बाजारात सदर विदेशी गुंतवणूक संस्था प्रमुख गुंतवणूकदार आहेत.

६. २००८च्या जागतिक आर्थिक संकटाच्या काळात भारतीय शेअर बाजारात घबराट होऊ न देण्यात सेबीचे योगदान वाखाणण्यासारखे राहिले.

७. सत्यम कंपनीच्या गैरव्यवहारामध्ये सेबीने आपली भूमिका अत्यंत चांगल्या पद्धतीने पार पाडली.

८. कंपन्यांचे अधिग्रहण आणि कंपन्यांच्या समभागांची निर्नोंदणी याबाबतचे नियम कंपन्यांना अनुकूल, स्पष्ट आणि सोपे केले.

९. भांडवल बाजारात उचित प्रथा असाव्यात आणि उत्तम आचार संहिता असावी यासाठी सेबीने अनेक उपाय केले. उदा. कर्जरोखे विकताना नमूद केलेल्या अटी व शर्तींमध्ये मुदतपूर्ती पूर्वी बदल न करण्यासंबंधी नियम केले. त्यामुळे कर्जरोखेधारकांचे हितसंबंध जपले गेले. शेअरच्या बाजारातील किमतींशी न जुळणाऱ्या किमतीला शेअर्स ची प्रेफरेन्शियल ॲलॉटमेंट करण्यास प्रतिबंध केला. इ.

१०. भारतातील कमोडिटी डेरीवेटीव्‌जचे नियमन फॉरवर्ड मार्केट कमिशनद्वारे केले जात होते. २०१५ मध्ये फॉरवर्ड मार्केट कमिशन चे सेबीत विलीनीकरण केले गेले. त्यामुळे देशातील सर्व तीन राष्ट्रीय आणि सहा प्रादेशिक कमोडिटी exchanges सेबीच्या नियमनाखाली आली. देशात भांडवल बाजार आणि कमोडिटी exchanges यासाठी एक नियामक झाला.

सेबीच्या कामगिरीने नोंदणी केलेल्या कंपन्यांची संख्या प्रचंड वाढली,

बाजारातील रोखीचे आणि वायद्याचे व्यवहार लक्षणीयरीत्या वाढले आणि बाजाराचे भांडवलीकरण फारच वर गेले. गुंतवणूकदारांचा बाजारावरील विश्वास वाढला. कंपन्यांच्या व्यवस्थापनातील गैर प्रकार कमी झाले, माहितीचे प्रकटीकरण सुधारले, इनसायडर ट्रेडिंग, प्राईस रिगिंग अशा गैर व्यवहारांना आळा बसला. थोडक्यात सुदृढ अशा बाजाराचा विकास करण्यात सेबी यशस्वी झाली असे म्हणता येईल. अल्प व्यवहार असलेले आणि अनुचित प्रथा पाळणारे शेअर बाजार सुधारण्यासाठी अथवा त्यांना ते शक्य नसेल तर बंद करण्यासाठी सेबीने २०१२ साली नियम केले. त्यानुसार काही प्रादेशिक शेअर बाजार बंद झाले आणि इतरांचे व्यवहार सुधारले. Participatory Notes च्या माध्यमातून भारतीयांचा काळा पैसा विदेशी पैसा म्हणून देशातील शेअर बाजारात गुंतवला जात असल्याच्या संशयावरून सेबीने त्यांच्या नियमनासाठी लक्षणीय कष्ट घेतले आणि असे गुंतवणुकीचे प्रमाण कमी करण्यात यश मिळविले.

सेबीच्या कार्यकाळात काही कटू प्रसंग घडले त्याने सेबीच्या नियमनक्षमतेविषयी प्रश्न सुद्धा उपस्थित केले. अगदी सुरूवातीच्या काळात १९९२ मध्ये हर्षद मेहता घोटाळा, १९९५ मधील एम. एस. शूज कंपनीचा घोटाळा, २००२ मधील केतन पारेख घोटाळा, १६ ऑक्टोबर २००७ रोजी Paper for Discussion on Offshore Derivative Instruments (Participatory Notes) प्रसिद्ध केल्यावर त्यातील तरतुदी स्पष्ट नसल्याने १७ ऑक्टोबर रोजीची बाजारातील भीषण पडझड अशी काही उदाहरणे देता येतील. परंतु त्यातून बोध घेत सेबीने भांडवल बाजारात सुधारणांचा सपाटा चालू ठेवला आणि भारतीय शेअर बाजार देशवासियानांच नव्हे तर विदेशी गुंतवणूकदारांसाठी सुद्धा आकर्षक बनविला. देशातील एक सक्षम नियामक म्हणून सेबीच्या योगदानाची दखल घ्यायलाच हवी.

❒

२७ बाजाराच्या कारभारात तंत्रज्ञानाचा वापर करून पारदर्शकता आणण्यासाठी वर्ष १९९२ – राष्ट्रीय शेअर बाजाराची स्थापना

१९९० पर्यंतची शेअर बाजाराची स्थिती

अर्थव्यवस्थेत शेअर बाजाराचे महत्त्व मोठे आहे. उद्योगांना भांडवल उभारणी करण्यासाठी आणि गुंतवणूकदारांना गुंतवणूक करण्यासाठी व ती मोकळी करण्यासाठी शेअर बाजार सहाय्यभूत होतो. भारतात १८७५ मध्ये मुंबई शेअर बाजार सुरू झाला. १९९० पर्यंत देशात साधारण २३ शेअर बाजार कार्यरत होते. ते प्रामुख्याने क्षेत्रीय स्तरावर कामकाज करत होते. या सर्व बाजारांमधील एकूण व्यवहारांपैकी सुमारे ८०% व्यवहार मुंबई बाजारात होत असत आणि तो देशात सर्वात मोठा बाजार होता. त्याला अन्य बाजारांची फारशी स्पर्धा नव्हती. मोजके आणि एकमेकांशी खूपच जवळीक असलेले व्यापारी तेथे ब्रोकर्स म्हणून काम करत. मुंबई, दिल्ली, कलकत्ता, अहमदाबाद आणि मद्रास या शेअर बाजारांच्या नियामक मंडळात ब्रोकर्सची संख्या अनुक्रमे ६७%, ७१%, ६८%, ६३% आणि ६०% इतकी होती. यावरून ब्रोकर्सचा बाजारातील प्रभाव सहज लक्षात येईल. कार्यकारी संचालकावर ब्रोकर्स चा खूप दबाव राहत असे. बाजाराच्या कारभारात पारदर्शकता नव्हती, तंत्रज्ञानाचा वापर नव्हता. खरेदी विक्रीचे व्यवहार बाजाराच्या हौद्यात ब्रोकर्सच्या आवाजी देवाणघेवाणीतून होत असत. contract note वर व्यवहारांची वेळ नोंदलेली नसल्याने शेअरची खरेदी दिवसभरातील सर्वात जास्त भावाने आणि विक्री सर्वात कमी भावाने झाल्याचे सांगितले जात असे. बाजारात झालेले अनेक व्यवहार जाहीर केले जात नसत. सबब शेअरच्या व्यवहारांच्या योग्य किमतीचा अंदाज बांधणे अवघड जात असे. गावागावातील सब ब्रोकर्सना मुंबईच्या मुख्य ब्रोकरकडे ऑर्डर द्यावी लागत असे. थोडक्यात शेअर बाजारातील व्यवहार प्रामुख्याने ब्रोकर्सचे

हितसंबंध जोपासणारे होते. शेअर बाजाराच्या कामकाजात सार्वजनिक प्रतिनिधी लक्ष घालत नव्हते. त्यामुळे सामान्य गुंतवणूकदारांच्या हितसंबंधांचे रक्षण होण्याची खात्री नव्हती. उद्योगाला भांडवल उभारणी आणि गुंतवणुकीला प्रोत्साहन या भूमिकांना फार महत्त्व नसल्याने शेअर बाजारातील व्यवहार हे सट्टेबाजी कडे जाणारे होते. देशात अनेक शेअर बाजार कार्यरत असले तरी त्याच त्याच शेअर्सचे सर्व बाजारांत ट्रेडिंग होत असे आणि प्रत्येक बाजारात त्यांच्या किमती वेगवेगळ्या असत. असे शेअर बाजार अर्थव्यवस्थेसाठी, कंपन्यांसाठी आणि गुंतवणूकदारांसाठी फार चांगले नव्हते.

नवीन बाजाराची स्थापना

१९९१मध्ये भारतात उदारीकरणाचे धोरण स्वीकारले गेले, वित्तीय क्षेत्र खुले करायचे ठरले, विदेशी गुंतवणुकीला परवानगी देण्याचे नक्की झाले. या पार्श्वभूमीवर देशात पारदर्शी आणि कार्यक्षम शेअर बाजार असण्याची गरज भासू लागली. १९९१ साली श्री. फेरवानी यांच्या अध्यक्षतेखाली एक समिती नेमली गेली. समितीच्या शिफारशी नुसार नोव्हेंबर १९९२मध्ये कंपनी कायद्याखाली नोंदविलेली 'द नॅशनल स्टॉक एक्सचेंज' ही कंपनी अस्तित्वात आली. एप्रिल १९९३मध्ये तिला 'शेअर बाजार' म्हणून मान्यता मिळाली. सदर शेअर बाजाराचे प्रवर्तक आणि भागधारक शेअर ब्रोकर्स नव्हते तर सरकारने IDBI, UTI, LIC, GIC अशा सार्वजनिक क्षेत्रातील कंपन्यांच्या मागे लागून सदर NSE ची स्थापना केली. ब्रोकर्सच्या प्रभावात न राहता NSE स्वतंत्र व्यावसायिकांच्या व्यवस्थापना खाली आली. किंबहुना NSE च्या संचालक मंडळावर ब्रोकर्स ना स्थान राहिले नाही. NSE चा ब्रोकर होण्यासाठी तज्ज्ञता हा निकष लागू झाला. तत्कालीन शेअर ब्रोकिंग व्यवसायात आमूलाग्र बदल झाला.

NSE चे कामकाज

NSE ने आपल्या कामकाजाची सुरूवात जून १९९४ मध्ये Wholesale Debt Market (WDM) विभागाने केली. त्याच वर्षाच्या नोव्हेंबर मध्ये NSE च्या व्यासपीठावर Capital market (Equities) म्हणजे समभागांच्या खरेदी-विक्री व्यवहारांना (ट्रेडिंगला) प्रारंभ केला. ३ नोव्हेंबर १९९४ रोजी या बाजारात पहिला व्यवहार झाला आणि एक वर्षाच्या आत म्हणजे ऑक्टोबर १९९५ मध्ये NSE हा देशातील सर्वात मोठा शेअर बाजार झाला. NSE वर Derivatives segment ची सुरूवात जून २०००मध्ये करण्यात आली.

देशात इलेक्ट्रॉनिक माध्यमातून काम करणारा NSE हा पहिला शेअर बाजार

अस्तित्वात आला. माहिती तंत्रज्ञान आणि दूरसंचार यांचा उत्तम वापर करून येथे व्यवहार पार पाडले जातात. देशाच्या कोणत्याही कोपऱ्यातून या पडदा आधारित (screen based) बाजारावर थेट व्यवहार करणे कोणालाही शक्य झाले. तत्पूर्वी सर्व शेअर बाजार प्रादेशिक स्तरावर काम करत होते. NSE मुळे संपूर्ण देशाच्या पातळीवर व्यवहार सुरू झाले. शेअर खरेदी - विक्रीच्या किमती पडद्यावर दिसू लागल्या. मध्यस्थांच्या मदतीची गरज कमी झाली. व्यवहाराची पूर्तता T+2 म्हणजे व्यवहार केल्या दिवसापासून दोन दिवसात होऊ लागली. NSE ची मालकी संस्थांची असल्याने NSE च्या संचालक मंडळावरील सर्व जण व्यावसायिक आहेत. त्यापूर्वीच्या शेअर बाजारावर प्रचलित असलेली ब्रोकर्स द्वारे व्यवस्थापन करण्याची प्रथा बंद झाली. परिणामतः गुंतवणूकदारांच्या हितसंबंधाना प्राधान्य मिळू लागले. NSE ने सह प्रवर्तक होऊन 'क्लिअरिंग हाऊस' अशी व्यवस्था सुरू केली. त्याने व्यवहार पूर्तता वेळेत आणि अचूक होण्याची खात्री निर्माण केली. व्यवहारांची कॉस्ट लक्षणीय प्रमाणात घटली. NSE ने National Securities Depository Ltd (NSDL) ही संस्था सुरू करण्यात मोलाचा सहभाग घेऊन प्रतिभूतींचे निर्भौतिकीकरण केले आणि paperless प्रतिभूतींचे व्यवहार सुरू झाले.

NSE वर होणाऱ्या व्यवहारात खालील बाबींचा समावेश होतो. - शेअर्स, indices, म्युच्युअल फंड्स, Exchange Traded Funds, कंपन्यांच्या शेअर्सचे प्राथमिक देकार, Security Lending and Borrowing Scheme.

NSE ने derivatives चे व्यवहार सुरू केले आणि त्यामुळे पूर्वी होणाऱ्या सट्टारूपी व्यवहारांना एका अर्थाने चाप बसला. सध्या NSE वर Equity Derivatives Global Indices like CNX 500, Dow Jones and FTSE यांच्या सह, Currency Derivatives आणि Interest Rate Futures यांचे व्यवहार होतात. याशिवाय कंपन्यांच्या कर्जरोख्यांची खरेदी विक्री सुद्धा होते.

NSE ने आधुनिक तंत्रज्ञानाचा वापर सुरू केला आणि व्यवहारांची गती वाढली. १९९४ साली NSE प्रती सेकंद दोन ऑर्डर्स प्रोसेस करत असे. २००१मध्ये ही संख्या प्रती सेकंद ६० पर्यंत वाढली. आता तिची क्षमता प्रती सेकंद १,६०,००० ऑर्डर्स प्रोसेस करण्यापर्यंत वाढली आहे. भारताच्या २००० शहरात NSE आपल्या २५०० VSATs आणि ३००० leased lines च्या माध्यमातून सेवा देत आहे. NSE ने वित्तीय साक्षरता प्रसारासाठी अनेक विद्यापीठांबरोबर करार करून MBA आणि BBA च्या अभ्यासक्रमांना मान्यता दिली आहे. तसेच Certification in Financial Markets (NCFM) programmes सुरू करून online परीक्षा घेत प्रमाणपत्र देण्याची व्यवस्था ही केली आहे.

NSE हा देशातील सर्वात मोठा आणि अग्रेसर बाजार असून समभागांच्या व्यवहारांचा विचार करता जगातील चौथा मोठा बाजार आहे. stock index option आणि currency option यात होणाऱ्या व्यवहारांच्या आधारे NSE हा जगातील क्रमांक एक चा बाजार आहे. देशातील शेअर बाजारात होणाऱ्या एकूण व्यवहारांपैकी NSE वर equity cash trading पैकी ८५%, equity derivatives trading पैकी ९४%, currency derivatives trading पैकी ५९%, interest rate derivatives trading पैकी ७९%, ETFs trading पैकी ७७% आणि corporate bonds trading पैकी ८०% व्यवहार होतात. NSE वर १८२२ कंपन्यांनी नोंदणी केलेली आहे.

थोडक्यात NSE देशातील सर्वात मोठा, पारदर्शक, तंत्रज्ञानावर आधारित, विश्वासार्ह आणि समावेशक बाजार म्हणून अल्पावधीत नावारूपास आला. परिणामतः The NYSE Euronext आणि Goldman Sachs अशा आंतरराष्ट्रीय गुंतवणूक संस्थांनी NSE चे समभाग विकत घेतले आहेत.

काही प्रश्न

गेल्या काही वर्षात NSE च्या कामकाजाविषयी काही वाद निर्माण झाले. २०१३-१४ साली रवि नारायण यांची व्यवस्थापकीय संचालकपदी बढती आणि त्यानंतर त्या पदावर जाहिरात न देता आणि निवड प्रक्रिया पार न पाडता चित्रा रामकृष्ण यांची नियुक्ती या गोष्टी वादात सापडल्या. NSE ने मनी लाइफ या कंपनीच्या विरोधात लावलेला १०० कोटी रुपयांचा अब्रू नुकसानीचा दावा, त्यात NSE ला आलेले अपयश आणि ५० लाख रुपयांचा दंड, सेबीने संचालक मंडळाच्या रचनेत घातलेले लक्ष आणि दंडात्मक कारवाई, फोरेन्सिक ऑडिट करून घेण्याचा आदेश या सगळ्या गोष्टींनी NSE च्या कामकाजाबाबत निश्चितच संशय निर्माण झाला. काही शेअर ब्रोकर्स ना NSE च्या systems वर वारंवार आणि प्राधान्याने access दिला जातो ह्या सेबीच्या संशयाला Deloitte च्या लेखा परीक्षणाने दिलेला दुजोरा हाही चिंतेचा विषय आहे. NSE च्या अल्गोरिदम व्यवस्थेत हेराफेरी करण्यास वाव असल्याचा सेबीचा निष्कर्ष असाच गंभीर आहे. या सर्वांचा परिणाम NSE चा शेअर इश्यू लांबणीवर पडण्यात झाल्याचे आपण पाहत आहोत. भारताच्या उभरत्या अर्थव्यवस्थेत प्रचंड योगदान असणाऱ्या NSE चे कामकाज निकोप राहावे इतकी अपेक्षा !

❒

२८ नियंत्रित विनिमय दराकडून बाजाराधिष्ठित विनिमय दराकडे
वर्ष १९९३ बाजारातील मागणी पुरवठ्यावर आधारित विनिमय दर निश्चिती

प्रत्येक देशाचे परराष्ट्रांशी होणारे व्यवहार वस्तूंचा व्यापार आणि भांडवलाची आयात निर्यात या स्वरूपाचे असतात. असे व्यवहार करताना देशी व परदेशी चलन वापरले जाते. देशी चलनाची परदेशी चलनातील किंमत म्हणजे 'विनिमय दर' होय. थोडक्यात एका चलनाची दुसऱ्या चलनाच्या भाषेतील किंमत याला विनिमय दर म्हणतात.

देशाच्या चलनाचा विनिमय दर घसरला तर देशातून होणारी निर्यात स्वस्त झाल्याने वाढते तर आयात महाग झाल्याने कमी होते. सबब विकसनशील तसेच विकसित देशातील निर्यातदार व आयातदार यांच्या निर्णयावर विनिमय दराचा मोठा परिणाम होतो. चलनाचा विनिमय घसरला तर त्या पूर्वी घेतलेल्या विदेशी कर्ज रकमा परत करण्यासाठी जास्त रुपये द्यावे लागतात. चलनाचा विनिमय दर सुधारला तर विदेशी गुंतवणूक परत जाताना कमी रुपये लागतात. सबब विदेशी चलनातील गुंतवणूकदार, कर्जदाते, बँकर्स, वित्तीय संस्था, धोरणकर्ते, पर्यटक, उद्योजक अशा सर्वांच्या निर्णयावर विनिमय दर हा परिणाम करणारा महत्त्वाचा चल घटक आहे. विनिमय दरातील बदलांमुळे आंतरराष्ट्रीय गुंतवणूक भांडाराचे मूल्य, आयात आणि निर्यातीची स्पर्धाशीलता, देशादेशांच्या विदेशी चलन गंगाजळीचे मूल्य, कर्ज परतफेडीसाठी लागणारे चलन, तसेच पर्यटकांच्या विदेश यात्रेचा खर्च यावर परिणाम होतो. थोडक्यात विदेशी चलनाच्या विनिमय दराचा देशाच्या अर्थव्यवस्थेतील चक्र, व्यापार आणि विदेशी भांडवलाची आवक जावक या सर्वांवर मोठा परिणाम होत असतो. विनिमय दर निश्चितीला म्हणून खूप महत्त्व असते.

विनिमय दर ठरतो कसा ?

देशातील चलनासाठी सुवर्ण मानक व्यवस्था अस्तित्वात असताना प्रत्येक देशाच्या चलनाला सोन्याचा पाठिंबा असे. त्यामुळे चलनाच्या एककाचे सोन्यात मूल्य समजणे सहज होते. दोन्ही चलनाचे सोन्यातील मूल्य माहित असेल तर दोन चलनांच्या विनिमयाचा दर निश्चित करणे सोपे होते. उदा. १ रुपयाला ०.१ ग्रॅम सोन्याचे तर १ डॉलरला ०.५ ग्रॅम सोन्याचे मूल्य असेल तर १ डॉलर चा विनिमय दर ५ रुपये असा आपोआप होतो. परंतु साधारण १९३०च्या दशकात जगातील बहुतेक देशातील सुवर्ण मानक पद्धत बंद होत गेली. आणि विनिमय दराची निश्चिती कशी करायची असा प्रश्न उपस्थित झाला.

सामान्यतः विनिमय दर तीन प्रकारे ठरविले जातात – स्थिर विनिमय दर, तरता विनिमय दर आणि अधिकीलित विनिमय दर. देशाच्या मध्यवर्ती बँकेने ठरविलेल्या आणि राखलेल्या दराला स्थिर विनिमय दर म्हणतात. या उलट चलनाचा विनिमय दर जेंव्हा बाजारातील चलनाच्या मागणी आणि पुरवठा यावरून ठरतो तेंव्हा त्याला 'मुक्त' / 'तरता' विनिमय दर म्हणतात. अलिकडच्या काळात 'अधिकीलित' / 'खिळवून ठेवलेला' विनिमय दर असण्याकडे कल आहे. या प्रकारात देशाची मध्यवर्ती बँक 'अपेक्षित' विनिमय दर निश्चित करते. बाजारातील विनिमय दर चलनाची मागणी आणि पुरवठ्यानुसारच ठरतो पण तो विनिमय दर 'अपेक्षित' विनिमय दराच्या विशिष्ट प्रमाणापेक्षा कमी जास्त झाला तर मध्यवर्ती बँक चलन खरेदी विक्रीत हस्तक्षेप करते व विनिमय दर 'अपेक्षित'दराच्या जवळपास राहील असे पाहते.

रुपयाचा विनिमय दर

१९४६-४७मध्ये जागतिक स्तरावर ब्रेटन वुड्स समझोता झाला आणि त्यानुसार जगभरात विनिमय दर ठरवले जाऊ लागले. १९४७ मध्ये भारताला स्वातंत्र्य मिळाले आणि भारताने 'सममूल्य विनिमय दर पद्धत' (Par Valuc system of exchange rate) स्वीकारली. त्यानुसार रुपयाचा विनिमय दर शुद्ध सोन्याच्या ४.१५ ग्रेन्स इतका होता. सदर विनिमय दरात + / – १% पेक्षा जास्त चढ उतार होऊ नये यासाठी रिझर्व बँक विदेशी चलन बाजारात हस्तक्षेप करत असे. या हस्तक्षेपाला मध्यस्थ चलन म्हणून पौंड स्टर्लिंग चलनाचा वापर केला जात असे. भारतातील विनिमय दराची ही पद्धत १९४७पासून १९७१पर्यंत चालू राहिली. रुपयाचा विनिमय दर बऱ्याच प्रमाणात स्थिर राहिला. (सप्टेंबर १९४९ आणि जून १९६६ मधील रुपयाची दोन अवमूल्यने वगळता) १९७१ मध्ये ब्रेटन वुड्स पद्धत कोसळली. डिसेंबर १९७१ मध्ये भारताने रुपयाची जोडणी पौंड स्टर्लिंग बरोबर केली. (Rupee was linked to the pound sterling) पौंड स्टर्लिंगची जोडणी १९७१च्या स्मिथसोनियन समझोत्याने डॉलरशी झालेली होती. त्यामुळे रुपयाचा विनिमय दर स्थिर राहिला. पण एकाच चलनाशी जोडणी असणे (a single currency peg) जोखीमयुक्त वाटल्याने सप्टेंबर १९७५ मध्ये भारताने काही देशांच्या चलनाच्या समूहाशी रुपयाची जोडणी केली. सदर चलनांची नावे व त्यातील प्रत्येकाचा भार रिझर्व बँकेने गुलदस्त्यात ठेवले होते. १९७८ ते १९९२ पर्यंत रिझर्व बँक विनिमयाचे दुहेरी दर (quoting two-way prices) जाहीर करत असे. १९९२ पर्यंत विदेशी चलन बाजार अत्यंत नियंत्रित होता. फेरा कायद्यामुळे विदेशी चलनावर प्रचंड अंकुश होता. परिणामतः विदेशी चलनाच्या काळ्या बाजाराने जोर पकडला. १९९०-९१ मध्ये विदेशी चलन गंगाजळीचे संकट आले. जुलै १९९१ मध्ये दोन वेळा रुपयाचे अवमूल्यन करावे लागले. या पार्श्वभूमीवर डॉ. सी. रंगराजन यांच्या अध्यक्षतेखाली एक उच्च स्तरीय समिती नेमण्यात आली. सदर समितीच्या अंतरिम अहवालात प्रमुख शिफारस होती - बाजारातील मागणी आणि पुरवठा यानुसार विनिमय दर ठरविले जावेत. त्यानुसार अर्थमंत्र्यांनी १९९२ च्या अर्थसंकल्पात तात्पुरत्या स्वरूपात उदारमतवादी विनिमय दर व्यवस्थापन व्यवस्था (Liberalised Exchange Rate Management System) लागू करण्याचे वक्तव्य केले आणि रिझर्व बँकेने मार्च १९९२ मध्ये सदर धोरण जाहीर केले. या व्यवस्थेमुळे निर्यातदारांना आपल्या विदेशी चलनाच्या जमा रकमेच्या ६०% रक्कम बाजारातील विनिमय दराने आणि उर्वरित ४०% रक्कम रिझर्व बँकेने ठरविलेल्या विनिमय दराने रूपांतरित करून मिळू लागली. थोडक्यात भारताची वाटचाल 'स्थिर विनिमय दर पद्धतीकडून 'दुपाखी विनिमय दर पद्धती (dual exchange rate system) कडे सुरू झाली.

रिझर्व बँकेकडे 'अधिकृत' विनिमय दराने जमा झालेले विदेशी चलन पेट्रोलियम पदार्थ, खते, जीवरक्षक औषधे यासह आवश्यक वस्तूंच्या आयातीसाठी उपलब्ध करून दिले जात असे. दुपाखी विनिमय दर व्यवस्था तात्पुरती असावी अशी समितीची अपेक्षा होती. समितीने १९९३मध्ये अंतिम अहवाल दिला. त्यातील एक शिफारस होती ती बाजार निर्धारित विनिमय दर (Market determined exchange rate) पद्धत स्वीकारण्याची. तो पर्यंत दुपाखी विनिमय दर एकमेकांच्या जवळपास आलेले होते. १९९३ च्या अर्थसंकल्पात 'दुपाखी' विनिमय व्यवस्था रद्द करून एकच 'बाजाराधिष्ठित' विनिमय दर व्यवस्था (unified exchange rate system) स्वीकारण्याची घोषणा करण्यात आली आणि दोन विनिमय दर (एक बाजारातील मागणी पुरवठा न्यायाने ठरलेला आणि दुसरा रिझर्व बँकेने ठरविलेला) पद्धत बंद झाली. सध्या रुपयाचा विनिमय दर बाजारातील चलनाच्या मागणी आणि पुरवठा

यावर ठरतो. सदर विनिमय दराने सर्व विदेशी चलनाची देवाण घेवाण केली जाते. तरीही क्वचित प्रसंगी आणि मर्यादित प्रमाणात रिझर्व बँक त्यात डॉलरची खरेदी विक्री करून हस्तक्षेप करत असते. जेंव्हा बाजारातील मागणी पुरवठा न्यायाने रुपयाची किंमत घसरू लागते तेंव्हा रिझर्व बँक बाजारात डॉलर्स विकते त्यामुळे डॉलरचा पुरवठा वाढतो आणि रुपयाची घसरण थांबते. या उलट रुपया जेंव्हा सशक्त होऊ लागतो आणि अर्थव्यवस्थेच्या दृष्टीने रिझर्व बँकेला तो सशक्त होणे उचित नाही असे वाटते, तेंव्हा रिझर्व बँक बाजारातून डॉलर्सची खरेदी करायला सुरवात करते. त्यामुळे डॉलरची बाजारातील मागणी वाढते आणि रुपयाची किंमत कमी होते. परंतु रिझर्व बँकेच्या अशा हस्तक्षेपाचा परिणाम देशांतर्गत किंमत पातळीवर होत असतो. रिझर्व बँक जेंव्हा विदेशी चलन (डॉलर्स) खरेदी करते तेंव्हा त्याची किंमत देण्यासाठी रिझर्व बँक रुपयाचे नवीन चलन इश्यू करते. त्याने देशातील चलन वाढते आणि परिणामतः भाव पातळी(इन्फ्लेशन) वर जाते. या उलट स्थितीत भाव पातळी कमी होते. सबब रिझर्व बँकेचा हस्तक्षेप मर्यादित राहतो.

परिणाम

भारताचा व्यापार तोल तूट दाखवीत असल्याने रुपयाच्या बळकटीसाठी चालू खात्यावरील तूट कमी करण्याबरोबरच थेट विदेशी गुंतवणूक तसेच विदेशी भाग भांडार गुंतवणूक देशात येणे, त्यासाठी भारताचे पत मानांकन टिकविणे व वाढविणे आवश्यक झाले. सरकार आणि मध्यवर्ती बँक यांना राजस्व धोरण आणि मुद्रा धोरण अत्यंत विचार पूर्वक आखणे आणि राबविणे गरजेचे झाले कारण त्यांचा विनिमय दराशी जवळचा संबंध असतो. व्याज दरावर विदेशी गुंतवणूक येणे आणि जाणे अवलंबून असल्याने व्याज दर आणि देशातील चलनाची मात्रा याकडे बारकाईने लक्ष द्यावे लागते. आंतरराष्ट्रीय बाजारात भारतीय उत्पादनाच्या किमती स्पर्धाशील राहण्यासाठी देशात भाववाढ (इन्फ्लेशन) मर्यादित ठेवणे भाग पडले. नियमनातील आणि संस्थात्मक अनेक सुधारणांमुळे भारतातील रुपयाचा विनिमय बाजार आज विकसित झालेला दिसतो. विनिमय बाजारातील सहभागी मंडळींनी त्यात तज्ज्ञता मिळविली. विनिमय बाजारातील साधने विकसित होत गेली. रुपयाची चालू खात्यावर परिवर्तनीयता शक्य झाली. अर्थात रुपया पूर्ण परिवर्तनीय करण्याची वेळ मात्र अजून आलेली नाही असे अर्थतज्ज्ञ सांगतात.

❐

२९ जागतिक व्यापार संघटनेचे संस्थापक सदस्यत्व वर्ष १९९४ – जागतिक व्यापार संघटनेचे करार

गॅट करार

१९९०-९१ या वर्षापासून देशात उदारीकरणाचे वारे जोराने वाहू लागले होते. पण त्यापूर्वीच जागतिक स्तरावर जागतिकीकरणाची प्रक्रिया सुरू झाली होती. त्याचे व्यासपीठ होते गॅट करार. पहिल्या महायुद्धानंतर बहुतेक सर्व देशांच्या अर्थव्यवस्था कोलमडल्या होत्या. देशादेशांमधील व्यापारावर प्रचंड निर्बंध लावले गेले होते. त्यामुळे आंतरराष्ट्रीय व्यापार फार कमी झाला होता. जगात मंदी आली होती. त्यातून मार्ग काढण्यासाठी १९४४ मध्ये ब्रेटन वुड्स येथे एक परिषद झाली आणि त्याचे फलित म्हणून २३ देशांनी १९४७ मध्ये गॅट करार (General Agreement on Tariff and Trade) केला. आंतरराष्ट्रीय व्यापार सुरळीत व्हावा व देशांनी आयात – निर्यातीवरील बंधने कमी करावीत म्हणजे व्यापार मुक्त होऊन सर्वच देशांना फायदा होईल असा या कराराचा उद्देश होता. हा करार मुख्यत्वे आयात शुल्क कमी करण्याचा करार होता. पहिल्या करारात सुमारे ४५, ००० वस्तूंवरील आयात शुल्कात कपात करण्यात आली. व्यापार वृद्धीसाठी करार उपयोगी असल्याचे लक्षात आल्याने हे व्यासपीठ चालू राहिले.

१९४७ नंतर १९७३ पर्यंत गॅट कराराशी संबंधित देशांनी सात वेळा बैठका केल्या आणि त्या बैठकांची निष्पत्ती म्हणजे सात करार केले. प्रत्येक करारात वस्तूंची संख्या आणि त्यांच्या आयात शुल्कांच्या दरात करायची कपात यात वाढ होत राहिली. झालेल्या सातही करारात वस्तू व्यापार आणि त्यावरील आयात शुल्क कमी करणे या शिवाय कोणताही विषय नव्हता. १९७३ ते १९८६ चर्चा झाली नाही. चर्चेची आठवी फेरी १९८६ मध्ये उरुग्वे येथे सुरू झाली.

गॅट करार ते जागतिक व्यापार संघटना

गॅट करार चर्चेच्या आठव्या फेरीत प्रथमच वस्तू व्यापार व आयात शुल्क या व्यतिरिक्त चार नवीन विषय चर्चेसाठी समाविष्ट करण्यात आले. त्यातील पहिला होता शेती (अन्नधान्य, फुले, फळे, सागरी अन्न, भाज्या, मांस, इ.), दुसरा सेवा (बँकिंग, विमा, शिक्षण, तंत्रज्ञान, शेअर ब्रोकिंग, वाहतूक, माहिती तंत्रज्ञान, दळणवळण, बांधकाम, वितरण, पर्यटन, आरोग्य, सांस्कृतिक विषय, खेळ इ.), तिसरा, गुंतवणूक (एका देशातून दुसऱ्या देशात होणारी अल्प, मध्यम व दीर्घ मुदतीची, मालकीची आणि कर्जाऊ गुंतवणूक) आणि चौथा बौद्धिक संपदा अधिकार (पेटंटस्, कॉपीराइट्स, भौगोलिक विशेषता, integrated circuits, औद्योगिक संकल्पचित्र, आणि गोपनीय माहिती इ.) या चार बाबींमुळे जागतिक व्यापारास गती मिळेल असा दावा करण्यात आला. या चारही विषयांना 'व्यापार विषयक' किंवा 'व्यापार संबंधी' (Trade Related) अशी विशेषणे लावून ते विषय गॅट करारात आणले गेले. गॅट कराराच्या या विस्तारित कक्षेला संलग्न सभासद देशांची सहजासहजी मान्यता मिळाली नाही. १९८६ मध्ये सुरू झालेली चर्चा १९९१ पर्यंत चालली. १९९१ मध्ये 'डंकेल ड्राफ्ट' या नावाने कराराचा एक मसुदा चर्चेतील देशांपुढे ठेवला गेला आणि असे निर्वाणीचे सांगितले गेले की या पुढे चर्चा सदर मसुद्याच्या अनुषंगाने करावी लागेल. याचा अर्थ चार नवीन विषय आठव्या गॅट करारात येणार हे तेंव्हाच निश्चित झाले होते. कराराच्या तपशीलात थोडाफार बदल संभव होता इतकेच. पुढील २/३ वर्षे सदर ड्राफ्ट वर भरपूर चर्चा चालली. काही वरवरच्या छोट्या मोठ्या दुरुस्त्या मान्य झाल्या आणि अखेरीस मोरोक्कोच्या मारकेश येथील परिषदेत १५-०४-१९९४ रोजी १२५ देशांनी या करारावर सह्या करून 'जागतिक व्यापार संघटना' (World Trade organisation - WTO) या ऐतिहासिक संस्थेची स्थापना केली. सदर करारांची अंमलबजावणी आणि WTO ची सुरूवात १ जानेवारी १९९५ पासून झाली. भारत हा १९४७ च्या गॅट करारात संलग्न सभासद देश होता आणि WTO स्थापनेतही संस्थापक सदस्य देश आहे.

WTO मुळे व्यापार निर्बंध हटविले गेले, नियमाधारित व्यापार सुरू झाला, व्यापारात पारदर्शकता आली. वस्तू, सेवा, भांडवल आणि कृषिमाल यांच्या व्यापारात मोठी वाढ झाली. बौद्धिक संपदा अधिकाराच्या संरक्षणामुळे संशोधनाला प्रोत्साहन मिळाले. सभासद देशांना फायदा दिसू लागला आणि सभासद देशांची संख्या वाढत जाऊन १६० पर्यंत पोहोचली. जागतिकीकरणाला या करारांमुळे गती आली.

भारत आणि जागतिक व्यापार संघटना

WTO च्या स्थापनेपूर्वी सामान्यतः दोन देशात परस्पर सामंजस्याने व्यापारविषयक

करार होत असत. त्यांना द्विपक्षीय करार म्हणतात. आंतरराष्ट्रीय व्यापारासाठी अनेक देशांशी असे द्विपक्षीय करार करण्या ऐवजी WTO या एकाच बहुराष्ट्रीय कराराने मोठी सोय झाली. भारतात विदेशी तंत्रज्ञान, भांडवल आणि कंपन्या आल्या. उत्पादन वाढले, उत्पादनाचा दर्जा सुधारला, उत्पादन खर्च कमी झाला आणि त्यामुळे किमती उतरल्या, उत्पादनांचे प्रकार वाढल्याने निवड करण्यास वाव मिळू लागला, भारतातील काही कंपन्या (टाटा, महिंद्र इ.) बहुराष्ट्रीय कंपन्या झाल्या आणि त्यांनी काही क्षेत्रात जागतिक पातळीवर आपला ठसा उमटवला. विदेशी कंपन्या भारतात आल्याने स्थानिक कंपन्यांचेही बाह्य रूप सुधारले (बँकांची कार्यालये इ.). भारताची मोठी स्थानिक बाजारपेठ जागतिक कंपन्यांना खुणावू लागली. त्यांचे कारखाने भारतात आले आणि परिणामतः येथील रोजगार संधीत वाढ झाली. माहिती तंत्रज्ञान क्षेत्रात तर भारतीय कंपन्यांनी जगभरात आणि विशेषतः प्रगत देशात भारताचा झेंडा रोवला. विदेशी सहयोगी कंपन्यांबरोबर काम करताना स्थानिकांच्या व्यवस्थापन, वितरण, वित्त , संशोधन इत्यादी कौशल्यात भर पडली. देशाचे राष्ट्रीय उत्पन्न वाढले, दर डोई उत्पन्नात लक्षणीय वाढ झाली. सामान्यांचे जीवनमान सुधारले. देशभरात पायाभूत सुविधांचे जाळे विणणे सोपे झाले. देशातील लायसेन्स राज संपले, स्पर्धा वाढली. कालबाह्य कायदे (MRTP, FERA इ.) रद्द केले गेले. स्पर्धा टिकण्यासाठी व पारदर्शकता येण्यासाठी अनेक नियामक (CCI, SEBI, IRDA इ.) नियुक्त केले गेले. भारताची आंतरराष्ट्रीय स्तरावर वाटाघाटी करण्याची क्षमता वाढली. WTO च्या तिसऱ्या मंत्री परिषदेपासूनच (१९९९-२००० या वर्षापासून) अविकसित आणि विकसनशील देशांचे नेतृत्व करण्याची संधी भारताला मिळाली. त्यात भारताने आपले कसब दाखविले. काही देशांनी (अमेरिका, युरोप, चीन इ.) लावलेल्या अयोग्य व्यापार बंधनाविरोधात भारताने WTO च्या वाद निवारण यंत्रणेकडे दाद मागितली व ती बंधने दूर करून घेत आपले व्यापारी हितसंबंध जपले. भारताची बंदिस्त अर्थव्यवस्थेकडून मुक्त अर्थव्यवस्थेकडे वाटचाल सुरू झाली.

दुष्परिणाम

WTO च्या कराराने काही विपरीत परिणामही झालेले दिसतात. सूक्ष्म, लघु व मध्यम उद्योगांना मोठ्या उद्योगांबरोबर असमान (भांडवल, तंत्रज्ञान, बाजारातील अनुभव इ.) स्पर्धेला तोंड द्यावे लागल्याने त्यात ते टिकाव धरू शकले नाहीत. त्यामुळे स्वयं रोजगारात घट झाली. यांत्रिकीकरण आणि आधुनिक तंत्रज्ञानाचा वापर याने पारंपरिक रोजगार संधी कमी झाल्या. नवीन रोजगार संधींचा लाभ घेण्यासाठी विशेष शिक्षण, प्रशिक्षण, कौशल्ये आवश्यक झाली आणि ग्रामीण जनता ती आत्मसात करू न शकल्याने तेथील बेरोजगारी वाढली. उद्योगात एकत्रीकरण आणि

संपादन याची लाट आली त्याने स्पर्धा कमी होत अनेक क्षेत्रात (साबण, बटाट्याचे वेफर्स, आईस्क्रीम इ.) मोजक्या मोठ्या कंपन्यांची मक्तेदारी निर्माण झाली. विदेशी भांडवलाचे प्रवाह वित्त बाजारात अस्थैर्य आणू लागले. देशातील उत्पन्न आणि मालमत्ता या बाबतीतील विषमता वाढली. पर्यावरणाकडे दुर्लक्ष झाले.

WTO चे कामकाज प्रगत देशांना अनुकूल आणि त्यांच्या दबावाखाली होत असल्याचे सभासद देशांना जाणवू लागले. परिणामतः तिसरी मंत्री परिषद अयशस्वी झाली. दोहा येथील चौथी परिषद यशस्वी करण्यासाठी विकसित देशांना चंग बांधावा लागला. नोव्हेंबर २००१ मध्ये दोहा विकास पत्रिका संमत झाली. परंतु त्याला १७ वर्षे उलटली तरी त्यानुसार कारवाई होऊ शकली नाही. प्रगत देश आपल्या बाजारपेठा ठरविल्याप्रमाणे खुल्या करत नाहीत पण विकसनशील आणि अविकसित देशांना मात्र त्यांच्या बाजारपेठ खुल्या करण्यासाठी दबाव आणतात असे वाटल्याने गत सतरा वर्षातील मंत्री परिषदा निरुपयोगी ठरल्या. जागतिकीकरणातील इ कॉमर्स, पर्यावरण अशा विषयात WTO ने काहीच भूमिका घेतली नाही. भारता सह अनेक सभासद देशांनी पुन्हा द्विपक्षीय आणि प्रादेशिक व्यापार करार करण्यास सुरूवात केली आहे. ब्राझील, रशिया, इंडिया आणि चायना या चार उदयोन्मुख अर्थव्यवस्थांचा एक गट २००६ साली अनौचारिकपणे एकत्र भेटला. त्यांच्या आद्याक्षरांवरून या गटाला BRIC या नावाने ओळखले जाते. २००९ पासून प्रतिवर्षी सदर गटाची वार्षिक बैठक सुरू झाली. २०१० साली सदर गटात साऊथ आफ्रिकेचा समावेश झाला. सदर देशांनी २०१४ मध्ये BRICS बँक सुरू करण्यासाठी करार केला आणि २०१५ पासून सदर बँकेचे कामकाज चालू झाले. WTO या एकाच बहुराष्ट्रीय कराराऐवजी आपापल्या अर्थव्यवस्थांच्या गरजेनुसार आणि शक्तिस्थळांनुसार WTO चे सभासद देश द्विपक्षीय करार करू लागले. अशा देशांची आणि त्यांनी केलेल्या करारांची संख्या वाढू लागली. थोडक्यात जागतिक व्यापार संघटनेचे स्थापने वेळेचे महत्त्व आज राहिले नाही हे वास्तव आहे.

❑

३० राजकोषीय तुटीचे आपोआप चलनीकरण रोखण्यासाठी वर्ष १९९४ – भारत सरकार आणि रिझर्व्ह बँक यांच्यात ऐतिहासिक करार

भारतीय राज्य घटनेनुसार सरकारला प्रतिवर्षी संसदेत अंदाजपत्रक सादर करून पारित करून घ्यावे लागते. सामान्यतः या अंदाजपत्रकात सरकारचा खर्च आपल्या उत्पन्नापेक्षा जास्त असल्याने तूट येते. म्हणजेच सरकारकडे महसूल नसताना सरकारला खर्च करायचा असतो. मग त्यासाठी पैसा कुठून येणार? सरकारकडे तूट भरून काढण्यासाठी पैसा उभारण्याचे दोन मार्ग असतात. पहिला म्हणजे रिझर्व बँकेला त्या रकमेचे आणखी चलन काढायला सांगायचे आणि दुसरा म्हणजे सरकारने तेवढ्या रकमेचे कर्ज बाजारातून घ्यायचे. बाजारातून कर्ज उभारण्यासाठी सरकार आपल्या नव्या प्रतिभूती बाजारात विक्रीस आणते. मध्यवर्ती बँक या प्रतिभूती खरेदी करून सरकारला तूट भरून काढण्यासाठी कर्ज देते. या दोन्ही प्रकारांना 'राजस्व तुटीचे आपोआप चलनीकरण' म्हणतात.

सरकार अन्य कारणांसाठी सुद्धा प्रतिभूती विकून कर्ज उभारते आणि त्या प्रतिभूती बाजारात बँक्स, इतर वित्त संस्था, व्यक्ती, विदेशी गुंतवणूकदार इ. घेऊ शकतात. अशा कर्जांना तुटीचे आपोआप चलनीकरण म्हटले जात नाही. तसेच रिझर्व बँकसुद्धा सरकारच्या अशा कर्जाच्या देकाराला प्रतिसाद देत काही प्रतिभूतीखरेदी करते. त्यालाही तुटीचे आपोआप चलनीकरण म्हणता येत नाही. शिवाय रिझर्व बँक आपल्या open market operation या नाणे धोरणातील साधनाने बाजारातील तरलता कमी जास्त करत असते, त्यासाठी ती बाजारातून शासकीय प्रतिभूतींची खरेदी विक्री करते. या व्यवहारांनाही तुटीचे आपोआप चलनीकरण म्हणता येत

नाही. थोडक्यात सरकारची तूट भरून काढण्यासाठी रिझर्व बँकेने सरकारच्या निर्देशानुसार नवीन चलन छापणे किंवा सरकारच्या प्रतिभूती विकत घेऊन सरकारला पैसा पुरविणे याला तुटीचे आपोआप चलनीकरण असे म्हणतात. या व्यवस्थेमुळे देशात चलनाची मात्रा वाढते आणि भाववाढीला निमंत्रण मिळते. सरकारची कर्जेवाढल्यामुळे व्याज दरातही वाढ होते आणि ते व्यापार उद्योगासाठी चांगले नसते. सबब तूट कमी असावी आणि तिचे आपोआप चलनीकरण होऊ नये हे अर्थव्यवस्थेस फायद्याचे असते.

भारतातील स्थिती

सरकारची वित्तीय तूट कमी की जास्त, हे ठरविण्यासाठी तुटीचे GDP शी प्रमाण पहिले जाते. (FRBM कायदा २००३ नुसार वित्तीय तुटीचे GDP शी प्रमाण ३% पर्यंत कमी करण्याचे लक्ष्य ठेवले आहे.) भारतात १९८०-८१ या वर्षात वित्तीय तुटीचे GDP शी प्रमाण ५.५% होते, ते १९८६-८७ मध्ये ८.१३% या अत्युच्च पातळीवर गेले आणि १९९०-९१ मध्ये ते ७.६१% असे राहिले. त्यापूर्वीची अनेक वर्षे अशी तूट भरून काढण्यासाठी सरकार रिझर्व बँकेला ad hoc treasury bills इश्यू करत असे. ९१ दिवस मुदतीची ही बिल्स रिझर्व बँक बाजारात विकू शकत नसे. (non marketable) थोडक्यात तुटीच्या रकमेची बिल्स रिझर्व बँकेला देऊन सरकार तुटीचे आपोआप चलनीकरण करत असे. या शिवाय सरकार बँकांसाठी 91-day treasury bills on tap (at a fixed discount of 4. 6 per cent per annum) इश्यू करत असे. ती बिल्स बँका खरेदी करत. बँकांनी घेतलेल्या अशा tap treasury बिलांना रिझर्व बँक पुनर्वित्तपुरवठा करत असे. रिझर्व बँकेला देऊ केलेली ट्रेझरी बिल्स आणि रिझर्व बँकेने इतर बँकांना ट्रेझरी बिल्स साठी केलेला पुनर्वित्त पुरवठा या दोन कारणांनी देशातील पैशाचा पुरवठा वाढत असे. म्हणजेच सरकारच्या तुटीचे आपोआप चलनीकरण होत असे. यावर नियंत्रण आणण्यासाठी रिझर्व बँक १९८०च्या दशकापासून प्रयत्नशील झाली. प्रथम market-based public debt market ची सुरूवात झाली. नोव्हेंबर१९८६ मध्ये १८२ दिवसांच्या treasury बिल्स च्या लिलावाची पद्धत सुरू झाली. एप्रिल १९९२ पासून ३६४ दिवसांच्या आणि जानेवारी १९९३ पासून ९१ दिवसांच्या मुदतीच्या treasury बिल्स ची लिलाव पद्धतीने विक्री सुरू झाली. बाजारात सदर treasury बिल्स ची विक्री लिलाव पद्धतीने व्हायला लागल्याने त्यावरील व्याजाचे दर वाढले आणि रिझर्व बँके शिवाय इतर बँका व वित्त संस्था अशी बिल्स खरेदी करू लागल्या. परिणामतः रिझर्व मनी वर नियंत्रण आले.

१९९४ चा ऐतिहासिक करार

हे उपाय सुद्धा अपुरे वाटल्याने ९ सप्टेंबर१९९४ रोजी सरकार आणि मध्यवर्ती बँक यांच्यात एक ऐतिहासिक करार झाला, त्यानुसार सरकारने adhoc treasury बिल्स इश्यू करणे थांबवायचे असे ठरले. त्याचा पहिला टप्पा म्हणून १९९६-९७ पर्यंतच्या तीन वर्षात इश्यू करायच्या Adhoc treasury बिल्सच्या रकमेवर नियंत्रण आणण्यात आले. १९९४-९५ सालासाठी ही मर्यादा वर्षा अखेर रु. ५,००० कोटी आणि वर्षात केव्हाही कमाल रु. ९००० कोटी अशी निश्चित करण्यात आली. पुढील दोन वर्षांसाठी ही वर्ष अखेरची मर्यादा रु. ५,००० कोटी ठरवली गेली आणि ती पाळली गेली. सरकारी तुटीच्या आपोआप चलनीकरणाला लगाम बसला.

१९९७ च्या अर्थसंकल्पात अर्थमंत्री म्हणाले की अर्थसंकल्पातील तूट भरून काढण्यासाठीची सध्याची Adhoc treasury बिल्सची व्यवस्था १ एप्रिल १९९७ पासून रद्द करण्यात येईल. त्या जागी रिझर्व बँकेने सरकारला ways and means advances (WMA) देण्याची नवी व्यवस्था लागू करण्यात येईल. सरकारच्या तुटी साठी वित्त पुरवठा करण्याचा हा कायमचा उपाय नसेल. त्यानुसार ६ मार्च १९९७ रोजी रिझर्व बँक आणि केंद्र सरकार यांच्यात आणखी एक पुरवणी करार झाला. त्यात रिझर्व बँकेने सरकारला Adhoc treasury बिल्स खरेदी करून वित्तपुरवठा करायचा नाही असे मान्य करण्यात आले. ३१ मार्च १९९७ रोजी जितकी treasury बिल्स इश्यू केलेली होती ती ४.६% व्याजदराच्या विना मुदतीच्या सरकारी प्रतिभूतीत रूपांतरित करण्यात आली. १९९७-९८ या आर्थिक वर्षाच्या पहिल्या सहामाहीसाठी ways and means advances (WMA) ची मर्यादा रु. १२,००० कोटी आणि दुसऱ्या सहामाहीसाठी रु. ८,००० कोटी अशी निश्चित करण्यात आली. या व्यवस्थे मुळे वित्तीय तुटीचे आपोआप चलनीकरण करण्याला मर्यादा आल्या, शिस्त आली. पण तुटीचे आपोआप चलनीकरण थांबले का ? याचे उत्तर नक्कीच 'नाही' असे द्यावे लागेल. तुटीचे चलनीकरण दुसऱ्या मार्गाने चालू राहिले. सरकारने काढलेल्या सार्वजनिक कर्जांच्या इश्यूमध्ये रिझर्व बँक सबस्क्रायबर राहत असे पण सदर कर्जे बाजारात लिलाव करून विकण्याची पद्धत सुरू झाल्याने संपूर्ण इश्यू विकत घेण्याची रिझर्व बँकेची जबाबदारी कमी झाली.

तुटीच्या आपोआप चलनीकरणाला आळा घालण्यासाठीचा या ही पुढचा टप्पा म्हणजे डिसेंबर २००मध्ये संसदेत आणलेले 'राजस्व दायित्व आणि अर्थसंकल्प व्यवस्थापन विधेयक अर्थात फिस्कल रिस्पॉन्सिबिलिटी अँड बजेट मॅनेजमेंट बिल (FRBM). या विधेयकानुसार रिझर्व बँकेने १ एप्रिल २००६ पासून सरकारच्या प्रतिभूतींच्या प्राथमिक देकारात सहभाग न घेण्याचे प्रस्तावित करण्यात आले.

(barred the Reserve Bank from subscribing to the primary issuances of the government) सदर विधेयक २६ ऑगस्ट २००३ मध्ये पारित होऊन त्याचा कायदा झाला. तो ५ जुलै २००४ पासून अमलात आला. त्याच बरोबर सरकार आणि रिझर्व बँक यांच्यात १एप्रिल २००४ मध्ये एक समजूत करार (MOU) झाला. आणि त्यानुसार MSS, (Market Stabilisation Scheme) ही योजना सुरू करण्यात आली. FRBM कायदा व MOU नुसार सरकारची तूट भरून काढण्यासाठी सरकारने Ways and Means advances (WMAs) या प्रकारा शिवाय कर्ज घेण्याचे अन्य मार्ग वापरण्याला बंदी करण्यात आली. Treasury bills आणि निश्चित मुदतीच्या सरकारी प्रतिभूती यांच्या विक्रीतून आलेली रक्कम एका वेगळ्या खात्यात जमा करावी आणि ते खाते रिझर्व बँकेने चालवावे असे त्यात नमूद करण्यात आले. सदर बिल्स आणि प्रतिभूती बँकांच्या SLR (Statutory Liquidity Ratio वैधानिक रोखता प्रमाण), Repo आणि LAF (Liquidity adjustment Facility – चलनिधी समायोजन सुविधा) या प्रकारच्या गुंतवणुकींसाठी पात्र करण्यात आल्या.

समारोप

सरकारची तूट भरून काढण्यासाठी 'आपोआप चलनीकरण' या उपायावर इतके विचार मंथन आणि अंमलबजावणी झाली आहे, तरीही तुटीचे चलनीकरण थांबले आहे असे म्हणता येत नाही. सरकारच्या प्रतिभूतीच्या प्राथमिक देकारात रिझर्व बँक सहभागी होत नाही इतकेच. पण रिझर्व बँक जर बाजारातून अशा प्रतिभूती खरेदी करत असेल आणि इतर वित्तसंस्थांच्या अशा प्रतिभूतींसाठी पुनर्वित्त पुरवठा करत असेल तर अप्रत्यक्षरीत्या रिझर्व बँक तुटीच्या चलनीकरणास सहाय्य करते असे म्हणावे लागते. उदार/बेशिस्त राजस्व धोरणाने वित्तीय तूट येते आणि ती भरून काढण्यासाठी नाणे धोरणात तिचे चलनीकरण करावे लागते. राजस्व धोरणाचा नाणे धोरणावर असा प्रभाव आणि दबाव राहणे अर्थव्यवस्थेसाठी फारसे चांगले नाही. त्याने देशातील reserve money वाढत जाते. वास्तविक सरकारने वित्तीय तूट किमान पातळीवर राहील यासाठी प्रयत्नशील राहिले पाहिजे. शिवाय महसुली आधिक्य यावे याकडे लक्ष दिले पाहिजे. थोडक्यात राजस्व तूट किमान पातळीवर ठेवणे आणि महसुली आधिक्यातून ती भरून काढण्याचा प्रयत्न करणे हा खरा उपाय आहे. त्यादृष्टीने डॉ. विजय केळकर यांच्या Committee on Raod map for Fiscal consolidation चा अहवाल मार्गदर्शक ठरतो.

❐

३१ कर चुकव्यांना सचोटीच्या आणि सामाजिक दायित्वाच्या मार्गावर येण्यासाठी एक संधी वर्ष १९९७ – स्वेच्छा उत्पन्न प्रकटीकरण योजना

जवळपास सर्व देशांमध्ये कमी अधिक प्रमाणात काळा पैसा असतो आणि तो सतत निर्माण होताच राहतो. लाचखोरी, आतंकवाद, कमिशन, भेट इत्यादी बेकायदेशीर मार्गांनी मिळविलेला पैसा काळा पैसा मानला जातो. तसेच कायदेशीर मार्गांनी मिळविलेला परंतु कर आकारणीसाठी न दाखविलेला पैसा सुद्धा काळा पैसा समजला जातो. सामान्यतः काळा पैसा रोखीने दिला – घेतला जातो. अशा काळ्या पैशांच्या व्यवहारावर तसेच उत्पन्नावर कर भरला जात नाही. काळ्या पैशाने समांतर अर्थव्यवस्था निर्माण होते. त्याने सरकारचे करापासूनचे उत्पन्न तर बुडतेच शिवाय सरकारची राजकोषीय आणि नाणेविषयक धोरणे परिणामकारक राहत नाहीत. सबब सर्व सरकारांचा प्रयत्न असतो की काळा पैसा मुख्य प्रवाहात यावा. दुसरीकडे काळा पैसा धारकांपैकी अनेकांना काळ्या पैशाच्या चक्रातून बाहेर पडण्याची इच्छा असते. समांतर अर्थव्यवस्था नष्ट व्हावी, सर्व व्यवहार करपात्र असावेत आणि काळा पैसा धारकांना स्वच्छ होऊन बाहेर पडता यावे म्हणून काळा पैसा जाहीर करण्यासाठी सरकारतर्फे 'स्वेच्छा उत्पन्न प्रकटीकरण योजना' जाहीर केल्या जातात.

भारताला स्वातंत्र्य मिळाल्या नंतर सर्वप्रथम १९५१ साली पहिली VDIS (Voluntary Discloser of Income Scheme) लागू करण्यात आली. योजने अंतर्गत उत्पन्न जाहीर करणाऱ्यास काही संरक्षण देण्याची तरतूद योजनेत होती. तरीही काळा पैसा धारकांना उत्पन्न जाहीर केल्यावर सरकार कडून संरक्षण मिळेल की नाही याची शंका असल्याने तिला फार अल्प प्रतिसाद मिळाला. केवळ ७०.२ कोटी रुपये जाहीर केले गेले. त्यानंतर सरकारने १९६५ मध्ये चार वेगवेगळ्या स्वरूपात VDIS आणली. – VDIS ६०-४० योजना, काळा पैसा योजना, National Defence

Gold Bond Scheme आणि National Defence Remittance Scheme. युद्धाच्या तयारी साठी लागणारा पैसा गोळा करण्यासाठी शेवटच्या दोन योजना होत्या. सदर चार योजनांनाही कमी प्रतिसाद मिळाला. १९५१ आणि १९६५ या वर्षात जाहीर केलेल्या योजनांचा कमी प्रतिसाद विचारात घेऊन १९९७मध्ये आणखी एक VDIS आली.

योजनेची वैशिष्ट्ये

९ जून १९९७ रोजी एक नोटिफिकेशन काढून सरकारने VDIS योजना सुरू केली. तिचा कालावधी १ जुलै ते ३१ डिसेंबर असा ठरविण्यात आला. योजनेचे पुढील तीन हेतू नमूद करण्यात आले होते - देशातील संसाधने एकत्रित करून गतिमान करणे, अर्थव्यवस्थेतील प्राधान्य क्षेत्रांना निधी उपलब्ध करून देणे आणि कर चुकविलेल्या लोकांना सचोटीच्या आणि सामाजिक दायित्वाच्या मार्गावर येण्यासाठी एक संधी उपलब्ध करून देणे.

सदर योजनेने पुढील तीन प्रकारच्या करदात्यांना आपले उत्पन्न घोषित करण्याची संधी उपलब्ध करून देण्यात आली. - आयकराचे विवरण पत्र दाखल केलेले नसेल तर, विवरण पत्र दाखल केले असेल पण त्यात उत्पन्न दाखवलेले नसेल तर आणि कर निर्धारणातून उत्पन्न सुटलेले असेल तर. कंपन्या आणि भागीदारी संस्थांना कराचा दर ३५% आणि इतर करदात्यांसाठी तो ३०% निर्धारित करण्यात आला. सदर योजनेत जाहीर न केलेले उत्पन्न तसेच जाहीर न केलेली मालमत्ता जाहीर करण्याची संधी दिली गेली. उत्पन्नाचे व मालमत्तेचे प्रकटीकरण करण्या पूर्वी त्यावरील कर भरणे आवश्यक होते. अन्यथा देय करावर २% दर महा या दराने व्याज आकारण्याची तरतूद केली होती. सदर योजनेनुसार उत्पन्न आणि मालमत्ता प्रकट करणाऱ्यांना पुढील प्रमाणे संरक्षण देण्याची खात्री दिली होती. सादर केलेली माहिती गुप्त ठेवण्याचे आश्वासन होते आणि आयकर कायदा, संपत्ती कर कायदा, विदेशी चलन नियमन कायदा आणि कंपनी कायदा या कायद्यांखाली कोणतीही कारवाई न करण्याची हमी देण्यात आली होती. उत्पन्नाचा स्रोत उघड न करण्याची मुभा होती.

प्रतिसाद

सदर योजनेला वित्त मंत्रालयाच्या अपेक्षेपेक्षा जास्त प्रतिसाद मिळाला. सुमारे ४,५०,००० लोकांनी आणि काही कंपन्यांनी व भागीदारी संस्थांनी VDIS योजनेत आपले उत्पन्न व मालमत्ता जाहीर केली. योजनेत उत्पन्न जाहीर करणाऱ्यात ९६.९% 'व्यक्ती' आणि 'एकत्र हिंदू कुटुंब' करदाते होते. कंपन्या आणि फर्म्स ची संख्या केवळ ३.१% होती. सुमारे ३३,६९७ कोटी रुपयांची मालमत्ता व उत्पन्न जाहीर

झाले. त्यावर सरकारकडे सुमारे ९७२९ कोटींचा कर महसूल जमा झाला. त्यावर वित्त मंत्री म्हणाले It is my faith that, given a chance, the people of India come clean.

विवाद

भारताच्या महा लेखा परीक्षकाने (Comptroller and auditor General of India - CAG) आपल्या लेखा परीक्षण अहवालात या योजनेवर प्रचंड ताशेरे ओढले. अहवालात म्हटले आहे की

१. सदर योजनेच्या मसुद्यात अनेक त्रुटी होत्या. त्यात भर पडली ती CBDT च्या परिपत्रकांची, स्पष्टीकरणांची आणि माध्यमांना दिलेल्या ब्रिफिंग्स ची. योजनेचा हेतू सरकारचा महसूल वाढविण्याचा नव्हता तर अप्रामाणिक करदात्यांना कमी दराने कर भरण्याची संधी देण्याचा होता. या संधी नंतर सदर करदाते पुन्हा कर चुकवेगिरी करण्याकडे वळतील. संपूर्ण योजनेत अनेक भगदाडे आणि दोष होते.

२. सदर योजने अंतर्गत ४,७५,४७७ जणांनी आपले उत्पन्न प्रकटीकरण केले. त्यापैकी केवळ ७७,१०७ नवीन करदाते होते. बाकीचे सर्व त्या आधी आयकर विवरण पत्रके भरतच होते.

३. योजनेचा लाभ घेणाऱ्या एक कोटी पेक्षा जास्त उत्पन्न जाहीर करणाऱ्यांपैकी अनेक जणांनी त्यावरील कर भरलाच नाही. त्यातून सरकारचा रु. ३८९ कोटींचा महसूल बुडाला.

४. देशात अनेक कंपन्या कार्यरत असताना सदर योजनेत केवळ ३१०९ कंपन्या सहभागी होणे हे मोठे अपयश म्हणायला हवे.

५. सदर योजनेत निर्धारण वर्ष १९९६-९७ पर्यंतचे न दाखवलेले उत्पन्न प्रकट करायला मुभा देण्यात आली होती. परंतु CBDT च्या स्पष्टीकरणात त्यापुढील निर्धारण वर्षाचा सुद्धा समावेश करण्यात आला. २३,२१५ विवरण पत्रे निर्धारण वर्ष १९९७-९८ साठीची होती आणि त्यात रु. २०९५ कोटींचे उत्पन्न जाहीर केले होते. यापैकी अनेकांनी १९९७-९८ चे नियमित आयकर विवरण पत्र दाखल केले नाही. याचा साधा अर्थ असा की या करदात्यांना १९९७-९८ या वर्षातील उत्पन्नाचा सुद्धा स्रोत दाखविण्याची गरज पडली नाही आणि त्यावरील व्याज आणि दंड माफी त्यांनी घेतली.

६. सदर योजने अंतर्गत २,४२७ विवरण पत्रे अज्ञानाच्या नावे दाखल केली गेली. CBDT दिलेले स्पष्टीकरण कायद्यातील तरतुदींच्या विपरीत होते आणि त्याचा फायदा अनेकांनी या मार्गाने घेतला. काही अज्ञान मुलांच्या

जन्मापूर्वीच्या वर्षातील उत्पन्न सुद्धा विवरण पत्रात दाखविले होते.

७. योजनेत १९८६-८७ पर्यंत घेतलेल्या दागिन्यांचे मूल्यांकन १ एप्रिल १९८७ च्या तारखेप्रमाणे करायची तरतूद होती. खरेदीची तारीख माहित नसेल अथवा खरेदीची पावती नसेल तर करदात्याने स्वतः प्रतिज्ञापत्र लिहून त्याचे मूल्यांकन करून घेण्याची सोय होती. १-०४-१९८७ च्या दागिन्यांच्या मूल्यांकनात रु. १७३१.४८ कोटींचे कमी मूल्यांकन केले होते आणि त्यामुळे शासनाचा रु. ५१९.४५ कोटींचा महसूल बुडाला. शिवाय त्या तारखे नंतरच्या मूल्यांकनात रु. ७,२७७.८८ कोटी ते रु. ९६७१.२० कोटी ची तफावत होती आणि त्यामुळे २१८३.२४ ते २९०१.३६ कोटी रुपयांचा कर महसूल कमी जमा झाला.

सर्वोच्च न्यायालयाची भूमिका

All India Federation Of Tax Practitioners या संस्थेच्या वतीने सर्वोच्च न्यायालयातील नामवंत वकील श्री. व्यास यांनी VDIS संबंधी सर्वोच्च न्यायालयात जनहित याचिका दाखल केली होती. त्यात असे नमूद केले होते की सदर योजनेने कर बुडविणाऱ्यांवर विशेष मेहेरनजर दाखविली आहे. परिणामतः प्रामाणिक करदात्यांवर अन्याय झाला आहे. अशा स्वेच्छा उत्पन्न प्रकटीकरणाच्या योजना वारंवार आणल्याने कायद्याचे नियमित पालन करण्याचे वातावरण संपून जाईल आणि प्रामाणिक करदात्यांचा कर वसुली यंत्रणेवरील विश्वास उडेल. शिवाय कर बुडविण्याची सवय लागलेल्या लोकांसाठी सदर योजनेत फारच मवाळ धोरण अवलंबते आहे. या जनहित याचिकेवर सर्वोच्च न्यायालयात सुनावणी झाली. भविष्यात अशा कर बुडव्या लोकांबाबत सरकार काय धोरण आखणार त्यासंबंधी सरकारने प्रतिज्ञापत्र द्यावे असे सर्वोच्च न्यायालयाने सुनावले. त्यानुसार आगामी काळात कर चुकवेगिरी होऊ नये यासाठी सरकारने उचलावयाच्या पावलाबद्दल प्रतिज्ञापत्र सादर केले. तसेच योजनेत जमा झालेली माहिती गोपनीय ठेवली जाईल यासंबंधीही प्रतिज्ञापत्र दिले. एका अर्थाने सर्वोच्च न्यायालयाने अशा योजना शिष्टसंमत असाव्यात हे सुचविले.

थोडक्यात VDIS १९९७ योजना तिच्या हेतू बाबत, योजनेतील तरतुदींच्या दिलेल्या स्पष्टीकरणा बाबत, अंमलबजावणी बाबत संशयास्पद राहिली. CAG ने आपल्या अहवालात त्यासंबंधी ओढलेले ताशेरे पुरेसे स्पष्ट आहेत. काळा पैसा बाहेर यावा या ऐवजी काळा पैसा धारकांना आणि कर चुकारांना एक नामी संधी मात्र या योजनेने दिली असा आक्षेप जातो.

❐

३२ विशिष्ट भू प्रदेशात उद्योग, शेती व सेवा क्षेत्राला उत्तेजन देण्यासाठी नवा उपाय वर्ष २००० – विशेष आर्थिक क्षेत्र धोरण

गरज

भारताला स्वातंत्र्य मिळून ५० पेक्षा जास्त वर्षे झाली तरी पायाभूत सुविधा अपुऱ्या आणि सुमार दर्जाच्या होत्या. रशियाच्या आर्थिक धोरणांनी प्रभावित होऊन स्वातंत्र्यानंतर भारताने समाजवादाकडे झुकलेली मिश्र आर्थिक व्यवस्था स्वीकारली. त्यानुसार पायाभूत सेवांचा विकास करण्याचे उत्तरदायित्व शासनाचे आहे असे मानले गेले. परंतु इतक्या विशाल देशात पायाभूत सुविधा उभ्या करण्यासाठी पुरेशी गुंतवणूक करणे शासनाला शक्य नव्हते. विदेशी व्यापाराचा तोल सातत्याने नकारात्मक (उणे) होता. लायसन्स राज होते. खासगी उद्योगांसाठी प्रोत्साहन देणारे धोरण नव्हते. भारत विदेशी गुंतवणूकदारांना गुंतवणूक करण्यासाठी आकर्षित करू शकत नव्हता. साधारण १९९०–९१ पर्यंत अशी आर्थिक व्यवस्था चालू राहिली. त्यानंतर या साऱ्यावर उपाय म्हणून उदारीकरणाची प्रक्रिया सुरू झाली. त्यालाही दहा वर्षे होत आली होती तरी पायाभूत सुविधांचा विस्तार आणि विकास, निर्यात वृद्धी आणि विदेशी गुंतवणूक आकर्षित करण्यात फार यश आले नव्हते. उद्योग– व्यापार सुलभीकरणातील प्रशासकीय अडथळे कमी झाले नव्हते. कामगार कायदे जटिल आणि कामगार धार्जिणे होते. देशात अनेक कर आणि करांचा भरपूर बोजा होता. यामुळे देशाची निर्यात आणि आर्थिक विकासाचा वेग मर्यादित राहिला. हे अडथळे संपूर्ण देशात एकाच वेळी आणि एकदम दूर करणे शक्य नसल्याने विशिष्ट भू प्रदेशात ते दूर करून उद्योग, शेती व सेवा क्षेत्राला उत्तेजन देण्यासाठी नवा उपाय हवा होता. त्यासाठी इतर देशांनी केलेल्या प्रयोगांचा आणि भारतात त्यापूर्वी योजलेल्या उपायांचा अभ्यास सुरू झाला.

आर्थिक विकासात निर्यातीचे महत्त्व समजून भारताने १९६५ सालापासून

'निर्यात प्रक्रिया क्षेत्रे' (EPZ) निर्माण केली होती. कांडला, सांताक्रूझ, नोइडा, फाल्टा, कोचीन, चेन्नई, विशाखापट्टणम, आणि सुरत येथे ती सुरू होती. त्याचा काही लाभ होता. पण उत्पादन आणि निर्यातीला चालना देण्यासाठी काही नवीन, धाडसी आणि अन्य देशात सिद्ध झालेली नीति स्वीकारण्याची गरज वाटत होती. १९९९-२०००मध्ये भारताच्या वाणिज्य मंत्र्यांनी चीनला भेट देऊन तेथील विशेष आर्थिक क्षेत्रांचा अनुभव पहिला. त्याने ते प्रभावित झाले.

SEZ धोरण

या पार्श्वभूमीवर भरात सरकारने 'विशेष आर्थिक क्षेत्र'(Special Economic Zone) या उपायाचा विचार केला. १९९७-२००२ या पाच वर्षांच्या मंजूर आयात निर्यात आराखड्यात मार्च २००० मध्ये केंद्र शासनाने सुधारणा केली आणि 'विशेष आर्थिक क्षेत्र' (SEZ) या संबंधी मार्गदर्शक सूचना जारी केल्या. वस्तूंचे उत्पादन आणि सेवा पुरवठा यासाठी मुद्दाम निश्चित केलेला शुल्कविरहित विशेष आर्थिक दर्जा दिलेला भू प्रदेश म्हणजे सेझ (SEZ) होय. कायद्याने हा प्रदेश व्यापारी व्यवहारांसाठी आणि शुल्क व कर आकारणीसाठी 'परदेशी मुलुख' समजला जातो. सर्व करातून माफी, सोप्या प्रक्रिया, किमान नियमन आणि बंधने हे सेझचे वैशिष्ट्य. वाढीव आर्थिक उलाढाल निर्माण करणे, वस्तू व सेवांच्या निर्यातीस प्रोत्साहन देणे, स्थानिक आणि विदेशी गुंतवणुकीला चालना देणे, रोजगाराच्या संधी निर्माण करणे, पायाभूत सुविधांचा विकास साधणे अशा उद्दिष्टांनी सेझची सुरूवात झाली.

EPZ (Export Processing Zones) कडून SEZ चा प्रवास दोन टप्प्यात झाला. २००० ते २००३ या काळात तेव्हा अस्तित्वात असलेल्या EPZs चे रूपांतर सेझ मध्ये करण्यात आले. आणि २००३ नंतर नवीन सेझ ना परवानगी द्यायला सुरूवात झाली. भारत सरकारच्या २००४-२००९ साठीच्या विदेश व्यापार धोरणात ३१-०८-२००४ रोजी सेझ ची व्याख्या केली. SEZ कायदा २००५ साली आणि SEZ नियम २००६ साली पारित करण्यात आले. त्यात वस्तू उत्पादन, सेवा या बरोबरच मुक्त व्यापार आणि मुक्त वेअर हाऊसिंग यांचाही समावेश करण्यात आला. कायद्यात तीन प्रकारच्या SEZs ची तरतूद करण्यात आली - नानाविध उत्पादनासाठीचे SEZ, विशिष्ट क्षेत्रासाठी SEZ, बंदर अथवा विमानतळातील SEZ.

सेझसाठी खालील सवलती देण्यात आल्या. सेझ विकसित करणे, ते चालविणे आणि त्याची देखभाल करणे यासाठी खरेदी/आयात केलेल्या कोणत्याही वस्तूवर कोणताही कर नाही, केंद्र व राज्य सरकारच्या सर्व प्रकारच्या परवानग्यांसाठी एक खिडकी सुविधा, पहिल्या पाच वर्षातील नफ्यावर आयकरातून १००% सूट, पुढील पाच वर्षातील नफ्यावर आयकरातून ५०% सूट, किमान पर्यायी करातून माफी, एका

वर्षात ५०० दशलक्ष डॉलर्स इतके बाह्य वाणिज्य कर्ज घेण्यासाठी कोणत्याही मुदतीचे बंधन नाही, राज्य आणि केंद्रीय विक्री कर, सेवा कर, लाभांश वितरण कर आणि सर्व राज्य सरकारांच्या करातून पूर्ण सूट.

योगदान

सरकारचे प्राधान्य मिळाल्यामुळे तसेच सर्व प्रकारच्या करातून सूट मिळाल्यामुळे उद्योगांनी सेझ मध्ये चांगला रस घेतला. २००८ च्या जागतिक मंदीतही सेझची संख्या वाढत गेली. ७ सप्टेंबर २०१७ रोजी मंजूर सेझ ४२४ होते तर नोटीफाइड ३४७ आणि कार्यरत २०४ होते. सेझ मध्ये १५ लाख पेक्षा जास्त लोकांना रोजगार उपलब्ध झाला. ५४ अब्ज डॉलर्स पेक्षा जास्त गुंतवणूक झाली आणि भारताच्या एकूण निर्यातीत सेझ मधून झालेल्या निर्यातीचा वाटा २०% इतका वाढला. एकूण सेझ पैकी ६०% SEZ माहिती तंत्रज्ञान क्षेत्रात आहेत पण सेझ जमिनीपैकी ८५% जमीन उत्पादनासाठी वापरली जात आहे. सेझ धोरणामुळे जैव तंत्रज्ञान, नूतनीकरणक्षम ऊर्जा, विमान चालन, इलेक्ट्रॉनिक्स आणि स्पोर्ट शूज अशा नवीन उद्योगांना चालना मिळाली. याशिवाय औषध निर्मिती आणि इंजिनिअरिंग हे ही उद्योग बहरले.

दुसरी बाजू

सेझ चा प्रयोग भारतात सुरूवातीला जलद गतीने पसरला. त्याचा काही लाभ दिसू लागला. या तथाकथित विकासाच्या परिसाचा स्पर्श आपल्या राज्याला व्हावा म्हणून राज्या राज्यात अहमहमिका सुरू झाली. पण लवकरच त्यात अनेक अडचणी उभ्या राहिल्या आणि त्याची गती मंदावली. त्याची काही कारणे -

१. सरकारने सेझ बाबत मार्गदर्शक सूचना मार्च २००० मध्ये जारी केल्या पण SEZ कायदा पारित करायला २३ जून २००५ आणि नियम पारित करायला २० फेब्रुवारी २००६ उजाडले. केंद्र शासनाने कायदा संमत करताना अशी अपेक्षा व्यक्त केली की राज्य शासनांनी या धोरणाचा पाठपुरावा करावा व आपापल्या राज्यांसाठी स्वतंत्र कायदा करावा. त्यानुसार पावले उचलून राज्यांनी कायदे करण्यात आणखी कालावधी गेला. दोन्ही सरकारांच्या परवानग्या व इतर पूर्ततेसाठी 'एक खिडकी' पद्धत असावी यातही अनेक अडचणी उभ्या राहिल्या. कायदे करण्यातील दिरंगाई आणि त्यांच्या अंमलबजावणीतील उदासीनता यामुळे सेझ ची वाटचाल मंद राहिली.

२. कायद्यातील तरतुदीमुळे जमीन अधिग्रहण, कर सवलती आणि अन्य आर्थिक-सामाजिक प्रश्न उपस्थित झाले. जनतेत SEZ विरोधी वातावरण तयार झाले. सेझसाठी जमीन देण्यास सक्त विरोध सुरू झाला. कायद्यातील 'विदेशी मुलुख' या शब्द प्रयोगावरून वादंग निर्माण झाले. उद्योगपतीचा 'जमीन बळकावण्याचा

मार्ग' अशी सामाजिक मानसिकता निर्माण झाली. परिणामतः सरकारमध्ये दोन मते तयार झाली आणि सरकारने 'आस्ते कदम' वाटचाल सुरू केली.

३. सेझ मुद्यावर निवडणुकात मते गमवावी लागू नयेत म्हणून सरकारने सेझ ला दिलेल्या कर सवलती २०१२ मध्ये काढून घेतल्या. सेझ विकासक आणि त्यातील उद्योग यांच्या पुस्तकी नफ्यावर २०% किमान पर्यायी कर लावला तसेच भागधारकांना वितरीत केलेल्या लाभांशावर २०% दराने लाभांश वितरण कर लागू केला. यामुळे गुंतवणूकदार आणि उद्योजकांचा सेझ मधील रस संपला. मार्च २०१२ अखेर मंजूर सेझ ५८९ आणि नोटीफाइड SEZ ३८९ होते. ही संख्या ३१ डिसेंबर २०१५ रोजी अनुक्रमे ४१२ आणि ३२९ इतकी कमी झाली. जुलै २०१२ ते जानेवारी २०१५ या काळात सेझची १५,००० हेक्टर जमीन डी नोटिफाय झाली.

४. प्रादेशिक असमतोल दूर करत देशाचा औद्योगिक विकास करण्यासाठी SEZ उत्प्रेरक ठरावेत अशी अपेक्षा होती. परंतु प्रत्यक्षात सेझ चे केंद्रीकरण पाच सहा विकसित राज्यातच झाले. सदर राज्यातही मुख्यत्वे विकसित शहरात सेझ स्थापित झाले आणि प्रादेशिक असमतोलाचा प्रश्न तसाच राहिला.

५. कार्यरत असलेल्या सेझ पैकी ७४% सेझ हे फक्त ५ प्रगत राज्यांमध्ये आहेत. बिहार, झारखंड, गोवा, दिल्ली आणि पूर्वोत्तर राज्यात एकाही सेझ नाही.

६. सेझला पूरक असणाऱ्या विजेची उपलब्धता, उत्तम रस्ते, वाहतूक व्यवस्था, बंदरे, विमानतळे, पाण्याची सोय अशा पायाभूत सुविधा सेझ क्षेत्रा बाहेर उभ्या करण्यात सरकार पुरे पडले नाही.

७. नोकरशाही कडून लागणारी मदत आणि पाठिंबा फार कमी पडला.

८. काही देशांबरोबर केलेले मुक्त व्यापार करार निर्यातीस जास्त सवलती देऊ लागले आणि म्हणून सेझ द्वारे मिळणारे फायदे फार आकर्षक राहिले नाहीत.

सेझ धोरण स्वीकारून आता दीड दशक उलटले आहे पण त्यापासून अपेक्षित विकास साधला असे म्हणणे धाडसाचे ठरेल. चीन ने मोजक्या सेझ वर लक्ष केंद्रित केले आणि शासनाने सातत्यपूर्ण धोरणे आखली. याउलट भारतात लहान लहान सेझ ना परवानग्या देण्यात आल्या आणि त्यांची संख्याही भरपूर झाली. सरकारचे धोरण बदलत गेले आणि धोरणकर्त्यांचा सेझ प्रतिमानावरील विश्वास दृढ राहिला नाही. मेक इन इंडिया या चळवळीमध्ये सेझ स्थापन करण्याची ठिकाणे, पायाभूत सुविधा, दळणवळण व्यवस्था आणि व्यावसायिक व्यवस्थापन या निकषांवर पुनर्विचार आवश्यक आहे. सेझ कल्पना उपयुक्त असली तरी तिची नीट आणि सातत्यपूर्ण अंमलबजावणी हा कळीचा मुद्दा आहे. त्यात भारत कमी पडला हे निर्विवाद.

३३ विमा व्यवसायासाठी नियामक आणि विकासक व्यवस्था

वर्ष २००० – भारतीय विमा विनियामक आणि विकास प्राधिकरण (IRDA) ची स्थापना

विमा व्यवसायाचे महत्त्व विमा धारकासाठी आणि अर्थव्यवस्थेसाठी फार मोठे असल्याने त्याचा विकास आणि नियमन होणे गरजेचे ठरते. भारतात १ सप्टेंबर १९५६ रोजी भारतीय आयुर्विमा महामंडळाची स्थापना करून देशातील सर्व आयुर्विम्याचा व्यवसाय सरकारी अमलाखाली आणला गेला. त्याचप्रमाणे १९७१ मध्ये एक कायदा करून सामान्य विम्याचे राष्ट्रीयीकरण करण्यात आले. त्यामुळे खासगी विमा कंपन्यांच्या अयोग्य, गैरवाजवी आणि अन्यायकारक प्रथा मोडीत निघाल्या. विमा ग्रामीण भागात पसरला. देशात पायाभूत सुविधांमध्ये गुंतवणुकीसाठी पैसा उपलब्ध झाला. ही व्यवस्था जागतिकीकरणाच्या प्रक्रियेपर्यंत चालू राहिली. १९९०-९१ मध्ये भारताने नवीन आर्थिक धोरण स्वीकारले आणि त्या नंतर विमा व्यवसाय पुन्हा खासगी क्षेत्राला खुला करावा असा मतप्रवाह सुरू झाला. सरकारने १९९३ साली रिझर्व बँकेचे माजी गव्हर्नर श्री. मल्होत्रा यांच्या अध्यक्षतेखाली एक समिती नेमली. समितीने १९९४ साली आपला अहवाल दिला. त्यात तीन प्रमुख शिफारशी केल्या – खासगी कंपन्यांना विमा व्यवसायात प्रवेश द्यावा, विदेशी विमा कंपन्यांना भारतात कंपनी नोंदवून विमा व्यवसाय करण्यास परवानगी द्यावी आणि विमा क्षेत्राच्या नियमन आणि विकासासाठी एक प्राधिकरण स्थापन करावे. सदर शिफारशीनुसार Insurance Regulatory and Development Authority Act, 1999 असा कायदा संसदेने पारित केला आणि एप्रिल २००० मध्ये भारतीय विमा विनियामक आणि विकास प्राधिकरण (IRDAI) या संस्थेची स्थापना केली.

IRDAI – उद्दिष्ट्ये आणि व्याप्ती

भारतातील विमा आणि पुनर्विमा उद्योगाचा विकास करणे आणि त्याचे नियमन करणे यासाठी IRDAI ही स्वतंत्र वैधानिक संस्था आहे. IRDAI चे अध्यक्षांसह दहा सदस्य असून त्यातील पाच पूर्ण वेळ तर चार अर्ध वेळ सदस्य आहेत. सर्व सदस्यांची नियुक्ती केंद्र सरकार करते.

IRDAI ची उद्दिष्ट्ये पुढील प्रमाणे निश्चित करण्यात आली.

१. विमाधारकांच्या हितसंबंधांचे रक्षण करणे आणि त्यांच्याबरोबर उचित व्यवहार होतील याची खात्री देणे.

२. सर्वसामान्यांच्या हितासाठी विमा व्यवसायाची जलद आणि सुयोग्य वृद्धी करणे

३. अर्थव्यवस्थेच्या विकासाची गती वाढविणाऱ्या गुंतवणुकीसाठी दीर्घकालीन निधी उपलब्ध करून देणे.

४. विमा व्यवसाय आणि कंपन्या यांची सत्यनिष्ठता, वित्तीय सुदृढता, उचित व्यवहार आणि सक्षमता यांची उच्च दर्जाची मानके निश्चित करणे, त्यांचे संवर्धन करणे, निगराणी करणे आणि आवश्यकतेनुसार त्यात परिवर्तन करणे.

५. विमा दाव्यांचा जलद निपटारा करणे आणि प्रभावी तक्रार निवारण व्यवस्था निर्माण करणे.

६. विमा बाजारात पारदर्शकता, निष्पक्षता आणि सुव्यवस्था राखत स्पर्धेला प्रोत्साहन देणे

७. चुकार मंडळींना शासन करणे.

IRDAI च्या कक्षेत जीवन विमा, सामान्य विमा, आरोग्य विमा आणि पुनर्विमा या साऱ्यांचा समावेश करण्यात आला. विमा व्यवसाय करणाऱ्या कंपन्यांबरोबरच इन्श्युरन्स ब्रोकर्स, कॉर्पोरेट एजंट्स, थर्ड पार्टी ॲडमिनीस्ट्रेटर्स, सर्व्हेयर्स आणि लॉस ॲसेसर्स, वेब ॲग्रीगेटर्स, विमा विपणन फर्म्स अशा सर्व मध्यस्थांच्या नियमनाची जबाबदारी IRDAI वर देण्यात आली. विमा व्यवसायाच्या व्यवस्थापनासाठी IRDAI ने विमा व्यवसायाच्या विविध पैलूंसाठी नियम तयार केले. त्यात भारतीय विमा कंपन्यांची नोंदणी, विमा कंपन्यांची किमान मालमत्ता आणि सॉल्व्हन्सी मार्जिन, वित्तीय पत्रके तयार करण्याची पद्धत, भांडवल उभारणी, बाह्य स्रोतीकरणाच्या व्यवस्था, कमिशन ची संरचना, लायसेन्ससाठी आवश्यक गोष्टी, इ. चा समावेश करता येईल. विमा व्यवसाय करू इच्छिणाऱ्या प्रत्येक कंपनीला आवश्यक बाबींची पूर्तता करून IRDAI कडे नोंदणी करणे अनिवार्य आहे. विमाधारकांचे हित रक्षण करण्यासाठी IRDAI ने अनेक नियम तयार केले आहेत. त्या नियमांचे पालन

होण्यासाठी IRDAI पर्यवेक्षण करत असते. विमा ब्रोकर्स आणि एजंट्स यांचे शिक्षण, प्रशिक्षण, नोंदणी अशा सर्व गोष्टी IRDAI ठरवते आणि त्या पूर्ण करून घेते. विमा क्षेत्रात अधिकाधिक व्यावसायिकता यावी म्हणून IRDAI कार्यरत आहे. अर्ज मिळाल्यापासून किती दिवसात पॉलिसी दिली पाहिजे, क्लेम मिळाल्यापासून किती दिवसात त्याची पूर्तता झाली पाहिजे अशा साऱ्या गोष्टीबाबत IRDAI नियम करते. IRDAI विमा हप्त्यांचे दर आणि जीवनेतर विम्याचे कव्हर यांचेही नियमन करते. विमा कंपन्यांनी आपले वित्तीय अहवाल कसे तयार करावेत आणि प्रसिद्ध करावेत या वरही IRDAI ने मानके नक्की करून दिली आहेत. ग्रामीण भागातही विम्याचा प्रसार व्हावा यासाठी IRDAI कार्यरत आहे. त्याचाच एक भाग म्हणून विमा कंपनीच्या एकूण व्यवसायापैकी किमान ५% हिस्सा ग्रामीण भागातील असण्याची सक्ती केलेली आहे. विमा कंपन्यांनी विमाधारकांकडून जमा झालेल्या प्रीमियमची रक्कम कशी आणि कुठे गुंतवावी याबाबत IRDAI नियम करते. अशी रक्कम भारताबाहेर गुंतविण्यास मज्जाव केलेला असून भारतात ही केवळ मान्यताप्राप्त यादीतील क्षेत्रात/ कंपन्यात अशी रक्कम गुंतविण्यास परवानगी आहे. थोडक्यात विमाधारकांच्या गुंतवणुकीच्या सुरक्षिततेची आणि त्यावर वाजवी उत्पन्न मिळण्याची काळजी IRDAI घेत असते. विमा कंपन्यांना क्लेम्सच्या रकमा देण्यासाठी पुरेशी रोखता बाळगणे आवश्यक असते. IRDAI ने Solvency Margin ratio निश्चित करून दिलेला असून त्यानुसार विमा कंपन्या रोखता बाळगतात की नाही याच्यावर IRDAI लक्ष ठेवते.

विमा व्यवसायाची घोडदौड

ऑगस्ट २०००मध्ये IRDAI ने विमा क्षेत्र खासगी व्यवसायासाठी खुले केले तसेच विमा कंपन्यात २६% पर्यंत विदेशी गुंतवणूक करण्यास परवानगी दिली. २०१३ मध्ये IRDAI ने विदेशी गुंतवणुकीची मर्यादा २६% वरून ४९% पर्यंत वाढविण्याचा प्रयत्न केला पण तो अयशस्वी ठरला. या प्रयत्नाला यश यायला जून २०१६ उजाडले. जून २०१७ अखेरीस भारतात विमा व्यवसाय करणाऱ्या एकूण ५३ कंपन्या आहेत. त्यापैकी २४ जीवन विमा तर २९ सामान्य (जीवनेतर) विमा व्यवसाय करत आहेत. जीवन विमा व्यवसायात आयुर्विमा महामंडळ हे सार्वजनिक क्षेत्रात आहे तर अन्य सर्व २३ कंपन्या खासगी क्षेत्रात आहेत. सामान्य विमा क्षेत्रात सहा सार्वजनिक क्षेत्रातील तर इतर सर्व खासगी क्षेत्रातील कंपन्या आहेत. देशात पुनर्विमा क्षेत्रात काम करणारी जनरल इन्शुरन्स कॉर्पोरेशन ही एकच सार्वजनिक कंपनी आहे. या शिवाय देशात विशेष विमा कवच देणाऱ्या दोन सरकारी विमा संस्था आहेत. त्या म्हणजे – निर्यातीच्या कर्जाला हमी देणारी Export Credit Guarantee

Corporation of India आणि पिकांसाठी विमा देणारी Agriculture Insurance Company Ltd.

२०१५-१६ या वर्षी देशातील सुमारे ३६ कोटी लोकांनी (म्हणजे एकूण लोकसंख्ये पैकी सुमारे ३०%) आरोग्य विमा घेतलेला आहे. विमा धारकांची ही संख्या जगातील कोणत्याही देशा पेक्षा जास्त आहे. विमा धारकांची संख्या प्रतिवर्षी वाढत असून २०१४-१५ मध्ये ती २८.८ कोटी होती. सन २०१५-१६ मध्ये आयुर्विम्याचा १,३८,००० कोटी रुपयांचा नवीन प्रीमियम जमा झाला. त्या पूर्वीच्या वर्षाच्या तुलनेत त्यात २२.५% वाढ झाली. सामान्य विम्याच्या प्रीमियम मध्ये याच वर्षात सुमारे १२% वाढ दिसून येते. सामान्य विम्याचा वार्षिक प्रीमियम रु. ७८,००० कोटी आहे.

IRDAI च्या स्थापने पासून विमा व्यवसायाला एक शिस्त लागली. मध्यस्थावर अंकुश निर्माण झाला. विमा कंपन्या बुडण्याचे बंद झाले. नियमाधारित व्यवसाय सुरू झाला. गैर प्रकारांना आळा बसला. देशाच्या गरजेनुसार पायाभूत क्षेत्रात गुंतवणुकीसाठी मोठी रक्कम उभारली जाऊ लागली. ग्राहक सेवा सुधारली.

काही अपेक्षा

युनिट लिंक्ड विमा योजनेच्या (ULIP) नियमन अधिकारावरून सेबी आणि IRDAI यांच्यात २०१० च्या सुरूवातीला काही विवाद उत्पन्न झाला होता. जून २०१० मध्ये त्यावर पडदा पडला तो निर्णय IRDAI च्या बाजूने होऊन. IRDAI ची कार्यकक्षा निश्चिती नीट करणे आवश्यक असल्याचे तेंव्हा जाणवले. विम्यासंबंधी कोणत्याही बाबीची चौकशी करण्यापासून त्यावर निर्णय देण्याकरिता IRDAI ला खूप वेळ लागतो अशी तक्रार केली जाते. सदर कालावधी कमी होणे आवश्यक आहे. दुसरा आक्षेप म्हणजे IRDAI च्या ऑर्डर्स संदिग्ध असतात आणि त्यात पूर्ण तपशील नसल्याने त्या 'स्पिकिंग ऑर्डर्स' नसतात. त्यामुळे त्यांच्या अंमलबजावणीसाठी वेळ लागतो. तिसरा आक्षेप आहे तो दंड आकारणीबाबत. एकाच प्रकारच्या गुन्ह्यासाठी वेगवेगळ्या कंपन्यांना वेगवेगळा दंड आकाराला जातो आणि त्यामुळे त्यावर अपील होत राहतात. विमा कंपन्यांच्या व्यवस्थापनातील लोकांच्या नियुक्तीमध्ये IRDAI चा सहभाग राहिल्यास व्यवस्थापनात सुधारणा होऊ शकेल असे सुचवले जाते. IRDAI मध्ये पुरेसा स्टाफ नसल्याने विम्याच्या नवीन योजनांची छाननी करून घेण्यास वेळ लागतो अशी तक्रार विमा कंपन्या करत असतात. वित्तीय क्षेत्राच्या उदारीकरणातील महत्त्वाचा टप्पा म्हणून विमा क्षेत्र खासगी कंपन्यांना खुले करण्याकडे पाहायला हवे. अशा मुक्त विमा व्यवसायाचे नियमन करण्यासाठी इर्डा सारखी व्यवस्था आवश्यक होती. IRDAI चे काम बहुतांश समाधानकारक आहे असे म्हणायला हवे.

❒

३४ विदेशी चलनाच्या नियमनाकडून व्यवस्थापनाकडे वर्ष २००० – विदेशी चलन व्यवस्थापन कायदा

भारतात १९९०पासून आर्थिक सुधारणांची सुरूवात झाली. सरकारने उदारीकरणाची धोरणे आखायला प्रारंभ केला. त्याला विदेशी व्यापार आणि विदेशी गुंतवणूक क्षेत्र अपवाद नव्हते. अनेक क्षेत्रात विदेशी गुंतवणुकीला परवानगी देण्यात आली. परिणामतः विदेशी गुंतवणुकीचा ओघ वाढला. विदेशी चलनाचा साठा वाढू लागला. या पार्श्वभूमीवर रिझर्व बँकेने १९९७ मध्ये भांडवली खात्यावरील रुपयाच्या परिवर्तनीयतेचा अभ्यास करण्यासाठी श्री. तारापोर यांच्या अध्यक्षतेखाली एक समिती नेमली. समितीने आपल्या अहवालात विदेशी चलन व्यवहार नियमनाच्या कायदेशीर चौकटीत सुधारणा करण्याची गरज अधोरेखित केली. अशी गरज वाटण्याची काही कारणे होती. १९७३ चा विदेशी चलन नियमन कायदा उदारीकरणाच्या जमान्यात विसंगत झाला होता. तसेच त्यात १९९३ साली दुरुस्ती केल्याने त्याचा मूळ गाभा बदलला होता. शिवाय भारताने जागतिक व्यापार संघटनेचे सभासदत्व स्वीकारल्याने त्यातील करारांशी सुसंगत असा विदेशी चलन नियमनाचा कायदा करणे आवश्यक होते. भारतात FERA कायद्यान्वये विदेशी चलनाचे नियमन केले जात असे. त्यात सुधारणा करण्याच्या दृष्टीने तारापोर समितीच्या शिफारशीनुसार ४ ऑगस्ट १९९८ रोजी लोकसभेत एक विधेयक मांडले गेले. सदर विधेयक स्थायी समितीकडे विचारार्थ पाठविण्यात आले. कमिटीचा अहवाल २३ डिसेंबर १९९८ रोजी सादर झाला पण २६ एप्रिल १९९९ रोजी लोकसभा विसर्जित झाली आणि हे विधेयक बारगळले. नव्या तेराव्या लोकसभेत ते २५ ऑक्टोबर १९९९ मध्ये मांडले गेले. ते पारित झाल्यानंतर FEMA (Foreign Exchange Management Act) विदेशी चलन व्यवस्थापन कायदा १ जून २००० पासून लागू झाला. सदर कायद्याने FERA (Foreign Exchange Regulation Act) विदेशी चलन नियमन कायदा रद्द झाला.

FERA आणि FEMA– कायद्यातील फरक

१९७३ चा FERA कायदा त्यावेळच्या विदेशी चलनाच्या स्थितीला अनुकूल होता. तेंव्हा भारतात येणारे विदेशी चलन फारच मर्यादित होते आणि आयातीसाठी विदेशी चलनाची मोठी आवश्यकता होती. सबब FERA कायद्याचा प्रमुख हेतू विदेशी चलनाचे संरक्षण हा होता. १९९१ नंतर विदेशी चलनातील व्यवहारांची आणि चलनाच्या साठ्याची स्थिती बऱ्यापैकी सुधारली होती. त्यामुळे विदेशी व्यापार व विदेशी चलनाची देवाण घेवाण सुलभ व्हावी तसेच विदेशी चलन बाजाराचा विकास व्हावा या हेतूने फेमा कायदा करण्यात आला. कायद्याच्या दृष्टिकोनातील हा बदल महत्त्वाचा ठरला. फेरा कायदा विदेशी चलनाच्या नियमनासाठी होता तर फेमा कायदा विदेशी चलनाच्या व्यवस्थापना साठी करण्यात आला. फेरा कायद्यानुसार सर्व विदेशी चलन व्यवहारांसाठी रिझर्व बँकेची विशिष्ट किंवा सामान्य परवानगी लागत असे. फेमा कायद्यात चालू खात्यावरील व्यवहारांना परवानगीची आवश्यकता उरली नाही. फक्त भांडवली खात्यावरील व्यवहारांना परवानगी हवी अशी तरतूद करण्यात आली. फेरा कायद्याच्या उल्लंघनासाठी फौजदारी गुन्हा दाखल करण्याची व कारावासाची तरतूद होती. फेमा कायद्यात त्यासाठी दिवाणी दावा आणि दंडाची तरतूद करण्यात आली. फेरा कायद्यात गुन्हे compoundable नव्हते ते फेमा खाली compoundable झाले. फेरा कायद्याखाली निवासी स्थिती ठरविण्याकरिता 'नागरिकत्व' हा निकष होता त्याऐवजी फेमा कायद्याने भारतात १८२ दिवसांपेक्षा जास्त निवास हा निकष लागू केला. फेमा कायद्याने बेसिक ट्रॅव्हल कोटा, बिझिनेस ट्रॅव्हल, एक्स्पोर्ट कमिशन, गिफ्ट, डोनेशन इत्यादी विषयी तरतुदी फारच शिथिल केल्या.

फेमा कायद्याची वैशिष्ट्ये

विदेशी चलनातील व्यवहारा बाबत फेमा कायद्यात तरतुदी करण्यात आल्या. कायद्यात चालू खात्यावरील व्यवहार आणि भांडवली खात्यावरील व्यवहार असे वर्गीकरण केले आहे. चालू खात्यावरील बाबींमध्ये विदेशी व्यापारासंबंधी रक्कम अदा करणे, धंद्याच्या सामान्य कारभारात अल्प कालीन बँकिंग आणि पत व्यवस्था, कर्जावरील देय व्याज, गुंतवणुकीवरील उत्पन्न, विदेशात राहणाऱ्या पालक, मुले आणि पती/पत्नी यांच्या साठी पाठविलेल्या रकमा, त्यांच्या विदेश प्रवास, शिक्षण आणि आरोग्यावरील खर्च यांचा समावेश करण्यात आला. कायद्याने केंद्र सरकारला त्यांच्यावर वाजवी निर्बंध लावायची मुभा दिली असली तरी सामान्यतः हे चालू खात्यावरील व्यवहार मुक्त आहेत. परिणामतः वस्तू व सेवांची आयात आणि निर्यात मुक्त झाली. त्यासाठी परवानगीची गरज उरली नाही. या व्यतिरिक्तचे सर्व व्यवहार

भांडवली खात्याचे व्यवहार समजले जातात. उदा. दीर्घ मुदतीचे विदेशी कर्ज देणे किंवा घेणे, विदेशात गुंतवणूक करणे, विदेशातून भारतात गुंतवणूक येणे इ. असे भांडवली खात्यावरील व्यवहार मात्र मुक्त नाहीत. रिझर्व बँकेने जाहीर केलेल्या नियमानुसार भांडवली खात्यावरील व्यवहार करण्याचे बंधन आहे. कायद्याने विदेशी चलन व्यवस्थापनाच्या नियंत्रणाचे अधिकार आणि जबाबदारी रिझर्व बँकेवर सोपवली आहे. रिझर्व बँक विदेशी चलन व्यवहार थेट पाहू शकत नसल्याने तिने त्यासाठी अधिकृत व्यक्तीची नेमणूक केली आहे. Authorised Persons मध्ये authorised dealer, मनी चेंजर, विदेशी बँक यांचा समावेश होतो. विदेशी चलन आणि विदेशी प्रतिभूती यामध्ये Authorised Persons व्यतिरिक्त कोणीही व्यवहार करू शकत नाही. भारताबाहेर राहणाऱ्या कोणालाही विदेशी चलनात रक्कम देऊ शकत नाही. विदेशी माणसाबरोबर भारतातील स्थावर मालमत्तेबाबत व्यवहार करू शकत नाही. त्याच्यासाठी कर्ज व्यवहार करू शकत नाही. रिझर्व बँक परिपत्रके काढून Authorised Persons साठी निर्देश देते. विदेशी चलन आणि विदेशी प्रतिभूतींचे व्यवहार करण्याचे अधिकार फक्त Authorised Persons यांनाच आहेत. कायद्याची अंमलबजावणी, गुन्हे, दंड, दावे दाखल करणे, अपील करणे या संबंधी तरतुदी कायद्यात केलेल्या आहेत. फेमा कायद्याने विदेशी चलन व्यवहारांबाबत केवळ कायदेशीर चौकट तयार करून दिली आहे. परंतु त्याच्या सर्व व्यावहारिक पैलूं बाबत केंद्र सरकारने नियम (Rules) करणे आणि रिझर्व बँकेने रेग्युलेशन करणे अपेक्षित आहे. देशाच्या औद्योगिक धोरणाने विदेशी थेट गुंतवणूक, विदेशी तंत्रज्ञानासाठी भागीदारी, रॉयल्टी देणे, विदेशात सह- प्रकल्प अशा विषयी दिशा नक्की केली जाते. वित्त मंत्रालय बाह्य वाणिज्य कर्जे, ADR (American Depository Receipts), GDR(Global Depository Receipts), FCCB (Foreign Currency Convertible Bonds) या संबंधी धोरण ठरवते आणि ते नियंत्रित करते. जेंव्हा भांडवल बाजाराशी संबंध येतो तेंव्हा सेबीच्या मार्गदर्शक तत्त्वांचे पालन करावे लागते. सबब विदेशी व्यापार धोरण, वित्त मंत्रालय आणि सेबी यांच्या धोरणानुसार फेमा कायद्या अंतर्गत केंद्र सरकार आणि रिझर्व बँक नियम करतात.

फेमा कायद्याच्या अंमलबजावणी साठी सरकार आणि रिझर्व बँक यांनी अनेक बाबतीत नियम केले आहेत त्यातील काही महत्त्वाचे नियम असे - चालू खात्यावरील व्यवहारा संबंधी नियम, परवानगीप्राप्त भांडवल खात्यावरील व्यवहारा संबंधी नियम, विदेशी प्रतिभूती इश्यू आणि हस्तांतरणा संबंधी नियम, निवासी भारतीयांच्या विदेशी चलन खात्या संबंधी नियम, भारतातील स्थावर मालमत्तेची खरेदी आणि हस्तांतरण संबंधी नियम, भारतात शाखा, कार्यालय अथवा धंद्याची

जागा स्थापन करणे संबंधी नियम, वस्तू व सेवांची निर्यात संबंधी नियम, इत्यादी.

फेमा कायद्याचे मूल्यमापन

पूर्वी अस्तित्वात असलेला फेरा कायदा आणि आताचा फेमा कायदा या दोन कायद्यातील परिभाषा भिन्न आहे आणि त्यातून सरकारचा विदेशी चलन व्यवहार नियंत्रण मुक्त करण्याचा तसेच आंतरराष्ट्रीय व्यापाराला प्रोत्साहन देण्याचा दृष्टिकोन स्पष्ट होतो. विदेशी चलन व्यवहार करण्यासाठी फेरा कायद्यापेक्षा फेमा कायदा फारच सुलभ, सोपा आणि कमी वेळ खाणारा झाला यात शंका नाही. फेरा कायद्यात नमूद केलेल्या गोष्टी वगळता अन्य सर्व बाबींचे नियंत्रण केले जात असे. या उलट फेमा कायद्यात फक्त नमूद केलेल्या बाबींचे नियंत्रण करण्याची तरतूद असल्याने अन्य सर्व बाबी मुक्तपणे करायला परवानगी आहे. अनेक व्यवहार विना परवानगी करता येऊ लागले. नोकरशाहीची दिरंगाई आणि किचकट दीर्घ प्रक्रिया यातून संबंधितांची सुटका झाली. विदेशी गुंतवणूक वाढली. विदेशातील कंपन्यांबरोबरचे सहयोग प्रकल्प वाढले. अनेक भारतीय कंपन्यांनी विदेशात उद्योग सुरू केले. फेमा कायद्याच्या या सकारात्मक परिणामाबरोबर त्यात काही त्रुटी दिसतात.

कायद्याने एकदा चौकट आखून दिली की अंमलबजावणी करताना निवासी तसेच अनिवासी माणसाला भांडवली खात्यावरील कोणते व्यवहार करता येतात, ते कसे करायला हवेत आणि ते किती कालावधीत करता येतील याची स्पष्ट कल्पना आणि खात्री यायला हवी. फेमा कायद्याने या उद्दिष्टाची सफलता झालेली दिसत नाही. याच्या पुष्ट्यर्थ सरकारने आणि रिझर्व बँकेने करायचे नियम हा विषय पाहता येईल. २००० साली जेव्हा कायदा झाला तेव्हा मूळ २६ नोटिफिकेशन्स काढण्यात आली होती. त्यानंतर आता पर्यंत २६३ पेक्षा जास्त नोटिफिकेशन्स निघाली आणि त्यातील नोटिफिकेशन्सनी मूळ नोटिफिकेशन्स मध्ये बदल केले. फेमा पारित झाल्या नंतर पहिल्या वर्षात Authorised Persons साठी ३६ निर्देश (directives) जारी करण्यात आले होते. सन २०११-१२ मधील निर्देशांची संख्या १३८ होती, ती २०१२-१३ मध्ये १२२ होती. या पुढील वर्षात त्याचीच पुनरावृत्ती झाली आहे. थोडक्यात सरकारचे आणि रिझर्व बँकेचे अनेक नियम तसेच अनेक निर्देश यामुळे कायद्यातील सोपेपणा संपला की काय असे वाटण्यासारखी परिस्थिती आली. Taxman's Exchange Management Manual चे दोन महाप्रचंड खंड याची साक्ष देतात. वारंवार नोटिफिकेशन्स आणि डायरेक्टिव्हज काढणे आवश्यक होत असेल तर फेमा कायद्याचे समग्र पुनरावलोकन करण्याची वेळ आली आहे का असा प्रश्न पडतो.

❐

३५ वित्त बाजारातील रोखता आणि व्याजदराचे समायोजन वर्ष २००० – सुरूवात रोखता समायोजन सुविधेची

देशातील वित्तीय व्यवस्थेचे कामकाज सुरळीतपणे चालेल हे पाहण्याची जबाबदारी देशाच्या मध्यवर्ती बँकेची असते. भारतात १९९० पासून संरचनात्मक सुधारणा होऊ लागल्या आणि वित्तीय उदारीकरण येऊ लागले. त्याचा परिणाम म्हणून बँकामधील ठेवींवरील आणि कर्जावरील व्याजदर तसेच विनिमयदर बाजाराधिष्ठित असणे अपेक्षित झाले. तोपर्यंत रिझर्व बँक व्याजदराबाबत आदेश काढत असे आणि व्याज दर नियंत्रित करत असे. हा दृष्टिकोन बदलून व्याज दर बाजारात ठरले जावेत आणि त्यांचे नियमन रिझर्व बँकेने करावे अशी धारणा झाली. त्यासाठी बाजारात रिझर्व बँकेच्या थेट आणि प्रत्यक्ष हस्तक्षेपाऐवजी अप्रत्यक्ष हस्तक्षेप गरजेचा झाला. रिझर्व बँकेचा अप्रत्यक्ष हस्तक्षेप बाजारातील रोखता व्यवस्थापन आणि व्याज दर निश्चिती यासाठी होणे अपेक्षित होते. वित्तीय व्यवस्थेत विरूपता येण्याचे एक कारण असते बाजारातील रोखतेचा अभाव. बाजारात पुरेशी रोखता असल्यास वित्तीय संस्थांना त्यांची कामे सुयोग्य पद्धतीने करता येते. वित्त संस्थाना वेळेवर आणि पुरेशी रोकड उपलब्ध असणे हे बाजारात पुरेशी रोखता असल्याचे निर्देशक असते. बाजारातील अशी रोखता कमी जास्त होण्याची अनेक कारणे असतात. बाजारातील रोखतेवर दोन गोष्टी अवलंबून असतात – एक, बाजारातील वस्तू व सेवांची मागणी आणि दुसरी, बाजारातील व्याज दर.

बाजारात उपलब्ध असलेले चलन ही सुद्धा एक वस्तू आहे आणि तिला बाजारात मागणी असते. काही जणांकडे अतिरिक्त चलन असते तर काही जणांकडे चलनाचा तुटवडा असतो. सबब त्यांना चलनाची नितांत गरज असते. ज्यांच्याकडे अतिरिक्त चलन आहे ते लोक असे अतिरिक्त चलन ज्यांना हवे आहे अशांना देतात. त्यासाठी ते किंमत आकारतात. चलनाच्या कर्जाऊ हस्तांतराची किंमत

म्हणजे व्याज दर असे म्हणता येईल. बाजारात चलनाची उपलब्धता वाढली तर (मागणी आणि पुरवठा न्यायाने) व्याज दर घसरतात आणि त्याच्या उलट स्थितीत व्याज दर वाढतात. बाजारात पैसा अधिक असेल तर जनतेची क्रयशक्ती वाढते आणि म्हणून मागणी वाढते. पुरवठा कायम राहून मागणी वाढली तर भाववाढ होते. याउलट परिस्थितीत किमती घसरतात. शिवाय बाजारातील चलनाच्या उपलब्धतेवर विनिमय दर ही अवलंबून असतो. देशांतर्गत बाजारात स्थानिक चलनाची रेलचेल झाली तर विदेशी चलनासाठी मागणी वाढून विनिमय दर घसरतो. विदेशी चलन मोठ्या प्रमाणात देशात येऊ लागले तर त्याच्या बदल्यात स्थानिक चलन काढणे मध्यवर्ती बँकेला आवश्यक होते आणि त्यामुळे देशातील चलनात वाढ होऊन विनिमय दर घसरतो. थोडक्यात बाजारातील चलनाची मात्रा व्याज दर आणि विनिमय दर यावर परिणाम करतात. असे परिणाम अर्थव्यवस्थेवर प्रभाव टाकतात, अस्थिरता निर्माण करतात. सबब रिझर्व बँकेला बाजारातील रोखतेचे व्यवस्थापन करावे लागते. रिझर्व बँक ते नाणे धोरणातून करते. तसेच बँकांनी आकारावयाच्या व्याज दराचे नियमनही रिझर्व बँक आपल्या नाणे धोरणातून करते. त्यासाठी रोख राखीव निधी (CRR), वैधानिक रोखता निधी (SLR), खुल्या बाजारातील रोख्यांची खरेदी विक्री (OMO) आणि बँक दर (Bank Rate) अशी चार पारंपरिक साधने मध्यवर्ती बँकेकडे होतीच. पण रोखता आणि व्याज दर यांचे व्यवस्थापन अधिक परिणामकारकतेने व्हावे तसेच ते बाजारात निश्चित व्हावे यासाठी बँकिंग क्षेत्र सुधारणांसाठी नेमलेल्या नरसिंहम समितीने १९९९ साली आपल्या अहवालात काही उपाय सुचविले. त्यातील एक महत्त्वपूर्ण शिफारस होती – रोखता समायोजन सुविधा अर्थात – Liquidity Adjustment Facility - LAF.

रोखता समायोजन सुविधा

रिझर्व बँकेने एप्रिल १९९९ मध्ये अंतरिम रोखता समायोजन सुविधा सुरू केली. सदर योजना 'रेपो' (Repo) आणि 'उलट रेपो' (Reverse Repo) या दोन साधनांनी कार्यान्वित करण्यात आली. बँकांना त्यांच्या कडे जमा झालेल्या मागणी आणि मुदत ठेवींच्या विशिष्ट प्रमाणात रोख राखीव निधी आणि वैधानिक रोखता निधी इतकी रक्कम रोख स्वरूपात ठेवणे कायद्याने बंधनकारक असते. बँकांना त्यासाठी पुरेशी रोखता असावी लागते. काही वेळा अल्प काळासाठी अशी रक्कम बँकांकडे समायोजित करावी लागते म्हणजेच थोड्या काळासाठी ती बाजारातून उभारावी लागते. आणीबाणीच्या काळातही बँकांना रोख रकमेची तात्पुरती चणचण भासू शकते. अशा परिस्थितीत बँकांना रोख रक्कम उभारण्याचा मार्ग म्हणून रोखता समायोजन सुविधेकडे पाहता येईल. रेपो याचा अर्थ Repurchase Option. अर्थात

'पुनखरेदी पर्याय'. रेपो हा बँक आणि रिझर्व बँक यांच्यात असा करार असतो की त्यात रिझर्व बँकेने आज बँकांना किंवा वित्तसंस्थांना प्रतिभूती विकायच्या आणि विकतानाच त्या प्रतिभूती भविष्यातील विशिष्ट तारखेला विशिष्ट किमतीला खरेदी करण्याचे मान्य करायचे. या उलट रिव्हर्स रेपो मध्ये रिझर्व बँकेने आज बँका व वित्तसंस्थांकडून रोखे विकत घ्यायचे आणि भविष्यातील विशिष्ट तारखेला विशिष्ट किमतीला त्यांना ते विकत देण्याचा करार करायचा.

३०.०९.२००४ रोजी रिझर्व बँकेने एक परिपत्रक काढून रेपो आणि रिव्हर्स रेपो या शब्दांचा वापर जागतिक मानकानुसार करण्याचे जाहीर केले. त्यानुसार आता या शब्दांचा अर्थ वर दिलेल्या अर्थाच्या बरोबर उलट झाला आहे. रिझर्व बँक जेव्हा रेपो करते तेव्हा ती बँका व वित्त संस्था यांना त्यांच्या कडील प्रतिभूती विकत घेऊन तात्पुरता कर्ज पुरवठा करते आणि त्याच वेळी अगदी नजिकच्या भविष्य काळातील विशिष्ट तारखेला ते रोखे त्यांना परत विकण्याचा करार करते. त्यामुळे रेपो करताना बँकांना कर्ज मिळते, त्यांची रोखता वाढते, कर्ज वितरणासाठी त्यांच्याकडे अधिक पैसा उपलब्ध होतो आणि बँका अधिक पत निर्मिती करू शकतात. या उलट स्थिती reverse repo च्या वेळी होते. थोडक्यात रेपो मुळे बाजारातील रोखता वाढते तर रिव्हर्स रेपो मुळे बाजारातील रोखता शोषून घेतली जाते. रेपो करताना रिझर्व बँक व्याज आकारते. त्याला 'रेपो रेट' असे म्हणतात. सदर व्याजाचा दर बँकांसाठी महत्त्वाचा असतो कारण त्यांना त्या दराने रिझर्व बँकेकडून अल्प काळासाठी कर्ज मिळत असते. सबब बँकांनी दिलेल्या कर्जावरील व्याजदर सदर रेपो व्याज दरावर अवलंबून असतात. अशा रितीने रेपो व्यवस्थेने बाजारातील रोखता स्थितीचे व्यवस्थापन होते तसेच कर्जावरील व्याज दर निश्चितीसाठी दिशा मिळते. थोडक्यात रोखता समायोजन सुविधेतून बँकांना अल्पकाळासाठी आपल्या रोखता स्थितीचे व्यवस्थापन करता येते तर मध्यवर्ती बँकेला बाजारातील रोखता स्थितीवर नियंत्रण ठेवता येते. शिवाय कर्जावरील अपेक्षित व्याज दरासंबंधी निर्देश देता येतात.

योजनेतील बदल

२००० साली धोरणात्मक उपाय जाहीर करण्यात आले आणि २००१-०२ च्या पत आणि नाणे धोरणात LAF चा आढावा घेऊन LAF ची सुधारित व्यवस्था ८ मे २००१ पासून लागू केली. सुधारित व्यवस्थेनुसार रेपो आणि रिव्हर्स रेपो यांच्या व्यवहारात काही महत्त्वाचे बदल करण्यात आले. त्यातील प्रमुख बदल असे - बँकांच्या रोखता व्यवस्थापनासाठी रिझर्व बँकेने रेपो आणि रिव्हर्स रेपो लिलाव दररोज करण्याचे जाहीर केले. काही रेपो व्यवहारांचा कालावधी केवळ एक दिवसाचा होता त्यांना overnight रेपो असे म्हटले जात असे. या overnight रेपो शिवाय रिझर्व

बँक १४ दिवसांच्या मुदतीचे रेपो करू शकत असे. रेपो चे लिलाव multiple price पद्धतीने करण्यास सुरूवात झाली. तो पर्यंत सगळे लिलाव एकाच किमतीला - uniform price ला होत असत.

LAF संबंधी अंतर्गत अभ्यास गटाचा अहवाल आणि बाजारातील संबंधित लोकांच्या सूचना यांचा विचार करून २९ मार्च २००४ पासून LAF योजनेत सुधारणा करण्यात आली. त्यानुसार ७ दिवस मुदतीचे आणि निश्चित व्याजदर असलेले रेपो लिलाव दैनिक पद्धतीने करण्यास सुरूवात झाली. २९ मार्च २००४ पासून रेपो आणि आणि रेव्हर्स रेपो यांतील व्याजदराचा फरक ५० बेसिस पॉइंट्स ने कमी करून तो २% वरून १.५% करण्यात आला. परंतु या व्यवस्थेत दोन त्रुटी लक्षात आल्या. बाजारात जास्त रोखता असताना आणि कमी रोखता असताना रेपो वर लावलेले व्याज दर भिन्न असत आणि त्यामुळे समान दराची गरज जाणवू लागली. बाजारातील रोखते नुसार बँकांचे कर्जावरील व्याज दर सुद्धा बदलत असत. या दोन त्रुटींवर उपाय म्हणून रिझर्व बँकेने मे २०११ पासून नवी व्यवस्था अस्तित्वात आणली. तिचे नाव Marginal Standing Facility.

१९९९ पासून सुरू झालेली आणि त्यात वेळोवेळी सुधारणा केलेली LAF ही सुविधा परिणामकारक झाल्याचे दिसते. अलिकडच्या काळात रिझर्व बँक नाणे धोरणाच्या पारंपरिक साधनांपेक्षा LAF वर अधिक विसंबून असते. या व्यवस्थेने बाजारातील रोखता दररोज समायोजित करता येते आणि रिझर्व बँकेला बँकांनी कर्जावर आकारावयच्या व्याजदराविषयी निर्देशही देता येतो.

❐

३६ मक्तेदारी नियंत्रणाऐवजी स्पर्धेस प्रोत्साहन वर्ष २००३ – स्पर्धा कायदा

जागतिकीकरण आणि उदारीकरणाची सुरूवात झाल्यानंतर बाजारात देशांतर्गत तसेच विदेशी स्पर्धा वाढू लागली. एकीकडे गुंतवणूक स्नेही वातावरण निर्माण करायचे आणि त्याच वेळी बाजारात निरोगी स्पर्धा टिकवायची असे दुहेरी काम शासनावर आले. काही उद्योजक–व्यापारी आपल्या बाजारातील स्थितीचा फायदा घेऊन अल्प काळात नफा मिळविण्यासाठी अयोग्य व्यापारी धोरणांचा वापर करणे स्वाभाविक असते. त्याने बाजारपेठ विरूपित होते आणि स्पर्धा निकोप राहत नाही. सबब उद्योगधंद्याचा विस्तार आणि वाढ करण्याचे वातावरण निर्माण करत अर्थव्यवस्थेचा विकास साधण्यासाठी स्पर्धा टिकविली पाहिजे. स्पर्धेमुळे उच्च दर्जाची अनेक उत्पादने मोठ्या प्रमाणात आणि वाजवी किमतीला उपलब्ध होतात. याची प्रकर्षाने जाणीव १९९०च्या दशकात झाली. आणि सरकारने ग्राहक आणि उत्पादकांचे हित साधेल असे स्पर्धेला प्रोत्साहन देणारे आणि स्पर्धा टिकवेल असे 'स्पर्धा धोरण' स्वीकारले.

मक्तेदारी निर्माण होऊ नये यासाठी त्यापूर्वी देशात MRTP (Monopoly and Restrictive Trade Practices Act) कायदा अस्तित्वात होता. १९९९च्या अर्थसंकल्पात अर्थमंत्र्यांनी म्हटले की स्पर्धा कायद्यांसंबंधी आंतरराष्ट्रीय विकासाच्या प्रकाशात आपला MRTP कायदा निरुपयोगी झाला आहे. आपले लक्ष मक्तेदारी नष्ट करण्याऐवजी निकोप स्पर्धेची वाढ करणे ह्याकडे असायला हवे. त्यासाठी सरकार एक समिती नेमणार आहे. त्यानुसार १९९९मध्ये राघवन समितीची स्थापना करण्यात आली. व्यापार संबंधी स्पर्धा विरोधी तरतुदी रद्द करणे आणि स्पर्धा पूरक वातावरण निर्माण करणे यासाठी समितीने शिफारस करणे अपेक्षित होते. समितीने MRTP कायदा रद्द करण्याची सूचना केली. समितीच्या शिफारशी विचारात घेऊन ६ ऑगस्ट २००१ रोजी लोकसभेत स्पर्धा विधेयक मांडण्यात आले. जानेवारी २००३ मध्ये

'स्पर्धा कायदा' Competition Act २००२ ला राष्ट्रपतींची संमती मिळाली. MRTP कायदा रद्द झाला आणि स्पर्धा कायदा लागू झाला.

कायद्याचा हेतू आणि प्रमुख तरतुदी

शासनाचे स्पर्धा धोरण राबविण्याचे एक साधन म्हणजे स्पर्धा कायदा होय. स्पर्धा विरोधी व्यापारी प्रथा संपविणे व अशा प्रथांनुसार धंदा करणाऱ्याला शासन करणे हा कायद्याचा प्रमुख उद्देश आहे. तसेच शासनाचा उद्योगातील अनावश्यक हस्तक्षेप थांबविणे हाही सदर कायद्याचा हेतू आहे. कायद्याच्या उपोद्‌घातात दिलेली उद्दिष्ट्ये अशी – स्पर्धेवर विपरीत परिणाम करणाऱ्या पद्धती रोखण्यासाठी एक आयोग नेमणे, बाजारात स्पर्धेला प्रोत्साहन देणे व स्पर्धा टिकवून ठेवणे, ग्राहकांच्या हितसंबंधांचे रक्षण करणे, बाजारातील इतर घटकांचे धंदा करण्यातील स्वातंत्र्य अबाधित राखणे.

बाजारातील स्पर्धक अशा काही युक्त्या वापरतात की ज्यामुळे बाजारात स्पर्धा टिकत नाही. किंबहुना बाजारातील प्रत्येकाची इच्छा अशी असू शकते की त्यांना कमीत कमी स्पर्धा असावी. अर्थव्यवस्थेच्या हितासाठी मात्र स्पर्धा असायला हवी. स्पर्धा विरोधी सर्व बाबी संपल्या तर स्पर्धा टिकेल. सबब सदर कायद्यात स्पर्धा विरोधी अशा चार प्रमुख बाबी नमूद करण्यात आल्या.

१. अधिग्रहण : एखाद्या उद्योगातील समभाग, मतांचे अधिकार किंवा मालमत्ता यांचे प्रत्यक्ष किंवा अप्रत्यक्ष अधिग्रहण करणे किंवा एखाद्या उद्योगाच्या व्यवस्थापनाचे किंवा मालमत्तेचे नियंत्रण ताब्यात घेणे अथवा त्यासाठी करार करणे. थोडक्यात स्पर्धकाच्या उद्योगाची मालकी, मालमत्ता किंवा व्यवस्थापन ताब्यात घेतले की स्पर्धा संपविता येते.

२. कार्टेल/नियंत्रण संघ : उत्पादन, वितरण, विक्री, किंमत नियंत्रित करण्यासाठी उत्पादक, वितरक, विक्रेते आणि व्यापारी यांनी केलेले लेखी किंवा तोंडी संघटन. स्पर्धकांनी परस्पर सामंजस्याने तोंडी किंवा लेखी असे करार करायचे की ज्यामुळे वस्तूचे बाजारातील एकूण उत्पादन, वितरण/विक्री मर्यादित करायची, वस्तूंच्या किमती ठरवायच्या आणि त्यातून स्पर्धा मर्यादित करता येते.

३. बाजारातील प्रबळ स्थिती : एखाद्या उद्योजकाची अशी ताकदवान स्थिती की ज्यामुळे स्पर्धकांची दखल न घेताही आपला उद्योग उत्तमपणे करता येण्याची शक्यता म्हणजे dominant position. अशा स्थितीमुळे स्पर्धक नामोहरम होतात तर ग्राहक हतबल होतात.

४. लूटमारीसाठीचे किंमत धोरण/predatory pricing : वस्तूच्या उत्पादन

खर्चापेक्षा वस्तूची किंमत कमी आकारणे याला predatory pricing असे म्हणतात. अशा किंमत धोरणाने दोन गोष्टी साधतात. बाजारातील स्पर्धकांना अशा अत्यल्प किंमत आकारणीने नामोहरम करून हुसकावून लावता येते आणि संभाव्य नव्या स्पर्धकांना बाजारात प्रवेश करण्यापासून रोखता येते.

सदर कायद्याने स्पर्धेवर विपरीत परिणाम करणाऱ्या अशा बाबींवर अथवा करारांवर बंदी घातली आहे आणि असे करार कायद्याच्या दृष्टीने निरर्थक ठरविले आहेत. व्यक्ती, उद्योग आणि संघटना यांनी केलेले वस्तूंचे उत्पादन, पुरवठा, विक्री, साठवण आणि अधिग्रहण या संबंधींचे करार हे स्पर्धेवर विपरीत परिणाम करणारे करार म्हणून कायद्यामध्ये नमूद केलेले आहेत. अशा करारांची काही उदाहरणे अशी–

१. प्रत्यक्ष किंवा अप्रत्यक्षरीत्या खरेदी अथवा विक्रीची किंमत निश्चित करणारे करार
२. उत्पादन, पुरवठा, बाजारपेठेतील हिस्सा, तांत्रिक विकास, गुंतवणूक या बाबी मर्यादित करणारे अथवा नियंत्रित करणारे करार
३. उत्पादनाचा स्रोत किंवा बाजार यांची भौगोलिक विभागणी, ग्राहकांची विभागणी, किंवा वस्तूंच्या प्रकारांची विभागणी करणारे करार
४. प्रत्यक्ष किंवा अप्रत्यक्षपणे लिलावात बोली बोलण्याविषयी संगनमत किंवा लिलावात वर्तुळ (bid rigging) करण्याचे करार.

अशा प्रकारच्या करारांवर कायद्याने बंधने आणली आहेत.

स्पर्धा आयोग

स्पर्धा कायद्याची प्रभावी अंमलबजावणी करण्याची व्यवस्था म्हणून स्पर्धा आयोग स्थापण्याची तरतूद करण्यात आली आहे. स्पर्धेवर विपरीत परिणाम करणाऱ्या प्रथा संपविणे, स्पर्धेला प्रोत्साहन देणे व स्पर्धा टिकविणे, ग्राहकांच्या हिताचे संरक्षण करणे आणि बाजारात मुक्त व्यापाराची खात्री देणे या उद्देशाने स्पर्धा आयोग काम करतो. स्पर्धा आयोग ही एक कॉर्पोरेट बॉडी असून तिला स्वतंत्र सील आहे. ती स्वतःच्या नावाने दावे दाखल करू शकते तसेच करार करू शकते. कोणत्याही वैधानिक ॲथॉरिटीकडून विचारणा झाल्यास स्पर्धा आयोगाने आपले मत द्यायचे, स्पर्धेचा प्रसार करायचा, जनतेत स्पर्धेविषयी जागृती करायची आणि स्पर्धा विषयक प्रशिक्षण द्यायचे ही कामे स्पर्धा आयोगाची आहेत.

आयोगाने दिलेले निर्देश आणि आदेश यांचे पालन न करणाऱ्यास प्रतिदिन रु. १ लाख पासून कमाल रु. १० कोटी रुपये इतक्या दंडाची तरतूद करण्यात आली आहे. आदेशाचे पालन न करणे आणि दंड ही न भरणे यासाठी ३ वर्षे कारावास

आणि/ किंवा रु. २५ कोटींचा दंड लागू करण्यात आला आहे. आयोगास खोटी माहिती देणे किंवा माहिती दडविणे यासाठी किमान रु. ५० लाख आणि कमाल रु. १ कोटी इतक्या दंडाची तरतूद करण्यात आली आहे.

काही दावे व त्यांचे निकाल

स्पर्धा मुक्त न ठेवणाऱ्या पद्धती, योजना आणि उपक्रम राबविणाऱ्यांविरोधात आयोगाकडे तक्रार करण्याची तरतूद कायद्यात करण्यात आली आहे. त्यानुसार आयोगाकडे आतापर्यंत अनेक दावे दाखल झाले. आयोगाने त्यांच्या वर सुनावणी घेऊन अनेक दावे निकाली काढले. काही बाबतीत कोणीतरी दावे करतील याची वाट न पाहता आयोगाने स्पर्धेला बाधा आणणाऱ्या बाबींची व कंपन्यांची स्वतःहून चौकशी करून निर्णय दिले. त्यातील काही असे – Honda India, Volkswagen India आणि Fiat India या कंपन्यांना गाड्यांचे सुटे भाग उपलब्ध करण्यात प्रतिबंधात्मक उपाय योजल्याबद्दल दोषी ठरविले. गुरगावमध्ये आपल्या प्रबळ स्थितीचा गैरवापर केल्या प्रकरणी DFL या विकासकाला रु. ६३० कोटींचा दंड लावला. IPL च्या संघ मालकी करारात BCCI ने आपल्या स्थानाचा गैर वापर केल्याचा निर्णय दिला. ११ सिमेंट कंपन्यांनी बाजारात विक्रय संघ स्थापून सिमेंटच्या किमती वाढविल्या तसेच सिमेंटचा पुरवठा मर्यादित करणारे तोंडी करार केले यासाठी त्यांना दोषी ठरवून रु. ६,३०० कोटींचा दंड ठोठावला इत्यादी.

मूल्यमापन

गेल्या सुमारे १५ वर्षांचा अनुभव पाहता स्पर्धा कायदा आधुनिक बाजारासाठी निश्चितच उपयुक्त ठरला आहे. उदार व्यापारी धोरण, विदेशी गुंतवणुकीची शिथिल धोरणे, FEMA- कायदा आणि नियंत्रणमुक्त बाजार या वातावरणात स्पर्धा कायदा आपली भूमिका चांगली बजावत आहे. परंतु कायद्यातील दोन तरतुदींमुळे आयोगाच्या अधिकाराला मर्यादा येतात. – पहिली म्हणजे स्पर्धा आयोग ही जरी स्वतंत्र authority असली तरी तिला केंद्र सरकारने वेळोवेळी दिलेल्या निर्देशांचे पालन करावे लागते. आणि दुसरी तरतूद म्हणजे केंद्र सरकार काही उद्योजकांना आयोगाच्या कक्षेबाहेर ठेवू शकते.

आयोग स्पर्धा वाढविण्यासाठी व टिकविण्यासाठी सरकारला धोरणे, कायदा या संबंधी सूचना करू शकेल अशी तरतूद कायद्यात नाही. सबब C-G किंवा निवडणूक आयोग यांच्या प्रमाणे स्पर्धा आयोग स्वायत्त असावा अशी सूचना केली जाते. सदर कायदा कॉपीराईट, पेटंट आणि ट्रेड मार्क यांना लागू नसल्याने त्यातून मक्तेदारी निर्माण होणे शक्य आहे. औषधे, रसायने इत्यादी क्षेत्रात स्पर्धा टिकविण्यासाठी

स्पर्धा आयोगास अधिकार द्यावेत अशी सूचना केली जाते. विमा, दूरसंचार अशा काही क्षेत्रांसाठी स्वतंत्र नियामक असल्याने त्या क्षेत्रात स्पर्धा आयोगाला हस्तक्षेप करता येत नाही. अशा क्षेत्रातील केसेस हाताळताना स्पर्धा आयोगास आपले म्हणणे मांडण्याची संधी दिली पाहिजे अशी सूचना केली जाते. सदर सूचना स्पर्धा आयोगाचे काम अधिक प्रभावी होण्याच्या दृष्टीने नक्कीच उपयुक्त आहेत.

❐

३७ निवृत्ती वेतन व्यवस्थेचा विस्तार, नियमन आणि विकास
वर्ष २००३ – पेन्शन फंड नियमन आणि विकास ॲथॉरिटी

माणसाचे निवृत्तीनंतरचे आयुष्य वाढत आहे. निवृत्ती नंतर उत्पन्नाची साधने कमी असतात. तसेच एकत्र कुटुंब पद्धतीचा ऱ्हास होत आहे. त्यामुळे ज्येष्ठ मंडळींना आर्थिक असुरक्षितता अधिक जाणवू लागली आहे. यावर एक उपाय आहे तो निवृत्ती वेतनाचा. भारतात कर्मचाऱ्यांच्या निवृत्ती वेतनाची व्यवस्था मालक आणि कर्मचारी यांच्या सहभागातून करण्यात येते. नोकरीच्या कालावधीत कर्मचारी आपल्या पगारातून काही रक्कम भरतो आणि त्याचा मालकसुद्धा काही रक्कम जमा करतो. मालकाच्या सहभागाने निवृत्ती वेतन अशी व्यवस्था असल्याने ती केवळ संघटित क्षेत्रात लागू राहिली. भारतातील संघटित क्षेत्र सुमारे १३% इतके अल्प असल्याने एकूण कामगारांपैकी जवळपास ८७% कर्मचारी पेन्शन पासून वंचित राहत होते. शिवाय देशातील पेन्शन व्यवस्थेचे नियमन करण्यासाठी एक कायदेशीर चौकट नव्हती. पेन्शन योजनेबाबत कर्मचाऱ्याला निवड स्वातंत्र्य नव्हते आणि एका योजनेतून दुसऱ्या योजनेत जाण्याची सुविधा नव्हती. पेन्शन फंडाच्या प्रशासनावर मोठा खर्च होत होता, फंडाच्या गुंतवणुकीवर उत्पन्न मर्यादित असे. फंडाची रक्कम अधिक उत्पन्न मिळवून देणाऱ्या पर्यायात गुंतविण्याची पद्धत नव्हती. पेन्शन व्यवस्थेतील या त्रुटींमुळे सर्वांना पेन्शनचा लाभ मिळणे शक्य नव्हते. पेन्शन योजनेत जमा झालेल्या रकमेवर मर्यादित उत्पन्न मिळाल्याने तसेच पेन्शन फंडाच्या व्यवस्थापनाचा खर्च अधिक असल्याने कर्मचाऱ्याला पेन्शनची मर्यादित रक्कम मिळत होती. या सर्व बाबींमुळे अधिक चांगली पेन्शन नियमन आणि विकास व्यवस्था निर्माण करण्याची गरज वाटत होती.

नवीन व्यवस्था

देशातील पेन्शन क्षेत्राला प्रोत्साहन द्यावे, त्याचे नियमन करावे आणि विकास करावा ह्या हेतूने सरकारने १० ऑक्टोबर २००३ मध्ये एका शासकीय निर्णयाने पेन्शन फंड नियमन आणि विकास अ‍ॅथॉरिटी (PFRDA) स्थापित केली. PFRDA ने लगेच २२ डिसेंबर २००३ रोजी एक सूचना काढून १ जानेवारी २००४ पासून (लष्कर वगळता) सरकारी नोकरीत रुजू होणाऱ्या कर्मचाऱ्यांसाठी राष्ट्रीय पेन्शन योजना सुरू केली व ती अनिवार्य करण्यात आली. २९ डिसेंबर २००४ रोजी सरकारने PFRDA चा वटहुकूम काढला. त्याची मुदत ७ एप्रिल २००५ रोजी संपली. त्यापूर्वी म्हणजे मार्च २००५ मध्ये सरकारने PFRDA विधेयक संसदेत आणले. परंतु लोकसभा विसर्जित झाली आणि त्याचा कायदा होऊ शकला नाही. २००४ ते २००८ या वर्षात पेन्शन खात्यातील जमा रकमा भारत सरकारच्या पब्लिक अकौंटमध्ये असत. त्यावर ८% दराने व्याज दिले जात असे. एप्रिल २००८मध्ये ही रक्कम PFRDA च्या खात्याला वर्ग करून त्याची गुंतवणूक व्यावसायिक फंड व्यवस्थापकांकरवी करण्यास सुरूवात झाली. मे २००९मध्ये सदर पेन्शन योजना असंघटित क्षेत्रातील कर्मचारी आणि स्वयंरोजगार असणाऱ्यांसाठी खुली करण्यात आली. ते स्वेच्छेने त्यात सहभागी होऊ शकतील असा बदल करण्यात आला. डिसेंबर २०११मध्ये ही योजना कंपन्यांमधील कर्मचाऱ्यांना सुद्धा खुली करण्यात आली. थोडक्यात सरकारी नोकरीत रुजू होणाऱ्या कर्मचाऱ्यांसाठी सुरू झालेली सदर योजना टप्प्या टप्प्याने आता सर्व कर्मचाऱ्यांसाठी खुली झाली आहे. PFRD- विधेयक २०११ संसदेत मांडले गेले. ते सप्टेंबर २०१३ मध्ये मंजूर होऊन त्याचा कायदा झाला आणि PFRDA ही कायदेशीर नियमन व्यवस्था स्थापित झाली.

राष्ट्रीय पेन्शन योजना ही कर्मचाऱ्यांसाठी ऐच्छिक पेन्शन योजना आहे. कर्मचाऱ्याने स्वतः निश्चित ठरविलेली रक्कम वर्गणी म्हणून त्याच्या NPS खात्यात भरायची आहे. सबब ही बचत योजना आहे. योजनेत सहभागी झालेल्या सर्वांच्या जमा झालेल्या वर्गणीची रक्कम भांडवल बाजारात गुंतवून त्यावर मिळणाऱ्या उत्पन्नातून निवृत्ती वेतन देण्याची कल्पना आहे.

PFRDA ची कामे आणि अधिकार

राष्ट्रीय पेन्शन योजना आणि इतर पेन्शन योजनांचे नियमन करणे आणि त्यांची सुव्यवस्थित वाढ होण्याची खात्री देणे.

पेन्शन योजनेतील मध्यस्थांची नोंदणी करणे व त्यांचे नियमन करणे.

पेन्शन फंडाच्या ग्राहकांना त्यांनी भरलेल्या वर्गणीच्या सुरक्षेची खात्री देणे तसेच फंडाच्या मध्यस्थांचा आणि व्यवस्थापनाचा खर्च वाजवी राहील याची खात्री

देत त्यांच्या हितसंबंधांचे रक्षण करणे.

वर्गणीदारांच्या तक्रारींचे निवारण, त्यांचे शिक्षण आणि मध्यस्थांचे प्रशिक्षण यासाठी यंत्रणा उभारणे

पेन्शन बाबत संशोधन, व्यवस्था आणि प्रकल्प यांच्याशी संबंधित व्यावसायिक संघटनांना प्रोत्साहन देणे.

मध्यस्थांचे आपापसातील तसेच मध्यस्थ आणि ग्राहक यांच्यातील वाद निवारण करणे.

PFRDA ला दिवाणी न्यायालयाचे अधिकार आहेत तसेच चौकशी करणे, तपासणी करणे, ऑडिट करणे हे ही अधिकार आहेत.

PFRDA चे खालील उप विभाग आहेत.

सेन्ट्रल रेकॉर्ड कीपिंग एजन्सी : राष्ट्रीय पेन्शन योजनेत सहभागी झालेल्या सर्वांची नोंदणी , निवृत्ती, पेन्शन रकमा, मध्यस्थ, जमा रकमा इत्यादीचे रेकॉर्ड ठेवण्याचे काम यांच्याकडे आहे.

पेन्शन फंड मॅनेजर्स : पेन्शन फंड योजनेतील ग्राहकांच्या वर्गणीच्या पैशांची गुंतवणूक आणि व्यवस्थापन, त्याचे हिशेब ठेवणे, वेळोवेळी अहवाल देणे यासाठी सदर मॅनेजर्स कार्यरत असतात.

पॉइंट ऑफ प्रेझेन्स एजन्सीस : पेन्शन योजनेत सहभागी होऊ इच्छिणाऱ्यांचे अर्ज स्वीकारणे, त्यांच्या कागदपत्रांची छाननी करणे, त्यांच्या कडून वर्गणी स्वीकारणे, त्याची पावती देणे, वर्गणीदारांच्या तपशीलातील बदल नोंदविणे, वर्गणीदारांच्या तक्रारी स्वीकारणे अशा कामांसाठी या एजन्सीज काम करतात.

ट्रस्टी बँक : विभागीय आणि क्षेत्रीय कार्यालयांकडून वर्गणीच्या रकमा स्वीकारणे, त्याच्या पावत्या देणे, सूचनेनुसार पैसे वर्ग करणे, या साऱ्यांची नोंद ठेवणे इ. कामे सदर बँक करते.

कस्टोडियन : पेन्शन ग्राहकांच्या वतीने केलेल्या गुंतवणुकांचा सांभाळ करणे, त्यावरील उत्पन्न स्वीकारणे, प्रतिभूतींच्या मुदतपूर्तीनंतर त्याची रक्कम स्वीकारणे इ. कामे कस्टोडियनची आहेत.

या शिवाय नोडल ऑफिसेस आणि अॅग्रेगेटर्स हे ही कार्यरत असतात.

कामकाजाचे मूल्यमापन

राष्ट्रीय पेन्शन योजना ही आकर्षक योजना असल्यामुळे तिचा विस्तार झपाट्याने होत आहे. सेन्ट्रल रेकॉर्ड कीपिंगचा खर्च बराच कमी झाल्याने वर्गणीदारांचा फायदा होतो. फंडाच्या रकमेची गुंतवणूक कार्यक्षमतेने होत असल्याने त्यावर उत्पन्न चांगले

मिळत आहे. पेन्शन योजनेत सहभागी होण्यासाठी पूर्वी किमान वार्षिक रु. ६,००० इतकी वर्गणी भरणे आवश्यक होते. सदर किमान वर्गणीची रक्कम आता रु. १,००० प्रती वर्षी इतकी कमी केल्यामुळे अनेकांना त्यात सहभागी होता येत आहे. पेन्शन योजनेचा सभासद होण्यासाठी कागदपत्रांची संख्या कमी करून ऑनलाईन व्यवस्था केली आहे. ७०,००० बँक शाखा आणि बँकेतर वित्तीय संस्थांच्या शाखा यात वर्गणी जमा करण्याची सोय करून देण्यात आली आहे.

पेन्शनचा लाभ अधिकांना व्हावा या हेतूने २०१५ मध्ये अटल पेन्शन योजना सुरू करण्यात आली. सदर योजनेत ग्राहक आपली जितकी वर्गणी भरेल त्याच्या ५०% रक्कम केंद्र सरकार त्याच्या खात्यात जमा करेल (किमान रु. १,००० प्रतिवर्षी इतके सरकारचे योगदान असेल) सरकारचे योगदान पेन्शन योजनेत सहभागी झाल्यापासून पहिली पाच वर्षे या काळासाठी असेल. वय वर्ष ८ ते ४० या गटातील कोणालाही सदर योजनेत सहभागी होण्याची सोय आहे. ग्राहकास दरमहा रु. १,००० ते रु. ५,००० इतके पेन्शन मिळण्यासाठी पर्याय निवडायचे स्वातंत्र्य आहे त्यानुसार त्याची वर्गणी नक्की केली जाते. या योजनेमुळे अल्प उत्पन्न गटातील अनेक नागरिकांना पेन्शनचा लाभ घेणे शक्य झाले आहे.

२०११ साली जेव्हा PFRDA कायदा झाला तेव्हा राष्ट्रीय पेन्शन योजनेत २४ लाख सभासद होते आणि त्यांचा कॉर्पस ९९२५ कोटी रुपयांचा होता. राष्ट्रीय पेन्शन योजनेत सध्या देशात सुमारे १ कोटी ३० लाख ग्राहक नोंदलेले असून PFRD-त्यांच्या सुमारे २,००,००० कोटी रुपयांच्या गुंतवणुकीचे व्यवस्थापन करत आहे. विविध मध्यस्थांच्या व्यावसायिक तज्ज्ञतेचा वापर करून ग्राहकांचा खर्च मर्यादित ठेवत उत्पन्न वाढीचा प्रयत्न करत आहे. उद्योग व्यापाराच्या सर्व क्षेत्रातील आणि भौगोलिक दृष्ट्या सर्व भागातील लोक राष्ट्रीय पेन्शन योजनेत सहभागी झाले आहेत. PFRDA ने NPS (National Pension Scheme) ट्रस्ट निर्माण करून गतिमान, पारदर्शक आणि व्यावसायिक प्रशासनाला चांगली चालना दिली आहे. ग्राहकांना त्यांच्या नोकरी बदलानंतर पेन्शन खाते चालू ठेवण्याचा पर्याय उपलब्ध झाला आहे.

जमा झालेल्या वर्गणी रकमेच्या व्यवस्थापनाचा खर्च मर्यादित ठेवण्यात यश आले आहे. फंडाच्या सुरूवातीपासून हा खर्च फार अल्प आहे. सध्या तो कॉर्पस रकमेच्या केवळ ०.०१% इतका कमी आहे. याचा अर्थ १० लाख रुपये कॉर्पस रकमेच्या व्यवस्थापनाचा खर्च फक्त रु. १०० आहे. त्यामुळे कॉर्पसची रक्कम वाढण्यास मदत होत आहे.

निवृत्तीच्या वेळी (वय ६०) कर्मचाऱ्याला त्याच्या खात्यात जमा असलेल्या रकमे पैकी ६०% पर्यंत रक्कम एकदम काढता येण्याचा पर्याय आहे. उर्वरित ४०%

रक्कम मात्र पेन्शनसाठी जमा ठेवावी लागते. आयकर कायद्याच्या कलम 80 CCD (1), 80 CCD (1b) आणि 80CCD (2) नुसार सवलत उपलब्ध आहे.

PFRDA समोर काही आव्हानेसुद्धा आहेत. पेन्शन योजनेत पैसे जमा करण्यासाठी सुमारे ७०,००० बँकांच्या शाखांना अधिकार दिले असले तरी प्रत्यक्षात त्यातील केवळ १५% शाखाच हे काम करत आहेत. अधिक उत्पन्न मिळविण्याच्या प्रयत्नात व्हेन्चर कॅपिटल, प्रायव्हेट इक्विटी, शेअर्स अशा जोखमी पर्यायात गुंतवणूक सुरू झाली आहे. अशा योजनातील गुंतवणूक रकमेचे मूल्य बाजारातील चढ उतारानुसार कमी जास्त होत राहते. त्यामुळे त्यात तोटा होण्याचाही संभव असतो. असा तोटा झाला तर कर्मचाऱ्याला निवृत्तीनंतर निश्चित निवृत्ती वेतन देण्यात अडचणी येऊ शकतात. सहभागी कर्मचाऱ्यांना निश्चित पेन्शन देण्याच्या मुख्य हेतूला बाधा येणार नाही याचे भान ठेवून जोखीम घ्यायला हवी. NPS ची EPF (Employees Pension Fund) शी तुलना करता राष्ट्रीय पेन्शन योजना कमी फायद्याची आहे. कर आकारणीच्या दृष्टीने तिला आणखी आकर्षक करता येईल.

असंघटित क्षेत्रातील कर्मचारी आणि स्वयंरोजगार असणाऱ्या सर्वांना राष्ट्रीय पेन्शन योजना आणि अटल पेन्शन योजना यांनी सामाजिक सुरक्षा कवच मिळवून दिले आहे. देशाच्या दृष्टीने PFRDA कडे जमा होणारी वर्गणी दीर्घकालीन गुंतवणुकीसाठी उपलब्ध असल्याने तिचा उपयोग पायाभूत सुविधा विकासासाठी होत आहे.

❑

३८ वित्तीय शिस्त लावत आर्थिक व्यवस्थापन परिणामकारक करण्यासाठी वर्ष २००४ – वित्तीय दायित्व आणि अर्थसंकल्प व्यवस्थापन कायदा

देशाचा गाडा चालविण्यासाठी सरकारला खर्च करावा लागतो. सरकारने आगामी वर्षासाठी किती खर्च करावा लागेल याचा अंदाज करणे आणि सदर अंदाजित खर्चाला संसदेची मंजुरी घेणे हे भारतीय राज्य घटनेने अनिवार्य केले आहे. खर्च भागविण्यासाठी सरकार कोणत्या स्रोतापासून किती महसूल गोळा करणार त्याचाही अंदाज सरकारने संसदेपुढे मांडणे आवश्यक असते. सरकारने अंदाजित खर्च आणि अपेक्षित उत्पन्न यांचे अंदाजपत्रक/अर्थसंकल्प तयार करून तो प्रतिवर्षी संसदेत मांडायचा असतो. आपल्या उत्पन्नात आपला खर्च भागविणे हे वित्तीय शहाणपण होय. पण सामान्यतः असे होत नाही. देशाच्या विकासासाठी आणि जनकल्याणासाठी सरकारला खर्च करावा लागतो आणि उत्पन्न मात्र तेवढे नसते. अशा वेळी सरकारला तुटीचे अंदाजपत्रक सादर करावे लागते. सदर तूट दोन प्रकारची असते. महसुली जमेपेक्षा महसुली खर्च जितक्या रकमेने जास्त असेल त्या फरकाला 'महसुली तूट' असे म्हणतात. तर एकूण खर्च वजा (कर महसूल + दिलेल्या कर्जाची वसुली +इतर जमा) या रकमेला 'वित्तीय' तूट असे म्हणतात. अंदाजपत्रकात तूट आली तर ती भरून काढण्यासाठी सरकारला कोठून तरी पैसा उभा करावा लागतो. सामान्यतः त्यासाठी दोन मार्ग असतात. एक म्हणजे बाजारातून तितक्या रकमेची कर्जे घ्यायची आणि दुसरा म्हणजे मध्यवर्ती बँकेला सांगून तितके नवीन चलन बाजारात आणायचे. या दोन्ही मार्गांचे अनेक विपरीत परिणाम अर्थव्यवस्थेवर होतात. व्याज दर वाढतात, चलनाची मात्रा वाढल्याने भाववाढ होते, विनिमय दर घसरतो, आर्थिक शिस्त बिघडते, इ. सबब सरकारच्या कारभारातील अशी तूट

किमान असावी, ती भरून काढण्यासाठी सरकारने किमान कर्जे घ्यावीत, चलनाची मात्रा किमान वाढेल याकडे लक्ष द्यावे हे चांगले वित्तीय धोरण समजले जाते. पण गेल्या काही दशकात जगभरात सर्वच सरकारे याकडे दुर्लक्ष करताना दिसतात. राजकीय लाभ मिळविण्यासाठी सरकारे वारेमाप खर्च करतात शिवाय भ्रष्टाचाराने त्या खर्चाचे लाभ अर्थव्यवस्थेस मिळत नाहीत आणि त्यामुळे सरकारने घेतलेल्या कर्जाचा बोजा वाढतच जातो.

भारताची राजकोषीय स्थिती

१९८६-८७ला भारताची वित्तीय तूट सकल देशांतर्गत उत्पन्नाच्या (GDP) ८.३७% तर महसुली तूट २.४७% या काळजी करण्याच्या पातळीवर होती. त्यानंतरच्या वर्षात वित्तीय तूट काही प्रमाणात कमी झाली पण महसुली तूट वाढत गेली. १९९९-२००० ला त्यांचे प्रमाण अनुक्रमे ५.३६% आणि ३.४६% असे होते. सातत्याने तूट वाढल्यामुळे राजकोषीय स्थिती चिंताजनक झाली होती. ३१-०३-२००० रोजी वित्तीय तूट रु. १,०४,७१६ कोटी तर महसुली तूट रु. ६७,५९६ कोटी या स्तरावर पोहोचली होती. केंद्र सरकारची एकूण देय कर्जे रु. २००० अब्ज या पातळीवर होती. ही कर्जाची रक्कम सरकारच्या एकूण वार्षिक जमेच्या सहापट झाली होती. त्यापेक्षा जास्त चिंताजनक बाब म्हणजे प्रतिवर्षी या कर्ज रकमेत रु. १,००० अब्ज इतकी वाढ होत होती. सरकारला मिळणाऱ्या एकूण कर महसुलापैकी ५०% रक्कम केवळ कर्जावरील व्याज देण्यासाठी वापरावी लागत होती.

FRBM कायदा

या परिस्थितीत वित्तीय शिस्त आणणे अत्यावश्यक झाले होते. वित्तीय आणि महसुली तूट कमी करणे, स्थूल आर्थिक व्यवस्थापन परिणामकारक करणे आणि एकूणच सार्वजनिक पैशांचे व्यवस्थापन सुधारणे आवश्यक वाटले. त्यासाठी उपाय होता तो अर्थसंकल्प संतुलित करण्याचा. म्हणून तत्कालीन राष्ट्रीय लोकशाही आघाडीच्या सरकारने २००० साली Fiscal Responsibility and Budget Management Bill (FRBM) अर्थात वित्तीय दायित्व आणि अर्थसंकल्प व्यवस्थापन विधेयक संसदेत सदर केले. सदर विधेयकाची उद्दिष्टे अशी होती - ३१-०३-२००६ पर्यंत महसुली तूट संपविणे, वित्तीय तुटीचे प्रमाण २% पर्यंत कमी करणे, कायदा झाल्या पासून तीन वर्षात सरकारने रिझर्व बँकेकडून कर्ज घेणे बंद करणे आणि ३१-०३-२१११ पर्यंत कर्जाचे प्रमाण सकल देशांतर्गत उत्पन्नाच्या ५०% पर्यंत कमी करणे. अतिशय महत्त्वाकांक्षी अशा उद्दिष्टांनी सदर विधेयक सादर केले गेले ही निश्चितच कौतुकास्पद बाब होती. वित्तीय शिस्त आणण्याची सरकारची

इच्छा दाखविणारी बाब होती. पण विधेयकावर संसदेत तीन वर्षे चर्चा झाली आणि २००३ साली खूपच सौम्य कायदा पारित झाला. सदर कायदा ५ जुलै २००४ पासून लागू झाला.

सदर कायद्याने वित्तीय व्यवस्थापनाचे पुढील चार निकष निश्चित केले. – महसुली तुटीचे सकल देशांतर्गत उत्पन्नाशी प्रमाण, वित्तीय तुटीचे सकल देशांतर्गत उत्पन्नाशी प्रमाण, कर महसुलाचे सकल देशांतर्गत उत्पन्नाशी प्रमाण आणि केंद्र सरकारच्या देण्याचे (कर्जाचे) सकल देशांतर्गत उत्पन्नाशी प्रमाण. कायद्यात यासाठी काही कालबद्ध उद्दिष्टे नक्की केली गेली. ती अशी – प्रतिवर्षी किमान ०.५% या प्रमाणात महसुली तूट कमी करत ३१ मार्च २००८ पर्यंत महसुली तूट संपविणे, प्रतिवर्षी किमान ०.३% या प्रमाणात वित्तीय तूट कमी करत ती GDP च्या ३% या कमाल पातळीपर्यंत आणणे. प्रतिवर्षी GDP च्या किमान १% या प्रमाणात कर्जाची रक्कम कमी करत ती GDP च्या ६% पर्यंत आणणे, १ एप्रिल२००६ पासून रिझर्व बँकेने सरकारचे बाँड्स खरेदी करणे थांबविणे.

कायद्याची अंमलबजावणी

आर्थिक वर्ष २००७-०८ पर्यंत सरकारने वित्तीय तूट GDPच्या २.७% पर्यंत आणि महसुली तूट GDPच्या १.१% पर्यंत कमी करण्यात यश मिळविले. पण २००८च्या अमेरिकन संकटानंतर (सब प्राईम क्रायसिस) अमेरिकेत मंदी आली. अल्प काळात मंदी जगभर पसरली. भारतही त्यास अपवाद नव्हता. मंदीचा विपरीत परिणाम किमान व्हावा म्हणून सरकारने मोठ्या प्रमाणात खर्च करणे क्रमप्राप्त आहे असे अर्थतज्ज्ञांचे मत पडले. सबब वित्तीय शिस्तीपेक्षा मंदीतून मार्ग काढण्याला अग्रक्रम मिळाला. अशा रीतीने मंदीच्या पार्श्वभूमीवर तूट कमी करण्याची कायद्यात नमूद केलेली उद्दिष्टे साध्य करण्यास फाटा देण्यात आला. २००८-०९ मध्ये वित्तीय तूट GDPच्या ६.२% या पातळीवर (उद्दिष्ट्य ३%) पोहोचली. २०१०-११ पर्यंत पुन्हा गाडी रुळावर आणता येईल असे वाटत असताना कायद्यातील तरतुदीची अंमलबजावणी पुढे ढकलली गेली. आश्चर्याची बाब म्हणजे महसुली तूट संपविण्याचे लक्ष्य असताना २०१०-११च्या अर्थसंकल्पात "effective revenue deficit' ही नवीन संकल्पना आणली गेली. २०१३-१४ या वित्तीय वर्षाची वित्तीय तूट GDPच्या ४.५% तर महसुली तूट ३.२% इतकी होती. तर "effective revenue deficit' चे प्रमाण २% होते. २०१५-१६ या वर्षात सरकारने या कायद्याकडे गांभीर्याने पाहत वित्तीय तूट GDP च्या ३.९% पर्यंत आणि महसुली तूट २.५% पर्यंत कमी केली. २०१७-१८ या वर्षाच्या अर्थसंकल्पात या तुटीचे प्रमाण अनुक्रमे ३.२% आणि १.९% इतके कमी करण्यात आले. परंतु २०१८-१९ चा अर्थसंकल्प

सदर करताना सुधारित अंदाज मात्र अनुक्रमे ३.५% आणि २.६% इतका दाखविला आहे. अर्थात २०१८-१९ या आर्थिक वर्षासाठी वित्तीय तूट GDP च्या ३.३% आणि महसुली तूट २.२% ठेवण्याचे उद्दिष्ट्य ठेवण्यात आले आहे. याचा अर्थ गेली २/३ वर्षे सरकारने FRBM कायद्याच्या अंमलबजावणीकडे मनापासून लक्ष दिलेले दिसते व त्यासाठी प्रयत्नही केलेले वाटतात.

साधले काय?

सरकारने करायच्या गोष्टींसाठी असा कायदा होणे ही एक उत्तम बाब आहे. FRBM कायदा केल्याने लक्ष्य नक्की झाले. त्यासाठी कालमर्यादा निश्चित झाली. ती पाळणे शक्य नसेल तर ती पुढे ढकलण्यासाठी संसदेची मंजुरी घेणे क्रमप्राप्त झाले. आर्थिक शिस्त येण्याची सुरूवात झाली. महसुली तूट, वित्तीय तूट आणि सरकारची कर्जे या उद्दिष्टांजवळ सरकार पोहोचल्याचे दिसते. या सकारात्मक बाजू शिवाय काही नकारात्मक बाजू ही आहे. तुटीचे प्रमाण साध्य करण्यासाठी सरकारने भांडवली आणि विकासाच्या खर्चाला कात्री लावली तर अर्थव्यवस्थेचा विकास रेंगाळेल. तसेच जन कल्याण योजनांवरील खर्च कमी केला तर गरिबांना दिलासा मिळणार नाही. आर्थिक शिस्त की विकासाभिमुख आणि कल्याणकारी राज्य यात संभ्रम होऊ शकतो. कायद्यातील तरतुदींचे पालन न केल्यास कायद्यात दंड किंवा शिक्षेची तरतूद नाही. त्यामुळे कायद्याने कालमर्यादा जरी नक्की केलेली असली तरी ती सतत वाढवून घेण्याची सवय सरकारांना लागलेली दिसते. सदर नकारात्मक बाजू समजावून घेतल्यावर असे म्हणावे लागेल की FRBM कायदा हा राजकोषीय शिस्तीसाठी उचललेले एक मोठे आणि परिणामकारक पाऊल आहे. राजकीय इच्छाशक्तीने त्याचा वापर केला तर देशाच्या अर्थव्यवस्थेत सकारात्मक बदल घडू शकतात.

❐

३९ काळा पैसा स्वच्छ करण्यास लगाम वर्ष २००५ – 'मनी लॉन्डरिंग' कायदा

'मनी लॉन्डरिंग' : अर्थ

झटपट आणि भरपूर पैसा मिळविण्यासाठी स्मगलिंग, मादक पदार्थांची खरेदी विक्री, वेश्या व्यवसाय, इनसायडर ट्रेडिंग अशा अनेक गुन्हेगारी मार्गांचा अवलंब केला जातो. तसेच सरकारी अधिकारी, कंपन्यातील अधिकारी, राजकीय नेते यांना त्यांच्या पदांमुळे अवैध मार्गाने पैसा मिळविण्याच्या अनेक संधी असतात. या मार्गांनी मिळालेला पैसा स्वच्छ नसतो. पैसा तर जवळ असतो पण तो वैध मार्गाने मिळविलेला नसल्याने त्याची नोंद नसते. सबब तो उजळ माथ्याने खर्च करता येत नाही तसेच गुंतवताही येत नाही. त्यावर कर भरलेला नसतो आणि म्हणून असा अघोषित पैसा बाळगणे, खर्च करणे आणि गुंतवणे हा आयकर कायद्याखाली गुन्हा ठरतो. अशा पैशाला इंग्रजीत dirty money म्हणतात. त्याला मराठीत आपण 'काळा पैसा' म्हणू शकतो. काळा पैसा धारकांना म्हणूनच तो 'पांढरा य करून घेण्याची आवश्यकता वाटते. जसे कपडे स्वच्छ करण्याच्या प्रक्रियेला 'लॉन्डरिंग' म्हणतात त्याच धर्तीवर अस्वच्छ पैसा स्वच्छ (पांढरा) करण्याच्या प्रक्रियेला 'मनी लॉन्डरिंग' असे म्हणतात. गैर मार्गाने मिळालेला पैसा तसा मिळालेला नसून तो योग्य आणि वैध मार्गाने मिळालेला आहे असे भासविण्याची कृती म्हणजे 'मनी लॉन्डरिंग' होय. पूर्वी संघटित गुन्हेगारीतून होणाऱ्या आर्थिक व्यवहारापुरतीच 'मनी लॉन्डरिंग' ही संकल्पना मर्यादित होती. परंतु अलीकडे कर चुकवेगिरी अथवा खोटे हिशेब अशा गैर मार्गाने मालमत्ता निर्माण करणाऱ्या कोणत्याही व्यवहाराचा समावेश 'मनी लॉन्डरिंग'मध्ये होतो. असा पैसा स्वच्छ न केल्यास त्या पैशाकडे, त्याच्या स्थानाकडे, त्याच्या स्रोताकडे आणि संबंधित माणसाकडे शासनाचे, पोलिसांचे आणि कायद्याचे लक्ष जाऊ शकते व तो गुन्हा ठरून शिक्षेस पात्र होतो. म्हणून अस्वच्छ पैसा स्वच्छ करणे

भाग पडते. 'मनी लॉन्डरिंग' यशस्वी होत असेल तर गुन्हेगारांचे धैर्य वाढते, अवैध धंदे तेजीत येतात, सरकारचा कर महसूल बुडतो, सामाजिक आणि नैतिक ऱ्हास होतो. सामाजिक सुरक्षेचा प्रश्न निर्माण होतो. समांतर अर्थव्यवस्था वाढत जाते. मादक पदार्थ आणि दहशतवादी कारवायात वाढ होते. या नकारात्मक परिणामांमुळे जगभरात सर्वत्र 'मनी लॉन्डरिंग' चिंताजनक ठरलेले आहे. म्हणून जवळपास सर्व देशांनी 'मनी लॉन्डरिंग' रोखण्यासाठी कायदे केले आहेत.

'मनी लॉन्डरिंग' कायद्याची पार्श्वभूमी

भारतातसुद्धा 'मनी लॉन्डरिंग' हा चिंतेचा विषय होता आणि आहे. सदर मुद्याचा समावेश असलेला वित्त विषयावरील स्थायी समितीचा अहवाल ४ मार्च १९९९ रोजी लोकसभेत तर ८ मार्च १९९९ रोजी राज्यसभेत मांडला गेला. २४ जुलै २००० रोजी राज्यसभेच्या सिलेक्ट कमिटीचा अहवाल राज्य सभेत मांडला गेला.

जागतिक स्तरावरही त्याच सुमारास सदर प्रकारच्या कायद्याची चर्चा चालू होती. ८ ते १० जून १९९९ या काळात संयुक्त राष्ट्रसंघाच्या सर्वसाधारण सभेच्या विशेष सत्रात पारित केलेल्या राजकीय ठरावानुसार प्रत्येक देशाने 'मनी लॉन्डरिंग' विरोधात कायदा करणे आवश्यक होते.

दोन अहवालातील शिफारशी आणि संयुक्त राष्ट्र संघाचा ठराव या पार्श्वभूमीवर भारतात 'प्रिव्हेन्शन ऑफ मनी लॉन्डरिंग कायदा २००२' तयार झाला. त्याला १७ जून २००३ रोजी संसदेची संमती मिळाली आणि सदर कायदा १ जुलै २००५ पासून लागू झाला.

'मनी लॉन्डरिंग' कायद्यातील प्रमुख तरतुदी

सदर कायद्याची पुढील तीन मुख्य उद्दिष्टे आहेत – मनी लॉन्डरिंग रोखणे आणि नियंत्रित करणे, 'मनी लॉन्डरिंग' द्वारे निर्माण झालेली मालमत्ता ताब्यात घेणे व ती जप्त करणे आणि 'मनी लॉन्डरिंग' संबंधी सर्व विषयांची व्यवस्था लावणे.

सदर कायद्यानुसार अवैध अथवा गुन्हेगारी मार्गाने मिळविलेले पैसे बाळगणे, लपविणे, वापरणे आणि ते स्वच्छ आहेत असे भासविणे अथवा तसा दावा करणे हा 'मनी लॉन्डरिंग' चा गुन्हा आहे. यात प्रत्यक्ष किंवा अप्रत्यक्ष सहभागी होणारा, त्यासाठी मदत करणारा, असा पैसा मिळविण्याचा प्रयत्न करणारा, आणि त्यासंबंधी काही कृत्य करणारा माणूस आणि संस्था सदर कायद्याने 'मनी लॉन्डरिंग' साठी गुन्हेगार ठरते. सदर गुन्हेगारास या कायद्यानुसार किमान तीन वर्षे व कमाल ७ वर्षे सश्रम कारावास आणि रु. ५,००,००० पर्यंतचा दंड अशी शिक्षेची तरतूद आहे. असे व्यवहार उघड व्हावेत म्हणून बँका, वित्त संस्था व मध्यस्थ यांनी घ्यायची काळजी

कायद्यात स्पष्ट केली आहे. गुन्हेगारी कृत्यांनी मिळविलेली मालमत्ता ताब्यात घेण्याचा अधिकार भारत सरकारने नेमलेल्या सक्षम अधिकाऱ्याला देण्यात आला आहे. ते अधिकारी अशी मालमत्ता जप्त करण्यापूर्वी १८० दिवस ताब्यात ठेवू शकतात. जप्त केलेली अथवा ताब्यात घेतलेली मिळकत 'मनी लॉन्डरिंग' द्वारे मिळविलेली आहे किंवा कसे हे ठरविण्यासाठी कायद्याने 'निवाडा प्राधिकरण' स्थापन करण्याची तरतूद केली आहे. सरकारने असे प्राधिकरण स्थापन करायचे असून सदर प्राधिकरणास स्वतःची कार्य पद्धत ठरविण्याचा अधिकार दिला आहे. 'मनी लॉन्डरिंग' मधून पैसा मिळविल्याचा आरोप झालेल्या माणसाने सदर पैसा वैध मार्गाने मिळविला आहे हे सिद्ध करावे (burden of proof is on the accused) अशी तरतूद कायद्यात करण्यात आली आहे.

भारत सरकारने १८ नोव्हेंबर २००४ रोजी Financial Intelligence Unit ची स्थापना केली. संशयित वित्तीय व्यवहारांची माहिती स्वीकारणे, त्यावर प्रक्रिया करणे, तिचे विश्लेषण करणे, ती प्रसारित करणे ही कामे सदर एजन्सी कडे सोपविली आहेत. गुप्तचर यंत्रणा, तपास यंत्रणा आणि सक्त वसुली यंत्रणा, तसेच पोलीस आणि भ्रष्टाचार विरोधी यंत्रणा यांच्याकडूनही 'मनी लॉन्डरिंग' उघडकीस येते. अशा आपल्या देशातील आणि आंतरराष्ट्रीय स्तरावरील यंत्रणांशी समन्वय साधण्याचे कामही Financial Intelligence Unit चे आहे.

कायद्यातील दुरुस्त्या

'प्रिव्हेन्शन ऑफ मनी लॉन्डरिंग कायदा २००२' यात २००५, २००९, २०१२ आणि २०१५ मध्ये दुरुस्त्या करण्यात आल्या. जागतिक पातळीवर सुद्धा मनी लॉन्डरिंगशी लढा देण्यासाठी उपाय योजना चालू होत्या आणि आहेत. त्याचा एक भाग म्हणून G-7 देशांच्या पुढाकाराने १९८९ साली The Financial Action Task Force (on Money Laundering) असा कार्यगट स्थापन करण्यात आला. सदर गट आंतर सरकारे गट आहे आणि भारत त्याचा सदस्य असल्याने भारताचा मनी लॉन्डरिंग कायदा आंतरराष्ट्रीय कायद्याशी सुसंगत असावा म्हणून २०१२ची दुरुस्ती करण्यात आली. मनी लॉन्डरिंग माध्यमातून पैसा देशाबाहेर नेऊन आणि विदेशातच मालमत्ता निर्माण केली असेल आणि ती मालमत्ता तेथील कायद्यानुसार जप्त करणे भारतीय सरकारला शक्य नसेल तर विदेशातील अशा मालमत्तेच्या किमती इतक्या रकमेची भारतातील मालमत्ता ताब्यात घेऊन जप्त करण्याची तरतूद करणारी दुरुस्ती २०१५ मध्ये करण्यात आली. शिवाय व्यापारी व्यवहार करताना खोटी अथवा चुकीची कागदपत्रे अथवा घोषणापत्रे देऊन केलेले मनी लॉन्डरिंग हासुद्धा कायद्याखाली गुन्हा ठरविणारी दुरुस्ती केली.

परिणामकारकता

बेकायदा व्यवहार, संघटित गुन्हेगारी, मादक पदार्थांचा व्यापार, आतंकवाद, कर चुकवेगिरी, यांच्यावर मर्यादा आणून कायद्याचा धाक ठेवून सामाजिक सांस्कृतिक स्तर उच्चतम ठेवण्यासाठी, उद्योगधंद्यात अयोग्य स्पर्धा होऊ नये म्हणून आणि देशाची, समाजाची सुरक्षा राखावी यासाठी मनी लॉन्डरिंग वर शासनाचे नियंत्रण हवेच हवे. त्यासाठी केलेला मनी लॉन्डरिंग विरोधी कायदा मैलाचा दगड आहे. त्यात वेळोवेळी आवश्यकतेनुसार दुरुस्त्या केल्या गेल्या ही बाब सुद्धा प्रशंसनीय आहे. परंतु सदर कायद्याचा वापर गेल्या १२ वर्षात किती वेळा आणि किती परिणामकारकतेने केला हा प्रश्न आहे. सदर कायद्यानुसार अलिकडच्या काळातील काही गाजलेल्या केसेसमध्ये कॉमनवेल्थ गेम्स घोटाळा, सारधा ग्रुप पॉन्झी योजना, कोळसा खाणी वाटप घोटाळा, 2 G घोटाळा, झाकीर नाईक, INX मिडिया, मिसा भारती, जगमोहन रेड्डी, मुकेश मित्तल, विजय मल्ल्या, छगन भुजबळ, वीरभद्र सिंग, मधु कोडा, अभिषेक वर्मा, कलानिधी मारन, हसन अली इत्यादींचा समावेश करता येईल.

सदर कायद्या व्यतिरिक्त रिझर्व बँक, सेबी, इर्डा यांच्या अनेक कायद्यांमध्ये मनी लॉन्डरिंग विरोधी तरतुदी आहेत. त्यानुसार त्या त्या संस्थांनी मनी लॉन्डरिंगच्या प्रकरणाचा तपास करून त्याची माहिती Financial Intelligence Unit ला दिली पाहिजे आणि मनी लॉन्डरिंग विरोधी कायद्यानुसार समन्वयाने तपास झाला पाहिजे. असे झाले तर मनी लॉन्डरिंग विरोधातील कृती परिणामकारक होईल. भारतात आतापर्यंत कायदा झाला, यंत्रणा उभारली पण त्याच्या वापराची राजकीय इच्छाशक्ती मात्र अभावानेच दिसली. २०१५मध्ये केलेली कायद्यातील दुरुस्ती थोडीफार आशादायक असली तरी कायद्याचा हेतू साध्य करण्यासाठी कायद्याचा वापर झाला असे वाटण्याची स्थिती अजूनही नाही हे मान्य करावे लागते. देशाच्या हितासाठी सदर कायदा जाणीवपूर्वक परिणामकारकतेने वापरणे आवश्यक आहे.

❐

४० ग्रामीण भागात उदरनिर्वाहाची सुरक्षा वाढविण्यासाठी रोजगाराची हमी
वर्ष २००५ – राष्ट्रीय ग्रामीण रोजगार हमी कायदा

भारतासारख्या विकसनशील आणि खूप लोकसंख्या असलेल्या देशात बेरोजगारी ही मोठी समस्या असते. शासकीय स्तरावर आणि खासगी क्षेत्रात रोजगार संधी निर्माण होण्याला मर्यादा असतात. रोजगार उपलब्ध नसल्याने अनेक कुटुंबे दारिद्य्र रेषेखाली जीवन जगत असतात. त्यांना हंगामी आणि अनपेक्षित धक्क्यातून सावरणे शक्य नसते. शिवाय अशा लोकांना स्वत:च्या अस्तित्वासाठी अनेक धक्के खावे लागतात आणि त्यांची त्यासाठी आर्थिक क्षमता नसते. स्वातंत्र्यानंतर देशाच्या जीडीपी मध्ये कृषी क्षेत्राचे योगदान घसरत गेले आणि ते २०% पेक्षा कमी झाले. परिणामतः कृषी क्षेत्रातील रोजगाराच्या संधी कमी झाल्या.

देशात औद्योगिकीकरणावर भर दिल्याने वास्तविक रोजगारात वाढ होणे अपेक्षित होते. परंतु स्वयंचलित यंत्रांचा वापर मोठ्या प्रमाणात सुरू झाला आणि त्या प्रकारच्या रोजगार संधीत मोठी वाढ झाली नाही. भारताच्या विकासात सेवा क्षेत्राचा वाटा वाढत गेला, ज्यात माहिती तंत्रज्ञानाचा हिस्सा लक्षणीय राहिला. त्यासाठी आवश्यक ते ज्ञान आणि कौशल्य मर्यादित लोकांकडे असल्याने सामान्यांना रोजगाराच्या संधी मिळाल्या नाहीत. या पार्श्वभूमीवर रोजगार संधी निर्माण करून किमान काही दिवसांचा रोजगार खात्रीने देणे आणि त्याद्वारे त्यांचा आर्थिक स्तर उंचावणे हे कल्याणकारी शासनाचे दायित्व बनते. त्यातून लोकांना उत्पन्न मिळते तसेच त्या कामातून सार्वजनिक वस्तू आणि सेवा उपलब्ध करून दिल्या जातात. या दृष्टीने भारतात रोजगार निर्मितीच्या अनेक योजना शासनाने राज्य आणि देश पातळीवर राबविल्या. उदा. महाराष्ट्र रोजगार हमी योजना, कामासाठी अन्न योजना, संपूर्ण ग्रामीण रोजगार योजना इत्यादी. यातून रोजगार निर्मिती झाली आणि त्याचबरोबर

कामगार केंद्रित उत्पादक मालमत्ता निर्मितीही झाली. अशा योजनांची यशस्वी वाटचाल झाली असली तरी पुरेसा रोजगार निर्माण झाला नाही. सबब केंद्र सरकारने 'राष्ट्रीय ग्रामीण रोजगार योजना' ही अत्यंत महत्त्वाकांक्षी योजना सुरू केली.

योजनेसाठी कायदा

१९९१ साली सर्व प्रथम नरसिंह राव यांनी ग्रामीण रोजगाराची हमी देणारा कायदा प्रस्तावित केला होता. पण संसदेत 'राष्ट्रीय ग्रामीण रोजगार हमी कायदा' मंजूर व्हायला २००५ साल उजाडले. पुढे सदर कायद्याचे नामकरण 'महात्मा गांधी ग्रामीण रोजगार हमी कायदा' असे झाले. हा कायदा एक प्रमुख कामगार कायदा आहे आणि त्याच बरोबर कामाचा हक्क मान्य करणारा सामाजिक सुरक्षेचा एक उपाय आहे. सदर कायद्याची अंमलबजावणी एकदम सर्व देशात करणे शक्य नसल्याने ती टप्प्याटप्प्याने करण्यात आली. २ फेब्रुवारी २००६ रोजी २०० जिल्ह्यात सदर कायद्याची अंमलबजावणी सुरू झाली. १ एप्रिल २००७ रोजी त्यात आणखी ११३ जिल्ह्यांचा आणि १५ मे २००७ रोजी आणखी १७ जिल्ह्यांचा समावेश करण्यात आला. १ एप्रिल २००८ रोजी उर्वरित सर्व जिल्ह्यांचा समावेश करून आता देशातील ६५८ जिल्ह्यांमध्ये सदर योजना राबविली जात आहे.

योजनेची वैशिष्ट्ये

ग्रामीण भागात रोजगाराची हमी देऊन उदरनिर्वाहाची सुरक्षा वाढविण्यासाठी सदर योजना सुरू करण्यात आली. अकुशल शारीरिक काम करण्यास तयार असणाऱ्या गरीबातील गरीब माणसास प्रत्येक आर्थिक वर्षात कमाल १०० दिवसांचा रोजगार देण्याची हमी सदर कायद्याने दिली आहे. योजने अंतर्गत रोजगार मिळाला तर त्यासाठी किमान वेतन निश्चित करून दिले आहे आणि ते प्रतिदिन १०० रुपयांपेक्षा कमी नसावे हेही नक्की केले आहे. रोजंदारीची रक्कम दर पंधरवड्याला देण्याची तरतूद करण्यात आली आहे. रोजगारासाठी अर्ज केल्यानंतर अर्जदाराला रोजगार पुरवता आला नाही तर त्याला रोजंदारीच्या १/४ रकमे इतका बेरोजगार भत्ता देण्याची तरतूद आहे. अर्जदारास त्याच्या राहत्या ठिकाणापासून ५ कि. मी.च्या परिसरात काम द्यायला हवे आणि त्यापेक्षा लांब अंतरावर रोजगार दिला तर त्याला प्रवास खर्चापोटी रोजंदारीच्या १०% जास्त रक्कम दिली जाते. पुरुष आणि स्त्री मजूर यांना समान वेतन असून एकूण मजुरांच्या संख्येत किमान १/३ महिला कामगार असाव्यात अशी तरतूद आहे. सन २००८ पासून सदर योजनेत काम करणाऱ्या कामगारांचे वेतन त्यांच्या बँक खात्यात अथवा पोस्ट खात्यात जमा करणे आवश्यक आहे. अशा कामगारांचा समावेश जनश्री विमा योजना किंवा राष्ट्रीय स्वास्थ्य विमा योजना यात केला आहे. या योजनेतील कामासाठी कंत्राटदार आणि यंत्रसामुग्रीचा वापर यावर

बंदी आहे. योजनेतील लाभधारकांना जेव्हा कामावर जाणे शक्य असेल त्यानुसार कामाचे नियोजन करण्यात येते.

योजनेच्या अंमलबजावणीसाठी केंद्र सरकारने राष्ट्रीय रोजगार हमी निधी निर्माण केला आहे. त्यातून लाभधारकांचा संपूर्ण पगार आणि प्रकल्पासाठी लागणाऱ्या मालाच्या खर्चापैकी ७५% रक्कम दिली जाते. राज्य सरकारांनी 'राज्य रोजगार हमी निधी' स्थापित केला असून त्यातून प्रकल्पाच्या मालाचा २५% खर्च भागविला जातो आणि संपूर्ण बेरोजगार भत्ता दिला जातो. ग्रामीण विकास मंत्रालयाच्या देखरेखीखाली हे काम चालते आणि ब्लॉक पंचायत आणि ग्राम पंचायत या प्रत्यक्ष अंमलबजावणी करणाऱ्या एजन्सीज आहेत.

योजनेचे फायदे

गरिबी हटविण्यासाठी ब्राझील, चीन आणि द. आफ्रिका या देशांनी राबविलेल्या कार्यक्रमापेक्षाही भारतातील मनरेगा हा कार्यक्रम समावेशक आहे आणि तो जगातील सर्वात मोठा कार्यक्रम ठरला आहे. २०१५-१६ या वर्षात सदर योजने अंतर्गत १४६ कोटी मनुष्य दिवस इतका रोजगार निर्माण केला. एकूण कर्मचाऱ्यांपैकी ४७% महिला कर्मचारी आहेत. एकूण मनुष्य दिवसांपैकी २३% मनुष्य दिवस अनुसूचित जातीच्या कामगारांचे आणि १८% मनुष्य दिवस अनुसूचित जमातीच्या कामगारांचे आहेत.

सदर योजनेचे विशिष्ट फायदे

गरीबीवर मात आणि राजकीय सक्षमीकरण - सदर योजनेवर गत १० वर्षांमध्ये ३,१३,८४४.५५ कोटी रुपये खर्ची पडले आहेत आणि त्यापैकी ७१% रक्कम ही पगार वाटपासाठी आहे. योजनेत दहा वर्षात १९८० कोटी मनुष्य दिवस इतका रोजगार निर्माण झाला आणि त्याचा परिणाम म्हणून गरिबांना पगार मिळाला, त्यांचे आर्थिक प्रश्न सोडविण्यास मदत झाली. त्याच बरोबर योजनेतील पैसा पंचायतीच्या माध्यमातून खर्च करायचा असल्याने त्या स्तरावर राजकीय जागरुकता आली. आदिवासी, दलित असे मागास वर्ग सुद्धा राजकीयदृष्ट्या सक्रीय होत सक्षम झाले.

महिला सक्षमीकरण - सदर योजनेत ४०% पेक्षा जास्त महिला कर्माचाऱ्यांना रोजगार मिळाल्याने त्या आर्थिकदृष्ट्या स्वावलंबी झाल्या. त्यांच्या बँक खात्यात मजुरी जमा होऊ लागली. शिवाय या योजनेतील काम म्हणजे एका अर्थाने सरकारी काम असल्याने स्त्रियांच्या कामाला प्रतिष्ठा मिळाली, अन्यथा त्या जमीनदार आणि सावकारांकडे काम करत.

जातीवरून वाद कमी झाले - तथाकथित हलक्या जातीच्या अनेक लोकांना सदर योजनेत काम करण्याची समान संधी मिळाली आणि परिणामतः त्यांचा आर्थिक स्तर सुधारला आणि जातीवरून होणारी तेढ कमी होण्यास मदत झाली.

ही योजना ग्रामीण भागातील सुमारे २३% कुटुंबाना रोजगार पुरवीत आहे. सदर योजनेमुळे ग्रामीण भागातील गरिबीत ३२% घट झालेली आहे. सदर योजने अंतर्गत झालेली कामे पाणी बचाव, सांडपाणी व्यवस्थापन, पूर नियंत्रण, दुष्काळ नियोजन आणि लघु सिंचन प्रकल्प यासंबंधी असल्यामुळे ग्रामीण भागात मोठ्या प्रमाणात सार्वजनिक मालमत्ता निर्माण झाल्या आहेत.

ग्रामीण भागातून शहराकडे आणि एका ग्रामीण भागातून दुसऱ्या ग्रामीण भागात होणारे स्थलांतर कमी व्हावे असे या योजनेतून अपेक्षित आहे.

ग्रामीण भागाची एकूणच अर्थव्यवस्था सुधारली.

सदर योजनेचे ग्रामीण भागाच्या समावेशक वृद्धी आणि विकास यात मोठे योगदान आहे.

त्रुटी काय राहिल्या ?

मनरेगा योजनेत वर्षात १०० दिवसांचा रोजगार मिळेल याची हमी दिलेली आहे. अलिकडे दुष्काळ बाधित १४ राज्यात या दिवसांची मर्यादा १५० आणि ओडीसा राज्यात २००पर्यंत वाढविली आहे. परंतु गेल्या दहा वर्षांमध्ये दिलेल्या रोजगार दिवसांची सरासरी केवळ ४५ दिवस इतकी अल्प आहे. किमान सरासरी ३८ दिवस असून उत्तर प्रदेश आणि प. बंगाल मध्ये तर ती त्याही पेक्षा कमी आहे. सुमारे १४% कामगारांना पूर्ण १०० दिवसाचा रोजगार मिळाला आहे. याचा अर्थ असा की १०० दिवसांच्या रोजगाराची हमी केवळ कागदावर राहिली आहे आणि त्याचा बेरोजगारांना पुरेसा लाभ मिळालेला नाही.

दुसरी बाब म्हणजे कामगारांना १५ दिवसाच्या आत पगार देण्याचे कायद्यात नमूद केले असले तरी फक्त ४५% पगार १५ दिवसात दिलेला आहे आणि उर्वरित ५५% पगार देण्यात दिरंगाई झालेली आहे. गरिबांच्या उदरनिर्वाहासाठी खात्री देणाऱ्या योजनेत रक्कम वेळेवर दिली गेली नाही तर योजनेचा हेतूच सफल झाला नाही असे म्हणावे लागेल. शिवाय त्यामुळे ग्रामीण भागातून शहरांकडे जाणारा कामगारांचा लोंढा थांबविला जात नाही.

तिसरी बाब भ्रष्टाचाराची. विरोधक असा दावा करतात की सदर योजनेत झालेल्या खर्चापैकी केवळ १२% रक्कम लाभधारकांपर्यंत पोहोचते.

योजनेचा हेतू चांगला आहे, गेल्या दहा वर्षात त्याचे बरेच लाभ मिळालेले आहेत. अर्थव्यवस्थेच्या हितासाठी योजना अंमलबजावणीतील दोष दूर करून ती परिणामकारकतेने राबविणे आवश्यक आहे.

❒

४१ देशाच्या विकासात ग्रामीण विकासाचे महत्त्व अधोरेखित करणारी भारत निर्माण योजना
वर्ष २००५ – 'भारत निर्माण' योजना

आपल्या देशातील ग्रामीण क्षेत्राचे भौगोलिक आकारमान आणि ग्रामीण जनतेची संख्या यांचा विचार करता देशाच्या विकासात ग्रामीण विकासाचे महत्त्व सहज अधोरेखित होते. ग्रामीण भागाच्या विकासाशिवाय देशाच्या विकासाचा दर वाढविता येणे अवघड आहे. ग्रामीण विकास हा तेथील पायाभूत सुविधांच्या उपलब्धतेवर आणि त्यांच्या दर्जावर अवलंबून असतो. सबब केंद्र सरकारने ग्रामीण पायाभूत सुविधा विकासासाठी विशेष प्रयत्न केले पाहिजेत. याची जाणीव ठेवून केंद्र सरकारने २००५ मध्ये राज्य सरकारे आणि पंचायत राज संस्था यांच्या भागीदारीत ग्रामीण पायाभूत सुविधा विकासासाठी 'भारत निर्माण' योजना लागू केली. सदर योजना सुरूवातीला २००५-२००९ या चार वर्षांसाठी आखली गेली. या महत्त्वाकांक्षी योजनेसाठी १,७६,००० कोटी रुपयांची तरतूद केली.

भारत निर्माण कार्यक्रमातील घटक

ग्रामीण विकासासाठी अनेक घटक संबंधित असतात. भारत निर्माण कार्यक्रमात रस्ते, टेलिफोन, जलसिंचन, पिण्याचे पाणी, घरे आणि विद्युतीकरण हे सहा घटक निश्चित करून त्यासाठी कालबद्ध लक्ष्य ठरवण्यात आले.

रस्ते : १००० पेक्षा जास्त लोकसंख्या असलेल्या प्रत्येक खेड्यात आणि ५०० पेक्षा जास्त लोकसंख्या असलेल्या प्रत्येक डोंगराळ आणि वनवासी भागात बारमाही वापरता येणारे १,४६,१८५ कि. मी. लांबीचे रस्ते चार वर्षात पूर्ण करणे व त्याद्वारे ६६,८०२ वस्त्यांना परस्परांशी जोडणे.

टेलीफोन : टेलिफोन जोडणी नसलेल्या ६६,८२२ खेड्यांना सार्वजनिक टेलिफोन सुविधा उपलब्ध करून देणे यापैकी १४,१८३ दुर्गम गावांना उपग्रहाद्वारे

अशी व्यवस्था करून देणे.

जलसिंचन : जलसिंचनाचे चालू असलेले आणि निवडलेले मोठे आणि मध्यम जलसिंचन प्रकल्प जलद गतीने पूर्ण करून १ कोटी हेक्टर क्षेत्राला जलसिंचन सुविधा उपलब्ध करून देणे.

पिण्याच्या पाण्याचा पुरवठा : पिण्याच्या पाण्याची सोय नसलेल्या ५५,०६७ वस्त्यांना पिण्याच्या पाण्याची सोय करून देणे, पूर्वी सोय असलेल्या पण कालांतराने सोय नष्ट झालेल्या ३,३१,००० वस्त्यांना पिण्याच्या पाण्याची सोय करून देणे आणि पिण्याच्या पाण्याचा दर्जा घसरलेल्या २,१७,००० वस्त्यांना शुद्ध पेय जल उपलब्ध करून देणे.

घरे : ग्रामीण भागात दारिद्र्य रेषेखालील जनतेसाठी प्रतिवर्षी १५ लाख नवी घरे बांधून किंवा घरांची सुधारणा करून चार वर्षात ६० लाख घरे देण्याचे उद्दिष्ट्य ठेवण्यात आले.

विद्युतीकरण : चार वर्षांमध्ये १,२५,००० खेड्यांचे विद्युतीकरण करून दारिद्य रेषेखाली असलेल्या २,३०,००००० जनतेला वीज पुरवठा करणे.

वरील सहा घटकांचा विचार कोणत्या ना कोणत्या अन्य योजने अंतर्गत केलेला होता. सबब त्यातील काही घटकांची कामे त्या त्या योजने खाली समविष्ट करण्यात आली. रस्त्यांची कामे 'प्रधानमंत्री ग्राम सडक' योजने खाली, घरबांधणी 'इंदिरा आवास योजने' खाली आणि विद्युतीकरण 'राजीव गांधी ग्रामीण विद्युतीकरण योजने' खाली करण्याचे निश्चित करण्यात आले. सदर कार्यक्रम जनतेपर्यंत परिणामकारकतेने पोहोचावा आणि त्याची नीट अंमलबजावणी व्हावी यासाठी ग्रामीण विकास मंत्रालयाने ४० लाख 'भारत निर्माण स्वयंसेवक' तयार केले व त्यांना प्रशिक्षित केले. पंचायत संस्थांनी कार्यरत होणे आणि राज्य सरकारांनी पुढाकार घेऊन कार्यक्रमाची अंमलबजावणी करणे हे सदर कार्यक्रमाचे मुख्य सूत्र होते.

कार्यक्रमाची उपलब्धी

ग्रामीण आधारभूत संरचना तयार करण्याच्या महत्त्वाकांक्षी कालबद्ध अशा भारत निर्माण कार्यक्रमाची अंमलबजावणी करण्याचा सरकारने प्रयत्न केला. त्यासाठी अर्थसंकल्पात पुरेशी तरतूद केली गेली. त्यातून बरेच काही हाती लागले.

रस्ते : मार्च २०१० पर्यंत ९६,००० कि. मी. लांबीचे १२ महिने वापरता येणारे रस्ते तयार करून सुमारे ३४,००० खेड्यांची जोडणी करण्यात यश आले. त्यामुळे ४०,७१२ रहिवाशांचा परस्पर संपर्क सुरू झाला. ग्राम रस्ते, जिल्हा रस्ते, राज्य महामार्ग आणि राष्ट्रीय महामार्ग अशी रस्त्यांची विभागणी करून प्रत्येक प्रकारच्या रस्त्यांना प्राधान्यक्रम ठरवला गेला आणि त्यानुसार निधीची विभागणी

केली गेली. रस्त्यांच्या कंत्राटात ५ वर्षांच्या देखभालीचे कलम घातल्यामुळे रस्त्यांच्या दर्जात सुधारणा झाली. जून २०११ पर्यंत नवीन रस्त्यांचे लक्ष ६८.५% तर रस्त्यांच्या दर्जा सुधाराचे लक्ष ९०% साध्य करण्यात आले.

टेलिफोन जोडणी : प्रत्येक गावाला टेलिफोन जोडणी देण्याचे उद्दिष्ट्य होते. २८-०२-२०११ रोजी टेलिफोन डेन्सिटी ३२.९९ इतकी झाली. २००९-१० ती १५.११ इतकी होती. भारत निर्माणच्या दुसऱ्या टप्प्यात मार्च २०११ पर्यंत २.४७ लाख गावांच्या ग्रामपंचायतींना ब्रॉड बँड सेवा पुरविण्याचे लक्ष्य होते. प्रत्यक्षात फक्त १,१०,६९५ ग्रामपंचायतींना ब्रॉड बँड सेवा दिली गेली.

जलसिंचन : मार्च २०१० अखेरीस नवीन जलसिंचनाची सुविधा ७३ लाख हेक्टर साठी उपलब्ध करून देण्यात यश आले. हे क्षेत्र अपेक्षित क्षेत्राच्या ७३% इतके होते. भारत निर्माण च्या दुसऱ्या टप्प्यात म्हणजेच पुढील दोन वर्षात १ कोटी हेक्टरचे लक्ष्य ओलांडून एकूण १.१६ कोटी हेक्टर जमिनीला जलसिंचन सुविधा उपलब्ध झाली.

ग्रामीण पेय जल सुविधा : ५५,०६७ वस्त्यांना पेय जल उपलब्ध करून देण्याचे लक्ष्य होते त्यापैकी मार्च २००९ पर्यंत ५४,४७७ वस्त्यांना पिण्याच्या पाण्याची थेट सुविधा पुरविली गेली. उर्वरित दुर्गम भागात मार्च २०१२ पर्यंत पेयजल पुरवठा करून लक्ष्य पूर्ण करण्यात आले. दर डोई दर दिवसाला ४० लिटर पाण्याची उपलब्धता झाली.

घरे : ग्रामीण भागात दारिद्र्य रेषेखालील लोकांना ६० लाख घरे बांधून देण्याचे लक्ष्य असताना प्रत्यक्षात इंदिरा आवास योजने अंतर्गत मार्च २००९ पर्यंत ७१,७६,००० घरे बांधली. भारत निर्माणच्या दुसऱ्या टप्प्यात मार्च २०१२ पर्यंत ६५.८७ लाख घरे बांधली.

विद्युतीकरण : भारत निर्माण कार्यक्रमाच्या पहिल्या चार वर्षात (२००५-०९) त्यापूर्वी वीज पुरवठा नसलेल्या १,२५,००० गावात २.३० कोटी घरात वीज जोडणी करण्यात आली. या पैकी १.९९ कोटी जोडण्या दारिद्र्य रेषेखालील लोकांना देण्यात आल्या. भारत निर्माण च्या दुसऱ्या टप्प्यात ७९६४.३२ कोटी रुपयांचे ७२ प्रकल्प मंजूर करण्यात आले. त्यातून वीज पुरवठा नसलेल्या १९०९, अपुरी वीज जोडणी असलेल्या ५३,५०५ गावांना आणि अपुरी वीज जोडणी असलेल्या २५,९४७ वस्त्यांना वीज जोडणी देण्याचे लक्ष्य होते.

कमतरता

वरील सकारात्मक बाबी भारत निर्माण कार्यक्रम यशस्वी झाल्याचे सांगत असले तरी सदर कार्यक्रमात काही त्रुटी राहिल्याची टीका केली जाते. पारदर्शकतेचा

अभाव, दायित्व निश्चितीची व्यवस्था नसणे आणि सांख्यिकीची विश्वासार्हता नसणे या बाबी प्रकर्षाने जाणवल्या. वीज जोडण्या झालेल्या गावातून पुन्हा वीज नाहीशी झाली आणि स्वच्छ पेय जलाच्या व्यवस्थेला देखभाल नसल्याने त्याचेही बारा वाजल्याची टीका झाली.

भारत निर्माण या कार्यक्रमात खरे तर काहीच नवे नव्हते कारण जुन्या चालू असलेल्या योजनाच एकत्रित करून त्याला 'भारत निर्माण' असे लेबल लावले होते. वीज जोडण्याबाबत नियोजनशून्यतेचा अनुभव आला. उत्तर प्रदेश आणि बिहार सारख्या राज्यात विजेचा तुटवडा इतका मोठा आहे की ग्रामीण भागातील दिलेल्या वीज जोडण्यांनाही दिवसातून काही तास आणि वर्षातून काही दिवस वीज पुरवठा करणे शक्य नव्हते. तरीही नवीन जोडण्या करण्यासाठी प्रचंड भांडवली खर्च करण्यात आला आणि अर्थातच तो वाया गेला. ग्रामीण भागात जलस्रोत शोधून त्यातून पाणी उपलब्ध करून देण्याच्या प्रकल्पांना पर्यावरण आणि जंगल विभागांकडून ना हरकत दाखले मिळण्यास प्रचंड उशीर लागला आणि त्यामुळे प्रकल्पांचा खर्च भरमसाठ वाढला.

ग्रामीण रस्त्याबाबत सुद्धा निराशाजनक चित्र आहे. २००५-०९ या चार वर्षात ३,४०,३१६ कि.मी. लांबीचे रस्ते तयार करण्याचे लक्ष्य असताना प्रत्यक्षात फक्त २,४०,४२४ कि.मी. लांबीचे रस्ते तयार झाले.

टेलिफोन जोडण्याबाबत तर कामगिरी अगदीच निराशाजनक दिसते. २००७-०९ या काळात ३२,५१८ गावांना टेलिफोन जोडणी देण्याचे लक्ष्य असताना प्रत्यक्षात केवळ १०,२१२ इतक्याच जोडण्या झाल्या. ग्रामीण घर बांधणी आणि पेय जल सुविधा या दोन विषयांत मात्र लक्ष्य पार केलेले दिसते. ६,०३,००० खेड्यात पेय जल पुरविण्याचे लक्ष्य असताना प्रत्यक्षात ६,५८,००० खेड्यात ते दिले गेले. ६० लाख घरे देण्याचे उद्दिष्ट्य पार करून ७२ लाख घरे पुरविली.

योजना आयोगाचे सदस्य श्री. मिहीर शाह यांनी म्हटल्याप्रमाणे पिण्याचे पाणी आणि जलसिंचन योजना या कायम स्वरूपी राहण्याची कोणतीही व्यवस्था उभी केलेली नाही. त्यामुळे लक्ष्य पूर्ती बाबत फार समाधानी असून चालणार नाही कारण सदर सुविधा कालांतराने काम कारेनाशा झाल्या.

काही त्रुटी राहिल्या असल्या तरी भारत निर्माण कार्यक्रमाने ग्रामीण पायाभूत सुविधांकडे शासनाचे लक्ष गेले, त्यासाठी भरीव आर्थिक तरतूद झाली आणि सुविधा कमी अधिक प्रमाणात का होईना तयार झाल्या, ज्यामुळे ग्रामीण विकासास मोठा हातभार लागला.

❒

४२ रिटेलमध्ये थेट विदेशी गुंतवणुकीस परवानगी वर्ष २००६ – सिंगल ब्रँड रिटेल मध्ये ५१% गुंतवणूक सुकर

भारताने डिसेंबर १९९४ मध्ये जागतिक व्यापार संघटनेच्या (WTO) बहुपक्षीय करारांवर सह्या करून आपली बाजारपेठ खुली करण्यास मान्यता दिली. त्यातील एक करार व्यापार संबंधी गुंतवणूक उपाय योजना अर्थात TRI ! सदर कराराने विदेशी थेट गुंतवणूक आणि भाग भांडार गुंतवणूक यांना परवानगी देण्यात आली. WTO करारातील दुसरा महत्त्वाचा करार म्हणजे व्यापारातील सेवा विषयीचा General Agreement on Trade in Services हा होय. भारताने १९९५ मध्ये सेवा विषयक करार (GATS) करून त्यानुसार अनेक क्षेत्रात विदेशी गुंतवणुकीला परवानगी देण्यात आली. घाऊक आणि किरकोळ व्यापार मुक्त करण्याची गरज ही या कराराचा एक परिणाम आहे. परंतु किरकोळ व्यापार क्षेत्र हा फार संवेदनशील विषय होता आणि आहे. भारताची लोकसंख्या विचारात घेता 'किरकोळ व्यापार' ही प्रचंड बाजारपेठ विदेशी गुंतवणूकदारांना आकर्षित करत होती, ती खुली करण्यासाठी सरकारवर आंतरराष्ट्रीय दबाव होता तर देशात मात्र रिटेल क्षेत्र विदेशी गुंतवणुकीला खुले करण्यासाठी प्रचंड विरोध होता. थोडक्यात TRI आणि GATS या दोन करारांमुळे भारताला रिटेल क्षेत्रात विदेशी गुंतवणुकीला परवानगी द्यावी लागली.

निर्णयाचा प्रवास

शासनाने १९९७ मध्ये cash and carry Wholesale तसेच निर्यात व्यापार यात १००% विदेशी गुंतवणुकीला परवानगी दिली. अशी गुंतवणूक Approval Route अर्थात शासनाची पूर्व परवानगी घेऊन करता येणे शक्य झाले. २००६ साली यात बदल करून विदेशी गुंतवणूक Automatic Route अर्थात पूर्व परवानगी न घेता करण्याची मुभा दिली. तसेच single brand retail मध्ये ५१% पर्यंत गुंतवणूक

करण्यास परवानगी देण्यात आली. रिटेल मध्ये विदेशी थेट गुंतवणुकीला परवानगी देण्याचा सरकारचा मानस वारंवार जाहीर केला जात होता. आर्थिक सर्व्हेक्षण २०१०-११ मध्येही या सुधारणांचे फायदे नमूद केले होते. जुलै २०१० मध्ये वाणिज्य मंत्रालयाच्या औद्योगिक धोरण आणि संवर्धन विभागाने (DIPP) Multi Brand Retail मध्ये विदेशी गुंतवणुकीला परवानगी देण्यासंबंधी एक Discussion Paper प्रसारित केला. यात विदेशी गुंतवणुकीची कमाल मर्यादा नमूद केलेली नव्हती. सूक्ष्म, लघु आणि मध्यम उद्योग मंत्रालय आणि अर्थ मंत्रालय यांनी विदेशी थेट गुंतवणुकीसाठी रिटेल क्षेत्र आणखी खुले करण्याबाबत सरकारला इशारा दिला. ग्राहक मंत्रालय आणि योजना आयोग यांनी ४९% पर्यंत विदेशी थेट गुंतवणुकीस परवानगी देण्यासाठी आपली सहमती दाखवली. सरकारने त्याविषयी काही निर्णय घेतला नाही.

जुलै २०११ मध्ये कॅबिनेट सेक्रेटरी अजित कुमार सेठ यांच्या अध्यक्षतेखाली नेमलेल्या सचिवांच्या समितीने Multi Brand Retail मध्ये ५१% परवानगी देण्याचे धोरण तत्त्वतः स्वीकारले. आणि Single Brand Retail मधील विदेशी गुंतवणुकीची कमाल मर्यादा काढून टाकण्याची शिफारस केली. त्याच बरोबर Multi Brand Retail मध्ये किमान १० कोटी डॉलर्स इतकी गुंतवणूक करण्याची मर्यादा निश्चित केली. सरकारने ऑगस्ट २०११ मध्ये रिटेल क्षेत्रातील सुधारणांचा मसुदा राज्यसभेत सदर केला. २४ नोव्हेंबर २०११ रोजी सरकारने Single Brand Retail मध्ये १००% आणि Multi Brand Retail मध्ये ५१% विदेशी थेट गुंतवणूक यांना मान्यता देण्याचा निर्णय जाहीर केला. परंतु सरकारमध्ये समाविष्ट असलेल्या सहयोगी पक्षांसह विरोधी पक्षांच्या आणि जनतेच्या कठोर विरोधामुळे लगेचच म्हणजे ७ डिसेंबर २०११ रोजी सदर निर्णय मागे घेतला गेला. आंतरराष्ट्रीय दबाव वाढत गेला आणि देशांतर्गत विरोधास न जुमानता शासनाने १४ सप्टेंबर २०१२ ला सुधारणा जाहीर केल्या. दि. २० सप्टेंबर २०१२ रोजी प्रेस नोट नं. ४ आणि ५ प्रसारित करून DIPP ने Single Brand Retail मध्ये काही अटींवर १००% तर Multi Brand Retail मध्ये ५१% विदेशी थेट गुंतवणुकीस परवानगी दिली.

केंद्र सरकारने रिटेलमध्ये विदेशी थेट गुंतवणुकीस परवानगी दिली तरी प्रत्येक राज्याला आपल्या राज्यातील परिस्थितीनुसार सदर धोरणात बदल करण्याची मुभा दिली होती.

नोव्हेंबर २०१५ मध्ये सरकारने विदेशी थेट गुंतवणुकीच्या धोरणात आणखी शिथिलता आणली. त्यानुसार Apple आणि Sony सारख्या जागतिक टेक्नॉलॉजी ब्रँड्सना भारतात पूर्ण स्वमालकीची दुकाने काढण्यास परवानगी मिळाली. आपले

पहिले दुकान उघडल्यापासून पाच वर्षात ३०% स्थानिक खरेदीची अट पूर्ण करण्यास मुभा मिळाली. शिवाय on line विक्रीचीही परवानगी दिली गेली. आदिदास –G आणि Swatch S- अशा ब्रँड्सची किरकोळ विक्री दुकाने भारतात सुरू झाली. २० जून २०१६ मध्ये सरकारने आणखी उदार धोरण जाहीर केले. मार्केट प्लेस फॉरमेट ऑफ इ कॉमर्समध्ये तसेच मल्टी ब्रँड प्रोसेस्ड फूड रिटेलिंग मध्ये १००% विदेशी थेट गुंतवणुकीस परवानगी दिली. यामुळे वॉलमार्ट, आयकिया यांचा भारतातील प्रवेश सुकर झाला.

निर्णय कशासाठी ?

रिटेलमध्ये विदेशी थेट गुंतवणुकीला परवानगी देण्याची कारणे सरकारने दिली ती अशी – उत्पादन व विपणन यात विदेशी गुंतवणूक आकर्षित करणे, उपभोक्त्यांसाठी वस्तूंची उपलब्धता सुधारणे, भारतातील वस्तूंना जागतिक बाजारपेठ मिळवून देणे आणि जागतिक डिझाईन्स, तंत्रज्ञान आणि व्यवस्थापकीय कौशल्ये यांचा परिचय करून देत भारतीय उद्योजकांची स्पर्धाशीलता वाढवणे.

भारतीय उद्योगांना संरक्षण देण्याच्या दृष्टीने Single Brand Retail मध्ये गुंतवणूक करणाऱ्या विदेशी मंडळींनी त्यांच्या भारतातील एकूण विक्रीच्या ३०% किमतीची माल–खरेदी प्राधान्याने भारतीय ग्रामीण, कुटीर, मध्यम, सूक्ष्म आणि लघु उद्योगांकडून केली पाहिजे असे बंधन घालण्यात आले. Multi Brand Retailमध्ये गुंतवणूक करणाऱ्या विदेशी गुंतवणूकदारांनी किमान १० कोटी डॉलर्स इतकी गुंतवणूक करायची व त्यातील ५०% गुंतवणूक Backend infrastructure मध्ये गुंतवायची असे बंधन घालण्यात आले. तसेच त्यांच्या भारतातील एकूण विक्रीच्या ३०% रकमेची खरेदी स्थानिक स्रोतातून करण्याची अट लागू केली.

अशा अटींवर विदेशी गुंतवणूक देशात आली तर देशात पायाभूत सुविधांचा विकास होईल, कृषी मालासंदर्भात कृषी उत्पन्न बाजार समित्यांची एकाधिकारशाही संपून शेतकऱ्यांना वाढीव मोबदला मिळेल, कार्यक्षम वितरण व्यवस्था निर्माण झाल्याने सार्वजनिक वितरण व्यवस्थेची गरज राहणार नाही आणि शासनाचा सबसिडी वरील खर्च कमी होईल, भारताचा जागतिक बाजारपेठेशी संपर्क राहील, रोजगार संधी उपलब्ध होतील. शासन पायाभूत सुविधा विकासासाठी गुंतवणूक वाढवू शकेल, तंत्रज्ञ आणि कौशल्ये यांचे भारताकडे हस्तांतरण होऊ शकेल, देशात रिटेल व्यापारात स्पर्धा वाढेल, शासनाच्या महसुलात वाढ होईल, कामगार कल्याणात सुधारणा होईल, सरकारचा महसूल वाढेल असे सांगितले जात होते.

याउलट सदर धोरणास विरोध करणारे बेरोजगार वाढण्याची, स्थानिक लघु उद्योगांची ससेहोलपट होण्याची, आयात वाढण्याची, नफारूपाने पैसा विदेशात

जाण्याची, पर्यावरणाचे नुकसान होण्याची भीती व्यक्त करत आहेत. भारतात असंघटित क्षेत्रात किराणा, पान, कपडे अशा अनेक किरकोळ व्यापारात काही कोटी मंडळी कार्यरत आहेत. बहुराष्ट्रीय महाकाय कंपन्यांशी स्पर्धा करण्याइतकी त्यांची आर्थिक आणि व्यवस्थापकीय क्षमता नाही. अशा छोट्या भारतीय रिटेलर्सची वाताहत होणे अर्थव्यवस्थेला परवडणारे नाही.

अनुभव

भारतात ८-१० मोठे रिटेलर्स आहेत ज्यात बिग बझार, पँटालून, मोअर आणि रिलायन्स यांचा समावेश करायला हवा. अमेरिकन कंपनी वॉलमार्ट ने २००९ साली भारती एन्टरप्रायसेस बरोबर ५०-५०% भागीदारी करून कॅश अँड कॅरी रिटेल मध्ये प्रवेश केला. फ्रेंच रिटेल बहुराष्ट्रीय कंपनी कॅरफोर हिने कॅश अँड कॅरी रिटेल ची भारतातील सुरूवात दिल्ली मधून केली. तर टेस्को या ब्रिटिश रिटेल जायंट ने टाटांच्या जोडीने २००८मध्ये मुंबईत सुरूवात केली. भारतात रिटेल क्षेत्रात डिसेंबर २०१६ पर्यंत १३५.७४ दशलक्ष डॉलर्स इतकी थेट विदेशी गुंतवणूक आली. आता पर्यंत टेस्को ही एकच विदेशी मल्टी ब्रँड रिटेल कंपनी भारतात आली आहे.

Single Brand Retailमध्ये १००% तर Multi Brand Retailमध्ये ५१% विदेशी थेट गुंतवणुकीस परवानगी देऊन केवळ पाच वर्षांचा कालावधी लोटला आहे. या काळात फार अल्प संख्येने विदेशी कंपन्या भारतात आल्या आणि त्यांनी फार मर्यादित रकमेची गुंतवणूक येथे केली. सबब रिटेल मधील FDI चे फायदे तोटे यांचा पुरेसा अंदाज अजून आला आहे असे म्हणणे धाडसाचे ठरेल. भविष्यात हे क्षेत्र खुले करावेच लागणार असेल तर प्रत्येक राज्याने विदेशी रिटेलर्स वर देखरेख करणारी एक समिती नेमायला हवी. तसेच राष्ट्रीय स्तरावर या निर्णयाचे फायदे तोटे यांचा अभ्यास करणारा एक आयोग नेमायला हवा. त्यांच्या शिफारशींचा विचार करून रिटेल क्षेत्र कसे, किती आणि केंव्हा खुले करायचे हे ठरवायला हवे.

❐

४३ समन्याय आणि समावेशक विकास या बाबींसाठी शासनाचा मोठा हस्तक्षेप वर्ष २००४ ते २००९ – कल्याणकारी योजनांचा महापूर

बऱ्याच राजकीय अस्थिरतेनंतर जून १९९१ मध्ये स्थिर सरकार सत्तेवर आले. देशांतर्गत आर्थिक संकट तसेच आंतरराष्ट्रीय दबाव या दोन्ही कारणांनी सरकारने उदार आर्थिक धोरण स्वीकारले. त्याचा परिणाम म्हणजे १९९१-९२ मध्ये जीडीपी वाढीचा दर केवळ १.४३% होता तो १९९५-९६ ला ७.२९% पर्यंत वाढला. त्यानंतर पुन्हा राजकीय अस्थिरता आली तरीही हा दर फार खालावला नाही. २००३-०४ मध्ये तो सुमारे ८% होता आणि जगातील अर्थव्यवस्थांमध्ये भारताचा पहिल्या दहा मध्ये क्रमांक लागला. त्यावेळच्या सत्ताधारी पक्षाने २००४च्या निवडणुकांसाठी India Shining असा नारा देऊन भारताच्या आर्थिक विकासाचे गुणगान सुरू केले होते, तर प्रमुख विरोधी पक्षाने विकासाबरोबर निर्माण झालेल्या गरीब - श्रीमंत यातील वाढत्या दरीचे भांडवल केले. २००४च्या निवडणुकीत सत्ताधारी पक्षाचा पराभव झाला आणि त्यावेळच्या विरोधी पक्षाने समविचारी पक्षांच्या मदतीने सरकार स्थापन केले. स्वाभाविकपणे सदर सरकारला जन कल्याणाच्या योजना राबविणे आवश्यक ठरले.

गरिबी, असमान संधी आणि विषमता

देशात सुधारणांची फळे मिळत असली आणि लक्षाधीश आणि अब्जाधीश यांची संख्या झपाट्याने वाढत असली तरी विकासाची फळे सर्वांपर्यंत पोहोचत नव्हती. समाजातील वरच्या २०% लोकांना विकासाचा भरपूर फायदा मिळत होता तर २/३ जनता फारच मागे पडत होती. मानव विकास निर्देशांक खूप खाली होता. सरकारने असंघटित क्षेत्रातील उद्योगांच्या अभ्यासासाठी एक राष्ट्रीय आयोग नेमला.

त्याच्या अहवालात काही विदारक बाबी समोर आल्या. देशात केवळ ८% लोक संघटित क्षेत्रात, तर ९२% (३९.५ कोटी) असंघटित क्षेत्रात काम करत होते. १९९० पासून २००४ पर्यंत संघटित क्षेत्रातील रोजगारात काही वाढ झाली नाही. असंघटित क्षेत्रात काम करणाऱ्या कामगारांना कोणतीही सामाजिक सुरक्षा उपलब्ध नव्हती. ७९% जनतेला म्हणजेच सुमारे ८३.६ कोटी लोकांना दर दिवशी २० रुपयांपेक्षा कमी उत्पन्नात आपली उपजीविका चालवावी लागत होती. विकासाचा दर ८% असला तरी त्यात सेवा क्षेत्राचे योगदान ५५% च्या आसपास होते. पण त्यात रोजगार फक्त २० लाख लोकांना म्हणजेच एकूण रोजगारापैकी केवळ ०.५% इतका होता. ग्रामीण भागातील रोजगार संधीत घट होत होती. या पार्श्वभूमीवर सरकारने उदारीकरण, जागतिकीकरण हे धोरण चालू ठेवत समन्याय आणि समावेशक विकास या बाबींसाठी हस्तक्षेप करण्याचे ठरविले. शिक्षण, आरोग्य सुविधा, पाणी, इतर सामाजिक सुविधा या बाबतीत असलेली विषमता दूर करून सर्वांना समान संधी उपलब्ध करून देण्याला प्राथमिकता दिली. अन्न, रोजगार या मूलभूत गोष्टी पुरवून कल्याणकारी राज्याची भूमिका अधिक चांगली वठविण्यावर भर देण्याचे ठरविले.

कल्याणकारी योजनांची रेलचेल

२००४ ते २००९ या कार्यकाळात सरकारने नवनवीन कार्यक्रम आणि योजना सुरू करून सामाजिक कल्याणासाठी अर्थसंकल्पात मोठ्या तरतुदी केल्या. त्यात शेतीतील सार्वजनिक गुंतवणुकीत वाढ, शेतकऱ्यांची कर्जमाफी आणि ग्रामीण विकास योजना तसेच रोजगार निर्मिती योजनांचा समावेश करायला हवा. या काळात सामाजिक कल्याणासाठी आखलेली धोरणे आणि कायदे यांची संख्या पाहिली तर ती पूर्वी कधी नव्हती इतकी मोठी आहे. सरकारने अनेक योजना आखल्या पण त्यातील आठ प्रमुख योजनांवरील २००४ ते २००८ या काळातील खर्चाचे आकडे फार बोलके आहेत. भारत निर्माण १,१४,२५७ कोटी रुपये, सर्व शिक्षा अभियान ३७,५०० कोटी, शालेय विद्यार्थ्यांसाठी माध्यान्ह भोजन २०,६२५ कोटी, राष्ट्रीय ग्रामीण रोजगार हमी योजना ४४,००० कोटी, सांडपाणी अभियान २,५०० कोटी, राष्ट्रीय ग्रामीण आरोग्य अभियान २०,००० कोटी, एकात्मिक बाल विकास १६,००० कोटी, जवाहरलाल नेहरू राष्ट्रीय शहरी विकास ७,९०० कोटी, पोलिओ निर्मूलन ९,००० कोटी रुपये एकूण २,७१,८४० कोटी रुपये.

या शिवाय अनुसूचित जमाती आणि असंघटित क्षेत्रातील कामगारांना काही आरोग्य सेवा, निवृत्ती वेतन व अपंगत्व लाभ देण्यासाठी 'असंघटित कामगार सामाजिक सुरक्षा विधेयक २००८' आणण्यात आले. आदिवासी आणि वनवासी यांच्या उदरनिर्वाहाची खात्री देणारा आणि जमिनीचे हक्क रक्षण करणारा Traditional Forest

Dwellers (Recognition of Forest Rights) Act 2006 जानेवारी २००८मध्ये नोटीफाय करण्यात आला. मनरेगा आणि वन हक्क कायदा या दोन बाबी अभूतपूर्व म्हणाव्या लागतील कारण त्याद्वारे सरकारने वंचितांच्या उदरनिर्वाहाचा हक्क पहिल्यांदा मान्य केला. मुस्लिम समाजाच्या आर्थिक-सामाजिक स्थितीचा अभ्यास करण्यासाठी पंतप्रधानांनी एक उच्चस्तरीय समिती (सच्चर समिती) नेमली. समितीच्या अहवालानंतर अल्पसंख्याक समाजासाठी अनेक कल्याणकारी योजना सुरू करण्यात आल्या. अर्थसंकल्प २००९ मध्ये त्यासाठी ९,९०० कोटी रुपयांची तरतूद करण्यात आली.

आरोग्य, पाणी पुरवठा, अनुसूचित जाती, अनुसूचित जमाती आणि इतर मागासवर्गीय या सारख्या सामाजिक सुविधांवरील खर्च २००३-०४ मध्ये GDP च्या ६.८% होता तो २००४ ते २००९ या काळात दुपटीने वाढून GDP च्या १२.५% झाला. ग्रामीण घरबांधणी, वीज पुरवठा, पाणी पुरवठा, रस्त्यांची जोडणी, सांडपाणी व्यवस्था, टेलिफोन आणि जलसिंचन अशा ग्रामीण पायाभूत सुविधा विकासावर होणाऱ्या खर्चात प्रचंड वाढ केली. सदर खर्च २००४-०५ मध्ये GDP च्या ०.५८% होता तो २००८-०९ मध्ये १.२% पर्यंत वाढला.

परिणाम

मे १९९६ मध्ये काँग्रेसची सत्ता गेली आणि आठ वर्षांच्या दीर्घ काळानंतर २००४ च्या निवडणुकात 'काँग्रेसका हाथ आम आदमीके साथ' या घोषणेने त्यांना १४१ इतक्या जागांवर विजय मिळाला. सर्वात मोठा पक्ष म्हणून त्यांना सरकार स्थापन करण्याची संधी मिळाली. मित्र पक्षांच्या सहकार्याने काँग्रेसने (UPA) सरकार बनविले. त्यामुळे 'आम आदमीसाठी सकारात्मक आणि झटपट परिणाम दाखवणारे असे काही करणे आवश्यक होते. आम आदमीची सामाजिक आर्थिक स्थितीसुद्धा फारच हलाखीची होती. सरकारने २००४-०९ या काळात उचललेली पाऊले, आखलेल्या योजना आणि घेतलेले निर्णय खरोखरच उत्तम होते. वंचितांना दिलासा देणारे होते यात शंका नाही. त्यावर सरकारने आर्थिक तरतूद सुद्धा पुरेशी केली. सदर योजनांनी गरिबांना रोजगार आणि उत्पन्न वाढीच्या संधी उपलब्ध करून दिल्या. ग्रामीण पायाभूत सुविधा निर्माण करण्यास मोठा हातभार लावला. तसेच 'विकासामुळे निर्माण झालेल्या संसाधानाचे पुनर्वाटप करण्याचा प्रयत्न करणारे समाज कल्याणकारी सरकार' अशी प्रतिमाही निर्माण झाली.

परंतु त्याचे अपेक्षित फायदे समाजाला मिळाले का हा प्रश्न उरतोच. रोजगार हमी योजनेचा हेतू चांगला असला तरी केंद्र सरकारने वेळेवर राज्यांना पैसे न पाठवणे, मिळालेला निधी राज्यांनी अन्य कामांसाठी वळविणे, रोजगार हमीसाठी कामेच नसणे, कामाच्या ठिकाणी सुविधा नसणे, किमान वेतन न देणे, रोजगार वेळेवर न देणे

अशा अनेक त्रुटींमुळे योजनेचे लाभ मर्यादित राहिले. रोजगार निर्माण झाला पण त्यातून ग्रामीण भागात पायाभूत सुविधांची मालमत्ता मोठ्या प्रमाणात निर्माण झाली नाही. कल्याणकारी योजना विकासाला पूरक ठरल्या नाहीत. भ्रष्टाचार आणि पोखरलेली अंमलबजावणी यंत्रणा यामुळे इतका खर्च करूनही लाभार्थींपर्यंत पुरेसा लाभ पोहोचला नाही. किंबहुना कल्याणकारी योजनांची संख्या वाढत गेली आणि प्रत्येक योजनेद्वारे भ्रष्टाचाराचे एक नवीन कुरण निर्माण झाले. रोजगार हमी कायद्याने रोजगाराचा हक्क दिला पण कायद्याचे उल्लंघन करणाऱ्यांना शिक्षेचा बडगा दाखविला गेला नाही. एका अर्थाने विकासापेक्षा कल्याणकारी योजनांना अधिक महत्त्व दिले पाहिजे असे वातावरण तयार झाले. त्यासाठी जगातील इतर देशात कल्याणकारी योजनांवर होणाऱ्या खर्चाच्या प्रमाणाची भारतातील खर्चाच्या प्रमाणाशी तुलना सुरू झाली आणि आपण किती कमी खर्च करत आहोत याची पुष्टी होत राहिली. २०१४पर्यंत अशा कल्याणकारी योजनांची संख्या सुमारे २०० पर्यंत वाढली.

केंद्र सरकारची वित्तीय तूट GDPच्या ३.८८% (२००४-०५) होती ती २००८-०९ मध्ये ५.९९% आणि २००९-१० मध्ये ६.४६% इतकी वाढली. परिणाम म्हणून २००४-०५ वर्षात १,२५,८०० कोटी रुपयांचे कर्ज होते ते २००९-१० मध्ये ४,१८,५०० कोटी या उच्च स्तरावर गेले. सरकारी प्रतिभूतींवरील व्याजाचे दर २००४-०५ मध्ये (४.४९ - ८.२४% या पट्ट्यात) सरासरी ६.११% होते ते वाढून २००९-१० मध्ये (६.०७ - ८.४३ % या पट्ट्यात) सरासरी ७.२३% झाले.

'सर्व प्रकारचा असमतोल दूर करत समन्यायी विकास' हा कल्याणकारी योजनांचा हेतू अंशतः साधला पण त्यातून राजकीय लाभ मिळविणे ही प्राथमिकता झाली. अंमलबजावणी परिणामकारकपणे न झाल्याने (न केल्याने?) भ्रष्टाचाराला आमंत्रण मिळाले. वित्तीय तूट, सार्वजनिक कर्जे, व्याज दर आणि महागाई चा दर यात वाढ झाली. हे नकारात्मक परिणाम पुढेही चालू राहिले असे म्हणणे धाडसाचे ठरू नये.

❐

४४ शासनाच्या आर्थिक विश्वासार्हतेवर प्रश्नचिन्ह वर्ष २००८ – २०१२ आर्थिक घोटाळ्यांची मालिका

जगातील बहुतेक सर्व देशांमध्ये शासकीय स्तरावर राजकारणी लोकांच्या मदतीने भ्रष्टाचार आणि विशेष मर्जी दाखविण्याचे अनेक प्रकार कमी अधिक प्रमाणात होत आले आहेत. भारतसुद्धा त्याला अपवाद नाही. परंतु २००८ ते २०१२ या पाच वर्षात भारतात अशी अनेक प्रकरणे समोर आली, अगदी देशाच्या महालेखापालांनीही (CAG) समोर आणली. त्यातील काही –

2 G स्पेक्ट्रम घोटाळा २००८ – १७६,००० कोटी रुपये

मंत्री, राजकारणी आणि शासकीय अधिकारी यांनी संगनमताने मोबाईल टेलिफोन कंपन्यांना फ्रिक्वेन्सी ॲलोकेशन लायसन्सेस देताना बेकायदेशीरपणे कमी रकमा आकारून सरकारचे सुमारे १,७६,००० कोटी रुपयांचे नुकसान केल्याचे भारताच्या महालेखापालाने अहवालात नमूद केले आहे. टाइम मॅगझिनने २०११ साली असे म्हटले की सदर घोटाळा हा सत्तेच्या दुरुपयोगातून झालेला जगातील वॉटरगेट प्रकरणानंतर दुसऱ्या क्रमांकाचा सर्वात मोठा आर्थिक घोटाळा आहे. सन २००८ मध्ये दूरसंचार मंत्रालयाने काही टेलिफोन कंपन्यांना १२२ सेकंड जनरेशन UAS लायसन्सेस दिली. लायसन्सेस देण्याची मार्गदर्शक तत्त्वे बाजूला सारून आणि अर्ज करायची तारीख सुद्धा अलिकडे करून आपल्या मर्जीतल्या कंपन्यांना ती दिली गेली. त्या बदल्यात मंत्र्यांना सप्टेंबर/ऑक्टोबर २००७ या काळात सुमारे ३,००० कोटी रुपयांची लाच दिली गेली असा आरोप तपास यंत्रणांनी केला. सर्वोच्च न्यायालयाने २० फेब्रुवारी २०१२ रोजी सर्व १२२ लायसन्सेस रद्द केली. तसेच युनिटेक वायरलेस, स्वान टेलिकॉम आणि टाटा टेलीसर्व्हिसेस यांना प्रत्येकी ५ कोटी रुपयांचा तर अन्य चार कंपन्यांना प्रत्येकी ५० लाख रुपयांचा दंड ठोठावला. परंतु डिसेंबर २०१७ मध्ये विशेष न्यायालयाने 2 G स्कॅमच्या तीन केसेस मध्ये आपल्या

निकालात सर्व संशयितांची निर्दोष म्हणून सुटका केली. मार्च २०१८ मध्ये CBI तसेच ED ने संशयितांना निर्दोष ठरविलेल्या निकालाविरोधात दिल्ली उच्च न्यायालयात अपील दाखल केले.

टेट्रा ट्रक घोटाळा २०११ – ७५० कोटी रुपये

BEML ही सार्वजनिक क्षेत्रातील कंपनी आणि संरक्षण मंत्रालय यांनी संगनमताने टेट्रा ट्रकच्या सुट्या भागांच्या खरेदीत घोटाळा करून किमान ७५० कोटी रुपयांची लाच स्वीकारल्याचा आरोप केला जातो. मूळ उपकरणांच्या उत्पादकाकडून सुट्या भागांची थेट खरेदी करण्याचा नियम असताना सदर नियम धाब्यावर बसवून उत्पादन न करणाऱ्या मध्यस्थ कंपनी मार्फत खरेदी करण्यात आली. पहिला करार संपण्या आगोदर ४ वर्षे खरेदी कराराचे नूतनीकरण आणखी १० वर्षांसाठी करण्यात आले. चौकशीत असे निष्पन्न झाले की एकूण खरेदीच्या सुमारे १५% इतकी रक्कम कमिशन स्वरूपात BEML आणि शासकीय अधिकारी यांना मिळाली.

अभिषेक वर्मा संरक्षण घोटाळा २०१२ – ८०,००० कोटी रुपये

संरक्षण सामग्री खरेदीतील भ्रष्टाचार आणि मनी लाँडरिंग या दोन गोष्टीत सुमारे ८०,००० कोटी रुपयांचा घोटाळा केल्या प्रकरणी 'लॉर्ड ऑफ वॉर' या नावाने जगप्रसिद्ध असलेला अभिषेक वर्मा व त्याची बायको माजी मिस युनिवर्स रोमानिया अँका यांना अटक करण्यात आली.

फ्लाइंग क्लब घोटाळा २०१२ – १९० कोटी रुपये

विमान चालविण्याचे शिक्षण देणाऱ्या २८ संस्थांनी आपण शैक्षणिक संस्था आहोत अथवा ना नफा ना तोटा तत्त्वावर काम करणारे आहोत असे भासवून एअरपोर्ट अ‍ॅथॉरिटी ऑफ इंडियाला अतिशय कमी फी भरली. शासनाला भरायच्या फीपैकी फक्त १०% इतकी अल्प फी भरून त्यांचे काम भागले. सदर २८ पैकी एकही क्लब सोसायटी म्हणून नोंदविलेला नव्हता तर त्यापैकी फक्त ४ क्लब ना नफा ना तोटा तत्त्वावर कार्यरत होते. अशा प्रकारे १९० कोटी रुपयाचा महसूल बुडवून शासनाची फसवणूक करण्यात आली.

सेवा कर आणि अबकारी कर परतावा घोटाळा २०१२ – १९,१५९ कोटी रुपये

मार्च २०१२मध्ये भारताच्या महालेखापालाने दिलेल्या अहवालात सन २००८ ते २०११ या काळात सदर घोटाळा झाल्याचे नमूद करण्यात आले. केंद्रीय उत्पादन शुल्क खात्याच्या ३,६९० केसेस मध्ये, तर सेवा कराच्या ६,६५५ केसेस मध्ये अनुक्रमे ८,४९७ कोटी रुपये आणि १०,६६२ कोटी रुपयांचे घोटाळे झाले. लेखापरीक्षकाने निदर्शनास आणून दिले की महसूल विभागाने केंद्रीय उत्पादन शुल्क

कायद्यानुसार ७,६५४ कोटी रुपयांची मागणी काढली पण सदर विभागाने त्यापैकी केवळ ३२८ कोटी रुपयांचीच वसुली केली. तसेच ३२१ कोटी रुपयांच्या आकारलेल्या दंडा पैकी वसुली केवळ ९४ लाख रुपयांची करण्यात आली. सेवा करारासंबंधी महसूल विभागाने ९,९०६ कोटी रुपयांची मागणी काढली. पण त्यापैकी २२०७ कोटी इतकीच वसुली झाली. त्याच प्रमाणे सेवा कराची ४९० कोटींची मागणे केली पण त्यापैकी केवळ २.४० कोटी रुपयांचीच वसुली झाली.

विदेशी चलन विकलज घोटाळा २०१२ – ३२,००० कोटी रुपये

सन २००८ पासून १९ बँकांनी रिझर्व बँकेचे निर्देश आणि फेमा कायद्याच्या तरतुदी यांचे उल्लंघन करत भारतीय कंपन्यांना मोठ्या प्रमाणात engineered forex derivatives विकले. त्यात भारतीय कंपन्यांचे मोठे नुकसान झाले तर काही विदेशी बँकांचा मोठा फायदा झाला. केंद्रीय अन्वेक्षण विभागाने या घोटाळ्याची रक्कम सुमारे ३२,००० कोटी रुपये असल्याचा दावा केला आहे. रिझर्व बँकेच्या अधिकाऱ्यांनी अज्ञात विदेशी मंडळी आणि भारतीय बँका यांच्याशी संगनमत करून डॉलरच्या तुलनेत रुपया सशक्त होईल अशी भाकिते जाणीवपूर्वक केली. त्यावर विसंबून derivatives चे व्यवहार झाले आणि मोठे नुकसान सहन करावे लागले. संसदेच्या पब्लिक अकौंट्स कमिटी ने जानेवारी २०१२ मध्ये वित्त मंत्रालयाला पत्र पाठवून त्या बद्दल स्पष्टीकरण मागविले. रिझर्व बँकेने १९ बँकांना मिळून फक्त १.९ कोटी रुपयांचा दंड केला. या प्रकरणाचा तपास करण्यात शासनातर्फे मुद्दाम उशीर केला जात असल्याचा आरोप केला जातो.

७. महामार्ग घोटाळा २०१२ – १६०० कोटी रुपये

जागतिक बँकेच्या Institutional Integrity Unit च्या प्रमुखाने जागतिक बँकेने अर्थसहाय्य केलेल्या राष्ट्रीय महामार्ग बांधकाम प्रकल्पात काम करणाऱ्या कंत्राटदारांच्या भ्रष्ट आणि फसवेगिरीच्या कार्यपद्धतीविषयी एक अहवाल १ मार्च २०१२मध्ये प्रसिद्ध केला आणि त्या कार्यपद्धतीची सखोल चौकशी करण्याची मागणी केली. सदर अहवालात सात प्रकारच्या गैरप्रकारांचा उल्लेख केला आहे. National Highways Authority of India (NHAI) च्या अधिकाऱ्यांची आणि सल्लागारांची मर्जी संपादन करण्यासाठी कंत्राटदारांनी रोख रकमा आणि सोन्याची लाच सर्रास दिल्याचे अहवालात नावानिशी नमूद केले आहे. हा घोटाळा १,६०० कोटी रुपयांचा आहे.

८. दिल्ली विमानतळ घोटाळा २०१२ – १,६३,००० कोटी रुपये

१७ ऑगस्ट २०१२ रोजी संसदेत महालेखापालाचा Implementation of

Public - Private Partnership at Indira Gandhi International Airport, Delhi अशा शीर्षकाचा अहवाल ठेवण्यात आला. त्यात आणि DIAL (Delhi International Airport Limited) यांच्यात विमानतळाची जागा भाड्याने देण्याच्या व्यवहारात देशाचे १,६३,००० कोटी रुपयांचे नुकसान झाल्याचे नमूद केले आहे. DIAL ला ४,८०० एकर जागा भाडे पट्ट्याने दिली आहे. त्यापैकी २४० एकर जागा कमर्शियल कारणासाठी विकसित करण्याची परवानगी DIAL ला दिली होती आणि त्यासाठी वार्षिक भाडे केवळ १०० रुपये इतके अत्यल्प ठेवण्यात आले. शिवाय DIAL प्रवाशांकडून विकास फी आकारण्याचे कलमच करारात नसताना अशी फी आकारली जाते.

९. अल्ट्रा पॉवर प्रोजेक्ट्स घोटाळा २०१२ – २९.०३३ कोटी रुपये

१७ ऑगस्ट २०१२ रोजी भारताच्या महालेखापालाने भारतातील अल्ट्रा पॉवर प्रोजेक्ट्सच्या लेखापरीक्षणाचा अहवाल सदर केला. त्यात ऊर्जा मंत्रालयाने पॉवर प्रकल्प देताना केलेल्या अफरातफरीमुळे आणि रिलायन्स पॉवरला केलेल्या मेहेरबानीमुळे देशाचे २९,०३३ कोटी रुपयांचे नुकसान झाल्याचे म्हटले आहे. रिलायन्स पॉवर कंपनी पात्र ठरत नसल्याने पात्रतेच्या अटीत शिथिलता करण्यात आली.

१०. कोळसा खाणी घोटाळा २०१२ – १,८६,००० कोटी रुपये

कोलगेट घोटाळा या नावाने गाजलेला हा घोटाळा भारतातील कोळसा खाणी वाटपासंबंधी आहे. मार्च २०१२मध्ये महालेखापालांच्या अहवालात म्हटल्यानुसार केंद्र सरकारने सदर खाणींचे वाटप पारदर्शकतेने आणि कार्यक्षमतेने न करता तसेच त्यासाठी स्पर्धात्मक बोली (लिलाव) न मागवता सन २००४ ते २००९ या कालावधीत १९४ खाणींचे वाटप खासगी कंपन्या आणि सार्वजनिक कंपन्यांना थेट केले. त्यात शासनाच्या महसुलाचे १,८६,००० कोटी रुपयांचे नुकसान झाले.

सरकार आणि नोकरशाही यांची 'मिली भगत' यामुळे वरील दहा घोटाळ्यात देशाला सुमारे ४,७३,००० कोटी रुपयांचे नुकसान झाले. आर्थिक नुकसानाबरोबरच राजकारणी आणि नोकरशहा यांना आर्थिक घोटाळ्याची सवय लागल्यासारखी झाली. सामान्य जनतेचा खरेपणावरचा विश्वास उडू लागला. क्रोनीची संख्या वाढू लागली. राजकारणी आणि त्यांच्याशी संबंध असलेल्या उद्योजकांची मनमानी वाढली. शासनाचा महसूल बुडू लागला. या साऱ्यांचा स्वाभाविक परिणाम म्हणजे जनतेची सत्ता बदलाची ऊर्मी वाढली.

❐

४५ कुटुंबातील सर्वांना दररोज आणि पोटभर अन्न मिळावे यासाठी सर्वात मोठे पाऊल वर्ष २०१३ – 'अन्न सुरक्षा कायदा'

भारतात दारिद्र्य ही मोठी समस्या आहे. स्वातंत्र्यानंतर सरकार गरिबांसाठी अनेक कल्याणकारी योजना राबवत आले आहे. सर्वांना किमान अन्नधान्य उपलब्ध व्हावे आणि त्यांचे जगणे सुकर व्हावे यासाठी सरकारने वेळोवेळी विविध योजना सुरू केल्या. अन्नधान्याची कमतरता असताना सुरूवातीच्या काळात सार्वजनिक वितरण व्यवस्था उभी केली आणि वाजवी दराने सर्वांना अन्नधान्य मिळण्याची सोय केली. पुढे १९९७ मध्ये गरिबांवर लक्ष केंद्रित करून 'लक्षित सार्वजनिक वितरण व्यवस्था' अस्तित्वात आणली. त्याद्वारे गरिबांना विशिष्ट किमतीला विशिष्ट प्रमाणात धान्य पुरवठा सुरू झाला. लहान मुलांनी अंगणवाडीत शिकायला जावे आणि त्यांना तिथे सकस आहार मिळावा या साठी २ ऑक्टोबर १९७५ रोजी 'एकात्मिक बाल विकास' योजना सुरू करण्यात आली. शाळेत जाणाऱ्या मुलांना पोषक आहार देण्यासाठी १९९५ मध्ये 'मध्यान्ह भोजन योजना' सुरू झाली. दारिद्र्य रेषेखालील १ कोटी कुटुंबे शोधून त्यांना दर महिन्याला ३५ किलो धान्य अत्यल्प दराने (रु. ३ प्रती किलो तांदूळ आणि रु. २ प्रती किलो गहू) उपलब्ध करून देणारी अंत्योदय अन्न योजना २५ डिसेंबर २००० रोजी प्रत्यक्षात आली. गर्भवती महिलांना प्रसूतीपूर्वी आणि नंतर चांगला आहार मिळावा या हेतूने २०१० साली 'इंदिरा गांधी मातृत्व सहयोग योजना' कार्यान्वित करण्यात आली.

या सर्व योजनांनी गरीब समाजातील विशिष्ट वर्गाला अन्न मिळण्याची व्यवस्था निर्माण झाली असली तरी त्या व्यतिरिक्त फार मोठा गरीब समाज अन्नापासून वंचित होता. कुटुंबातील सर्वांना दररोज आणि पोटभर अन्न मिळणे शक्य नव्हते. अशा वंचितांची काळजी घेणे हे सरकारचे निश्चितच दायित्व आहे असे मानून २०१३

साली सरकारने एक स्तुत्य उपक्रम हाती घेतला त्याचे नाव 'अन्न सुरक्षा कायदा' I

कायद्याचा हेतू आणि मुख्य तरतुदी

गरिबांना सन्मानाने जीवन जगता यावे यासाठी पुरेशा मात्रेत दर्जेदार धान्य वाजवी किमतीला उपलब्ध करून देण्याची खात्री देत अन्न आणि पोषण विषयक सुरक्षा देणे हा सदर कायद्याचा उद्देश आहे. ही मानवी संसाधनातील गुंतवणूक असून त्याने लोकांना त्यांच्या जगण्याविषयी काही सुरक्षा प्राप्त होईल. त्यांना आपल्या किमान गरजा भागविता येतील, आरोग्याची काळजी घेता येईल, मुलांना शिकविता येईल आणि जीवनातील जोखीम पेलता येईल.

सदर कायद्यातील मुख्य तरतुदी

- अन्न विषयक सुरक्षा ही सरकारच्या 'कल्याणकारी योजनेचा' भाग न राहता तो 'कायद्याने हक्क' केला गेला.
- सदर कायद्याने लक्षित सार्वजनिक वितरण व्यवस्थेचा विस्तार ग्रामीण जनतेपैकी ७५% आणि शहरी जनतेपैकी ५०% लोकांपर्यंत केला.
- प्रत्येक माणसाला दरमहा ५ किलोग्राम धान्य मिळण्याचा हक्क मिळाला. अंत्योदय अन्न योजना लागू असलेल्या कुटुंबांना पूर्वी मिळत असलेले दरमहा ३५ किलोग्राम धान्य मिळत तसेच राहण्याची खात्री दिली.
- सदर योजनेने तांदूळ रु. ३ प्रती किलो, गहू रु. २ प्रती किलो आणि भरड धान्य रु. १ प्रती किलो या दराने उपलब्ध करून देण्यात आले.
- सदर योजनेसाठी पात्र कुटुंबांची निश्चिती करण्याचे काम राज्य सरकारांवर सोपविण्यात आले आहे.
- स्तनदा माता, तान्ही मुले आणि बालके यांच्या पोषणाची विशेष व्यवस्था झाली.
- कायद्याने हक्क दिलेले धान्य पुरविले नाही तर पात्र कुटुंबांना 'अन्न सुरक्षा भत्ता' देण्याची तरतूद केली.
- कायद्याच्या अंमलबजावणीचे पर्यवेक्षण करण्यासाठी प्रत्येक राज्याने 'राज्य अन्न आयोग' स्थापन करण्याची तरतूद शिवाय प्रत्येक जिल्ह्यासाठी 'तक्रार निवारण अधिकारी' नेमण्याची तरतूद करण्यात आली.
- परराज्यातून धान्याची वाहतूक करावी लागली तर त्याचा खर्च केंद्र सरकारने करण्याची महत्त्वाची तरतूद करण्यात आली.
- लक्षित सार्वजनिक वितरण व्यवस्थेत सुधारणा करण्याचे नक्की केले गेले.

- सदर योजनेसाठी आवश्यक तितके धान्य उपलब्ध करून देण्याची जबाबदारी केंद्र सरकारची आहे. तर पात्र कुटुंबांची निश्चिती करण्याचे काम राज्य सरकारचे आहे. स्थानिक स्वराज्य संस्थांनी कायद्याची अंमलबजावणी करून धान्य लाभार्थींपर्यंत पोहोचवायचे आहे.
- योजनेत संपूर्ण पारदर्शकता असावी यासाठी कायद्याने सर्व दप्तर जनतेला खुले ठेवले असून त्याची तपासणी करण्याचा अधिकार जनतेला दिला आहे.
- अन्न सुरक्षा विधेयक २२ डिसेंबर २०११ रोजी संसदेत मांडले गेले. ते अत्यंत वादग्रस्त राहिले. ५ जुलै २०१३ रोजी राष्ट्रपतींनी त्यासाठी वटहुकूम काढला. १२ सप्टेंबर २०१३ रोजी सदर कायदा संसदेने संमत केला. भारताच्या १२० कोटी जनतेपैकी २/३ म्हणजेच सुमारे ८० कोटी लोकांना अनुदानित धान्य मिळवून देणारा हा ऐतिहासिक कायदा आहे. एखाद्या सरकारने 'हक्क आधारित' अनुदानित धान्य मिळवून देणारा जगातील सर्वात मोठा प्रयोग म्हणून याकडे पाहायला हवे.

कायद्याची अंमलबजावणी

कायद्याअन्वये पात्र असणाऱ्या कुटुंबांची निश्चिती राज्य सरकारांनी ३६५ दिवसात करावी अशी तरतूद कायद्यात आहे. परंतु प्रत्यक्षात ३६ पैकी केवळ ११ राज्यांना ४ जुलै २०१४ पर्यंत धान्य पुरवठा सुरू झाला होता. पात्र कुटुंबांची यादी पूर्ण करण्यासाठी तीन महिन्यांची मुदतवाढ देण्यात आली. त्या वेळेत काम पूर्ण न झाल्याने दुसरी मुदतवाढ सहा महिन्यांसाठी देऊन ते काम ४ एप्रिल २०१५ पर्यंत पूर्ण करण्याचे आदेश दिले. त्यानंतरही पुन्हा सहा महिन्यांची मुदतवाढ दिली. अखेरीस नोव्हेंबर २०१६ ला सर्व राज्ये आणि केंद्र शासित प्रदेशात सदर योजना लागू झाली. संपूर्ण देशात योजना चालू झाल्याची सरकारी घोषणा ३१ डिसेंबर २०१६ रोजी करण्यात आली.

मूल्यमापन

सदर कार्यक्रम राबविण्याचा वार्षिक खर्च सुमारे १,२५,००० ते १,५०,००० कोटी रुपयांपर्यंत होईल असा अंदाज कृषी परिपक्व आणि किंमत आयोगाने व्यक्त केला आहे. अन्न सुरक्षेच्या लाभार्थींची सर्व माहिती सर्व ३६ राज्यात डिजीटाइज झाली असून ती सार्वजनिक करण्यात आली आहे. २८ राज्यांमध्ये ऑन लाईन धान्य वाटप होऊ लागले आहे. १८ राज्यात धान्य पुरवठा साखळीचे संपूर्ण संगणकीकरण करण्यात आले आहे. ७१% लाभार्थींचे आधार कार्ड आणि रेशन कार्ड यांची

जोडणी पूर्ण झाली आहे. हा योजनेत आणखी एक टप्पा गाठला गेला आहे.

अर्थसहाय्य असणाऱ्या योजनांमध्ये गळती होण्याची शक्यता खूप मोठी असते आणि त्याच बरोबर लाभार्थींना वंचित राहण्याची वेळ येते हा अनुभव आहे. 'अन्न सुरक्षा योजने'त शासनाकडून सव्वा ते दीड लाख कोटी रुपयांची तरतूद आहे. सबब गळती न होण्याची काळजी घेत लाभार्थींपर्यंत धान्य पोहोचणे हे मोठे आव्हानात्मक काम आहे. त्यासाठी सदर योजनेत दोन पद्धतींचा वापर केला जातो. पहिल्या प्रकारात लाभार्थींच्या बँक खात्यात रोख रक्कम जमा केली जाते आणि त्यातून ते बाजारातून धान्य खरेदी करू शकतात. अशी व्यवस्था दादरा नगर हवेली, चंडीगढ, पुद्दुचेरी येथे चालू झाली आहे. दुसरा प्रकार म्हणजे electronic point of sale (e-PoS) उपकरणे लावलेली स्वयंचलित रेशन दुकाने सुरू करणे हा होय. सदर उपकरणामुळे धान्य वितरित करताना लाभार्थींची ओळख आपोआप पटविली जाते. तसेच कुटुंबाला वितरित झालेल्या धान्याचे वजन आपोआप नोंदले जाते. ३१-१०-२०१६ रोजी अशी १,६१,८५४ e-PoS उपकरणे रेशन दुकानात कार्यरत होती. योजनेचा लाभ अपेक्षित सर्व लाभार्थींना मिळावा यासाठी प्रयत्न होताना दिसतात. भारत हा लोकसंख्येच्या दृष्टीने जगातील दुसऱ्या क्रमांकाचा देश आहे. सदर योजनेच्या प्रभावी अंमलबजावणी नंतर तो दिवस दूर नाही जेंव्हा भूक, कुपोषण आणि त्यातून उद्भवणारी गरिबी संपविणारा भारत हा जगातील एकमेव देश असेल.

काही उणीवा

सदर योजनेची अंमलबजावणी केंद्र आणि राज्य सरकारे यांनी संयुक्तपणे करायची असल्याने काही राज्यात ती उशिराने होत आहे आणि मनापासून होत नाही असे दिसते. बऱ्याच राज्यांनी अन्न सुरक्षा कायद्यानंतर नवे लाभार्थी निश्चित करण्यासाठी कष्ट न घेता दारिद्र्य रेषेखालील आणि अंत्योदय अन्न योजनेतील जुने लाभार्थीच नोंदविले. लाभार्थींच्या दरवाजापर्यंत धान्य पुरवठा होणे कायद्याला अपेक्षित असले तरी ते तसे होत नाही. रेशन कार्डांचे डिजीटायझेशन होणे, पुरवठा साखळीचे संगणकीकरण होणे आवश्यक आहे. CAG च्या अहवालानुसार अद्याप फक्त २६ राज्यात रेशन कार्डांचे डिजीटायझेशन झाले आहे. १४ राज्यांमध्ये ऑनलाईन धान्य वाटप होते, ८ राज्यांमध्ये ऑनलाईन वाटप साखळी व्यवस्थापन आहे, २६ राज्यांमध्ये पारदर्शक पोर्टल आहेत आणि केवळ २१ राज्यांमध्ये ऑनलाईन तक्रार निवारण व्यवस्था आहे. या विषयी अजून खूप मजल मारायची आहे. स्वराज अभियान या संस्थेने दाखल केलेल्या याचिकेवर सर्वोच्च न्यायालयाने २१ जुलै २०१७ रोजी निकाल देताना म्हटले आहे की अन्न सुरक्षा कायदा पारित करून ४ वर्षे झाली तरी

त्याची अंमलबजावणी योग्य प्रकारे झालेली नाही. राज्य सरकारांनी (मध्य प्रदेश, हरियाणा, आंध्र प्रदेश) कायद्याने अनिवार्य केलेले अधिकारी आणि मंडळे अजूनही नेमलेली नाहीत. (उदा. राज्य अन्न आयोग) यामुळे अनेक गरीब लोक सदर कायद्याने त्यांना मिळायच्या लाभापासून वंचित आहेत. राज्य सरकारे कायद्याची अंमलबजावणी करण्यात फार गंभीर नाहीत.

विरोधी पक्ष जरी या उपक्रमास 'राजकीय हेतूने प्रेरित' असे विशेषण लावत असले तरी उपक्रमाची जर चांगली अंमलबजावणी झाली तर गरीबीवर तो एक फार प्रभावी उपाय ठरणार आहे यात शंका वाटत नाही.

❐

४६ वित्तीय समावेशकतेतील महत्त्वाकांक्षी योजना वर्ष २०१४ – जनधन योजना

कोणत्याही अर्थव्यवस्थेत बँकांमार्फत व्यवहार झाले तर समांतर अर्थव्यवस्था निर्माण होत नाही. त्याचा परिणाम म्हणजे कराचा पाया विस्तारतो, कर चोरी टळते आणि सरकारचा करापासून मिळणारा महसूल वाढतो. त्यातून सरकार विकास आणि लोककल्याण यावर अधिक खर्च करू शकते. उद्योजक आणि व्यापारी यांची पत क्षमता मोजणे सोपे जाते. उद्योग, व्यापारासाठी बँकांकडून कर्ज पुरवठा होतो आणि खासगी सावकारांकडून कर्ज घेण्याची आवश्यकता उरत नाही.

भारतासारख्या कमी साक्षरता असलेल्या गरीब आणि विशाल देशात बँकेमार्फत व्यवहार करणारे लोक मर्यादित आहेत. अनेकांची बँकेत खातीही नाहीत. त्यामुळे अशी माणसे औपचारिक बँक सुविधांपासून वंचित आहेत. खासगी सावकार त्याचा फायदा घेतात. असे बँकांच्या बाहेर होणारे व्यवहार देशाच्या अर्थव्यवस्थेला चालना देत नाहीत. यावर उपाय म्हणून स्वातंत्र्यानंतर वित्तीय समावेशकता वाढविण्यासाठी अनेक उपक्रम हाती घेतले गेले. त्यांना यशही आले. पण भारतातील लोकसंख्येचा विचार करता ते यश फार मर्यादित होते. या पार्श्वभूमीवर १५ ऑगस्ट २०१४ या स्वातंत्र्यदिनी पंतप्रधानांनी आपल्या भाषणात 'जनधन योजना' या अनोख्या उपायाची घोषणा केली आणि त्याची कार्यवाही २८ ऑगस्ट २०१४ पासून सुरू झाली.

योजनेची उद्दिष्ट्ये आणि वैशिष्ट्ये

'जनधन योजना' हे वित्तीय समावेशकतेचे राष्ट्रीय मिशन आहे. देशातील प्रत्येक कुटुंबातील किमान एका व्यक्तीचे बँक खाते उघडले जावे असे लक्ष्य आहे. ते बँकेत किंवा बँक मित्र यांच्या मार्फत सुरू व्हावे. दहा वर्षावरील कोणाही व्यक्तीस खाते उघडणे शक्य आहे. शून्य शिल्लक खाते असू शकते. चेक बुक सुविधा हवी असेल तरच किमान शिल्लक नियम लागू होतात. सदर उपक्रमा अंतर्गत बचत खाती

आणि ठेव खाती, पैशाचे प्रेषण, कर्ज, पेन्शन आणि विमा या सुविधा सामान्यांना परवडतील अशा पद्धतीने उपलब्ध करून देण्याचे उद्दिष्ट्य आहे.

बँक खाते उघडल्यावर खातेदारास रूपे कार्ड मिळते. सहा महिने खाते चालू राहिले तर खातेदार रु. ५,००० इतक्या कर्जास पात्र ठरतो. प्रत्येक खातेदारास रु. १,००,००० रकमेच्या अपघात विम्याचे संरक्षण आहे तसेच रु. ३०,००० चे आयुर्विमा कवच उपलब्ध आहे. शासनाच्या सबसिडीस पात्र असणाऱ्या खातेदारांच्या खात्यात सबसिडीची रक्कम थेट जमा होते. संपूर्ण भारतात पैशाचे प्रेषण शक्य आहे. खात्यातील शिल्लक रकमेवर व्याज मिळते. असे फायदे मिळत असल्याने सदर योजनेचे घोष वाक्य ''मेरा खाता, भाग्य विधाता'' असे आहे.

योजनेची यशस्विता

योजनेत सहभागी झालेल्यांना सर्व बँकिंग सुविधा देता याव्यात या साठी १,२६,००० 'बँक मित्रांची' नियुक्ती करण्यात आली असून त्यांना e- KYC आधारित खाते उघडणे आणि पैसे वर्ग करणे या सुविधा असलेली online उपकरणे देण्यात आली आहेत. वित्तीय साक्षरतेचे मेगा कॅम्प्स आयोजित करण्यात आले. जनधन योजना, रूपे कार्डचा वापर इ. ची माहिती देण्यासाठी ८९,८७६ वित्तीय साक्षरता काऊंटर्स सुरू केले. योजना सुरू झाल्यानंतरच्या पहिल्या सहा महिन्यात २५६७ शाळा/महाविद्यालयातील १४७,४१७ विद्यार्थ्यांना वित्तीय साक्षरतेचे प्रशिक्षण देण्यात आले.

सदर योजनेत २३ ते २९ ऑगस्ट २०१४ या एका आठवड्यात १ कोटी ८० लाख ९६ हजार १३० बँक खाती उघडली गेली. इतक्या अल्प काळात इतक्या मोठ्या संख्येने खाती उघडली गेल्याने जागतिक विक्रमांच्या गिनीज बुकमध्ये त्याची नोंद झाली. खातेदारांच्या संख्येत प्रतिवर्षी वाढ होत आहे. पहिल्या वर्षात सदर योजनेत १८ कोटी खाती चालू झाली. दुसऱ्या वर्षी खात्यांची संख्या २४.१० कोटी तर तिसऱ्या वर्षी ती ३० कोटी पर्यंत वाढली. सदर खात्यातील शिल्लक पहिल्या वर्ष अखेर २२,९००.६८ कोटी, दुसऱ्या वर्ष अखेर ४२०९४.२४ कोटी आणि तिसऱ्या वर्ष अखेरीस ६५,८४४.६८ कोटी अशी वाढत गेली. ११ ऑक्टोबर २०१७ रोजी ३० कोटी ४५ लाख खाती होती. त्यातील १८.१७ कोटी ग्रामीण भागात तर १२.२८ कोटी शहरी भागात होती. जनधनच्या सर्व खात्यांमध्ये मिळून या दिवशीची शिल्लक ६७,३३०.७० कोटी रुपये इतकी होती. एकूण जमा रकमेपैकी २९% रक्कम उत्तर प्रदेश आणि प. बंगाल या दोन राज्यांमधून जमा झाली आहे. २२ कोटी ९३ लाख रूपे कार्ड्स वितरित झाली होती. देशातील सर्व प्रकारच्या बँकांनी या योजनेत आपली भूमिका निभावली आहे. सार्वजनिक क्षेत्रातील बँकांनी एकूण जनधन

खात्यांपैकी सुमारे ८२% खाती उघडली तर ग्रामीण क्षेत्रीय बँकांनी १५% आणि खासगी बँकांनी ३% खाती उघडली आहेत. केरळ आणि गोवा या दोन प्रांतात प्रत्येक घरात एका व्यक्तीचे बँक खाते उघडले गेले आहे.

२०१६-१७ या वर्षाच्या आर्थिक सर्व्हेक्षणाच्या दुसऱ्या खंडात म्हटल्या नुसार २०१५ ते २०१७ या काळात जनधन योजनेतील बँक खात्यातील सरासरी शिल्लक दुपटीने वाढली तर शून्य शिल्लक खात्यांची संख्या निम्यापेक्षा कमी झाली. बँक मित्रांच्या माध्यमातून होणाऱ्या आंतर बँक व्यवहारात लक्षणीय वाढ झाली. ३० ऑगस्ट २०१७ पर्यंत रु. ३०,००० च्या आयुर्विम्याचे ४,७९४ दावे दाखल झाले त्यापैकी ४, २०१ दाव्यात क्लेम ची रक्कम अदा करण्यात आली. रु. १,००,००० च्या अपघाती विम्याचे २,५७६ दावे केले गेले त्यापैकी १८४३ जणांना रक्कम अदा करण्यात आली.

आर्थिक स्थिती, निवासाची जागा अशा भेदांच्या वर उठून जनधन योजनेने सर्वांसाठी बँक खाती ही बाब सामान्य केली. सदर खात्याला विमा, पेन्शन, सरकारी योजनांचे लाभ यांच्याशी जोडून आर्थिकदृष्ट्या दुर्बल घटकांची बँकेबाबत ची भीती घालवली. अशिक्षित/अल्पशिक्षित ग्रामीण मंडळी बँकेत व्यवहार करू लागली. आर्थिक व्यवहारांबाबत त्यांच्यात आत्मविश्वास आला. बँकेत खाते असणे आणि त्याद्वारे वित्तीय सेवांचा लाभ घेणे याच्या पलिकडे वित्तीय समावेशकता आली. सहा महिने खाते चालू राहिल्यावर रु. ५,०००चा ओव्हर ड्राफ्ट मिळण्याची सुविधा शहरी माणसांना रकमेने नगण्य वाटू शकेल पण ग्रामीण आणि दारिद्र्यरेषेखालील जनतेला ती कितीतरी आत्मविश्वास देऊन स्वयम् रोजगार निर्माण करून देत आहे.

स्टेट बँकेने प्रसिद्ध केलेल्या अहवालात म्हटले आहे की ज्या राज्यात जनधन बँक खाती मोठ्या प्रमाणात सुरू झाली तेथे तंबाखू, दारू अशा नशिल्या पदार्थांचे सेवन कमी झाल्याचे संख्याशास्त्राने आणि सामाजिक अभ्यासाने सिद्ध झाले आहे. तेथे ग्रामीण भाववाढीचा दर सुद्धा कमी राहिला आहे. शिवाय वित्तीय व्यवहारातील मध्यस्थाची गरज कमी झाली.

योजनेवर होणारी टीका

जनधन योजनेवर टीकाही चालू आहे. राजकीय विरोधक म्हणतात की मतदारांना खुश करण्यासाठी बँकांवर हा नसता बोजा टाकला आहे. जनधन खात्यात शिल्लक ती किती असणार आणि त्याचा बँकांना धंदा म्हणून काय उपयोग होणार? या खात्यातून ना तर ठेवी मिळणार ना तर दिलेल्या कर्जांची परतफेड होणार. गरिबांना बँक खाते आणि वित्तीय सुविधेपेक्षा खायला अन्न अधिक गरजेचे आहे. सदर खात्यांना विमा, पेन्शन आणि सरकारी सहाय्य यांची जोडणी केल्याने अनेकांनी

आपली बँक खाती असताना केवळ हे फायदे मिळावेत म्हणून नवीन जनधन खाती उघडली. सबब योजनेच्या यशस्वीतेचा डंका पिटणारी आकडेवारी दिशाभूल करणारी आहे. खातेदारांना रु. ५,००० च्या ओव्हर ड्राफ्ट ची सुविधा ही केवळ घोषणाबाजी असून प्रत्यक्षात बँका नॉर्म्स पूर्ण केल्याशिवाय अशी सुविधा देत नाहीत. सरकारच्या अधिकृत प्रसिद्धी पत्रकानुसार ३१ डिसेंबर २०१६ रोजी सुमारे ३० कोटी जनधन बँक खात्यांपैकी केवळ ४४ लाख लोकांनाच याचा लाभ मिळाला. अनेक खाती केवळ सुरू केली गेली पण त्यात एकही व्यवहार झालेला नाही. काही बँकांनी त्यांना दिलेले खात्यांच्या संख्येचे उद्दिष्ट्य पूर्ण करण्यासाठी स्व निधीतून ५/१० रुपये भरून अनेक खाती 'शून्य शिल्लक खाती' या प्रकारातून बाहेर काढली. रिझर्व बँकेच्या अस्पष्ट परिपत्रकामुळे बँकांनी जनधन खात्यांची 'बेसिक सेव्हिंग्ज बँक ठेव खाती' अशी वर्गवारी करून त्यांना बँक चार्जेस लावले किंवा ती खाती गोठवली. ८ नोव्हेंबर च्या नोटाबंदीच्या निर्णयानंतर अनेकांनी जनधन बँक खात्यांचा दुरुपयोग करून आपला काळा पैसा बँकेत भरल्याचाही गंभीर आक्षेप घेतला जात आहे.

वरील सर्व आक्षेपांचा विचार करूनही निश्चितपणे असे दिसते की जनधन योजनेने अल्प शिक्षित, ग्रामीण आणि अल्प उत्पन्न गटातील अनेकांना देशाच्या औपचारिक अर्थव्यवस्थेत आणले आहे. त्यांच्यात आत्मविश्वास निर्माण करण्याचा प्रयत्न झाला आहे. सरकारी धोरणांची माहिती त्यांच्यापर्यंत पोहोचविण्याचा एक मार्ग खुला केला आहे. सरकारी अर्थसहाय्य थेट लाभार्थींच्या खात्यात जमा करण्याचा मार्ग प्रशस्त केला आहे. खातेदारांप्रमाणेच बँका आणि शासनास त्याचा निश्चितच मोठा लाभ होईल असे म्हणण्यास पुरेसा वाव आहे.

❒

४७ भारताला उत्पादनाचे जागतिक केंद्र बनविण्याचे लक्ष्य वर्ष २१०४ – 'मेक इन इंडिया'

अनेक उत्पादनांसाठी आवश्यक असणारा कच्चा माल भारतात मुबलक प्रमाणात उपलब्ध आहे. इतर देशांच्या तुलनेत लेबर कॉस्ट मर्यादित आहे. भारताची बाजारपेठ फार मोठी आहे. असे असूनही भारताच्या सकल राष्ट्रीय उत्पादनात औद्योगिक क्षेत्राचा वाटा केवळ १५-१६% इतका अल्प आहे. भारतात आयात मोठ्या प्रमाणात होत असल्याने विदेशी व्यापारात तूट आहे. विदेशी चलन मोठ्या प्रमाणात देशाबाहेर जात आहे. बेरोजगारीचा प्रश्न गंभीर आहे. यावर उपाय म्हणजे भारतात होणारे उत्पादन वाढविणे. परंतु अनेक कारणांनी भारतात उद्योगांचा विकास झाला नाही. त्यात भारताच्या सरकारी नोकरशहांचा दृष्टिकोन, उत्तम वाहतूक जाळ्याचा अभाव, विजेची अपुरी उपलब्धता आणि चढी किंमत, भ्रष्टाचार, विदेशी गुंतवणुकीवर मर्यादा इ. चा समावेश करायला हवा. या सर्वांवर मात करून उद्योग विकासासाठी भारत सरकारने २५ सप्टेंबर २०१४ रोजी 'मेक इन इंडिया' हे पाऊल उचलले.

'मेक इन इंडिया' – हेतू आणि दृष्टिकोन

'मेक इन इंडिया' या मोहिमेचा हेतू औद्योगिक क्षेत्राचा सकल राष्ट्रीय उत्पादनातील वाटा १५/१६% वरून २५% पर्यंत वाढविणे हा आहे. या प्रक्रियेत रोजगार निर्मिती करणे, विदेशी गुंतवणूक भारतात आणणे आणि भारत हे उत्पादनाचे जागतिक केंद्र बनविणे या गोष्टी साधता येतील. 'मेक इन इंडिया' हा नवीन राष्ट्रीय उपक्रम देशी तसेच विदेशी गुंतवणूकदारांना आकर्षित करणे, संशोधनाला चालना देणे, बौद्धिक सम्पदांचे रक्षण करणे आणि देशात जागतिक दर्जाच्या पायाभूत सुविधा निर्माण करणे या साठी आहे. भारतातील प्रतिभा आणि विशेष कौशल्यांचा वापर करणे, रोजगाराच्या संधी निर्माण करणे आणि औद्योगिक क्षेत्राला बळकटी देण्याचा उद्देश या उपक्रमामागे आहे. अनावश्यक कायदे आणि नियम रद्द करून नोकरशाहीची प्रक्रिया सोपी करून,

शासन अधिक पारदर्शक, प्रतिसाद देणारे आणि जबाबदार करून भारताचा 'ईझ ऑफ डुईंग बिझिनेस' मध्ये जगात वरचा क्रमांक यावा या साठी प्रयत्न करणारे हे पाऊल आहे.

उद्योग आणि उद्योजकता विकास यासाठी 'मेक इन इंडिया' उपक्रमात खालील चार महत्त्वाच्या बाबींवर लक्ष केंद्रित केले आहे.

१. नवीन प्रक्रिया आणि उपक्रम

२. गतिशील पायाभूत सुविधा

३. मोजक्या २५ उत्पादन क्षेत्रांवर भर

४. शासकीय दृष्टिकोनात आमूलाग्र सुधारणा

शासनाची भूमिका 'नियामक' न राहता 'सहाय्यक' असावी, उद्योग वृद्धीसाठी उद्योजक आणि शासन यांचे सहकार्य असावे, धंदा करण्यात सुलभता यावी, किमान परवानग्या आणि लायसन्सेस असावीत यावर लक्ष देण्यात आले आहे. सरकारी फाईल्स आणि दफ्तर दिरंगाई यांची जागा माहिती तंत्रज्ञानावर आधारित अर्ज प्रक्रिया आणि त्यांचे ट्रॅकिंग यांनी घेतल्याने 'मेक इन इंडिया' उपक्रमास अर्थ मिळाला आहे. निवडलेल्या २५ उद्योगात वाहन आणि वाहनांचे सुटे भाग, विमान चालन, जैवतंत्रज्ञान, रसायने, बांधकाम, संरक्षण सामुग्री, इलेक्ट्रिक मशिनरी, इलेक्ट्रॉनिक सिस्टिम्स, अन्न प्रक्रिया, माहिती तंत्रज्ञान, चामड्याच्या वस्तू, माध्यमे आणि मनोरंजन, खाणकाम, औषधे, तेल आणि वायू, बंदरे, रेल्वे, ऊर्जा, रस्ते आणि वाहतूक, कापड आणि कपडे, पर्यटन इत्यादींचा समावेश आहे.

गत तीन वर्षातील उपलब्धी

मेक इन इंडिया उपक्रमाला यश मिळावे यासाठी सरकारने विदेशी थेट गुंतवणुकीची मर्यादा संरक्षण क्षेत्रात २६% वरून ४९% पर्यंत वाढवली. पूर्वी रेल्वे पायाभूत सुविधात विदेशी थेट गुंतवणुकीस परवानगी नव्हती तिला १००% पर्यंत परवानगी दिली. या दोन्ही क्षेत्रांमध्ये मोठ्या प्रमाणात आयात होत आहे, ती कमी व्हावी असा उद्देश आहे. गेली दोन वर्षे भारत हा जगातील गुंतवणूकदारांचा सर्वात आवडता देश झाला असून येथे सर्वात जास्त (अमेरिका आणि चीन पेक्षाही जास्त) विदेशी गुंतवणूक येत आहे. एकट्या संरक्षण क्षेत्रात मेक इन इंडिया कार्यक्रमानंतर सुमारे १,००,००० कोटी रुपयांचे विदेशी चलन वाचविण्यात यश आले आहे. DRDO या संरक्षण उत्पादने बनविणाऱ्या संस्थेस सहा एअर डिफेन्स अँड अँटी टँक मिसाईल प्रकल्प बनविण्यात यश आले आहे. मेक इन इंडिया योजनेत निवडलेल्या २५ उद्योग क्षेत्रात १००% विदेशी थेट गुंतवणूक करण्यास परवानगी देण्यात आली असून त्याला केवळ स्पेस (अंतराळ) (७४%), संरक्षण (४९%) आणि माध्यमे (२६%) ही क्षेत्रे

अपवाद आहेत.

मार्च २०१५,२०१६ आणि २०१७ ला संपणाऱ्या तीन आर्थिक वर्षात भारतात झालेल्या विदेशी थेट गुंतवणुकीचे आकडे मेक इन इंडिया या योजनेस विदेशी गुंतवणूकदारांचा लाभलेला उदंड प्रतिसाद दाखवतात. ते अनुक्रमे ४५.१५ अब्ज डॉलर्स, ५५.६ अब्ज डॉलर्स आणि ६०.०८ अब्ज डॉलर्स असे वाढते आहेत. २०१३-१४ या वर्षात विदेशी थेट गुंतवणूक केवळ ३६.०५ अब्ज डॉलर्स इतकी होती.

मेक इन इंडिया योजनेची घोषणा झाल्यानंतर जगातील उद्योजक आणि गुंतवणूकदार यांचा भारताकडे बघण्याचा दृष्टिकोन सकारात्मक झाला. सदर योजनेस त्यांनी प्रतिसाद द्यायला सुरूवात केली. हुआवी या चायनीज तंत्रज्ञान कंपनीने फेब्रुवारी २०१५ मध्ये बंगलोर येथे रिसर्च आणि डेव्हलपमेंट कँपस विकसित करण्यासाठी १७० दशलक्ष अमेरिकी डॉलर्स ची गुंतवणूक केली. फियाटचे सुटे भाग उत्पादित करणाऱ्या मॅग्नेटी मरेली या कंपनीने हिरो मोटोकोर्प बरोबर मनेसरला मार्च २०१५ मध्ये कारखाना सुरू केला. ह्युंदाई ने मे २०१५ मध्ये हिंदुस्तान शिपयार्ड बरोबर भागीदारीत नेव्हल शिप बांधणी सुरू केली. भारतात 'ड्रोन' चे उत्पादन सुरू करण्यासाठी जून २०१५ मध्ये फ्रान्सच्या एल.एच.एव्हिएशन कंपनीने सामंजस्य करार केला. जुलै २०१५ मध्ये मर्सिडिस बेन्झ कंपनीने चाकण येथे दुसरा कारखाना सुरू करून आपली उत्पादन क्षमता दुप्पट केली. तैवानच्या फोक्स्कॉन कंपनीने महाराष्ट्राशी करार करून आगामी पाच वर्षात सेमी कंडक्टरच्या उत्पादनासाठी ५ अब्ज डॉलर्स ची गुंतवणूक करण्याचे ठरविले. भारत हा इलेक्ट्रॉनिक उत्पादनाचा संभाव्य हब होण्याची शक्यता लक्षात घेऊन सप्टेंबर २०१४ पासून नोव्हेंबर २०१५पर्यंत १८ अब्ज डॉलर्स ची गुंतवणूक भारतात आली. सॅमसंग, फिलिप्स, बॉश, एल. जी इत्यादी कंपन्यांनी भारतात गुंतवणूक करण्यात स्वारस्य दाखविले. सोनालिका ट्रॅक्टर उत्पादक कंपनीने पंजाबमध्ये ७५ दशलक्ष डॉलर्सची गुंतवणूक करून प्रतिवर्षी दोन लाख ट्रॅक्टर्सचे उत्पादन करता येईल असा कारखाना उभारला आहे. जपानने 'जपान इंडिया मेक इन इंडिया स्पेशल फायनान्स फॅसिलिटी' या नावाने १२ अब्ज डॉलर्स चा एक फंड उभारण्याचा निर्णय घेतला.

जागतिक बँकेच्या ईझ ऑफ डुईंग बिझिनेस क्रमवारीत भारताचा क्रमांक तीन वर्षांपूर्वी १४२ होता त्यात सुधारणा होऊन तो आता १०० पर्यंत वर आला आहे.

आव्हाने

मेक इन इंडिया उपक्रम यशस्वी होण्याकरिता काही आव्हानांचा सामना करणे आवश्यक आहे. त्यात उत्पादनाचे स्केल (प्रमाण) हा मोठा घटक आहे. मोठ्या

प्रमाणात उत्पादन सुरू करता आले तरच त्याची कॉस्ट (किंमत) जागतिक स्तरावर स्पर्धाशील राहते. त्यासाठी आवश्यक सुधारणा व्हायला हव्यात. भारतात लेबर कॉस्ट (मजुरीचा दर) कमी आहे पण मजुरांकडून केली जाणारी उत्पादकता कमी आहे, ती वाढविण्याची गरज आहे. देशातील भ्रष्टाचार ही मोठी समस्या आहे. १७६ भ्रष्ट देशांच्या क्रमवारीत भारताचा ७९ वा क्रमांक लागतो. भ्रष्टाचार कमी करण्यासाठी उपाययोजना आवश्यक आहेत. भारतातील वाहतूक व्यवस्था सक्षम नाही. मेक इन इंडिया उपक्रमाच्या यशासाठी त्यात आमूलाग्र सुधारणा कराव्या लागतील. देशात विजेची पुरेशी उपलब्धता नाही तसेच विजेची किंमत सुद्धा खूप जास्त आहे. नोकरशाहीची मानसिकता अजूनही उद्योजकांना मदतीची झालेली नाही. कामगार कायदे कामगारांना संरक्षण देत उद्योग स्नेही करणेही गरजेचे आहे.

गुंतवणूकदारांना प्रोत्साहित करून देशात उत्पादन वाढविणे हा आत्मा असलेली मेक इन इंडिया योजना देशातील औद्योगिकीकरणास चालना देणारी तर आहेच शिवाय तिच्यामुळे रोजगारात वाढ आणि आयातीत घट हे दोन मोठे फायदे मिळू लागले आहेत. आव्हानांवर मात करून ती अधिक यशस्वी करण्याची गरज आहे.

❐

४८ सूक्ष्म आणि लघु उद्योगांना संजीवनी वर्ष २०१५ – 'मुद्रा योजना'

२०१३ च्या NSSO सर्व्हेक्षणानुसार भारतात सुमारे ५ कोटी ७७ लाख इतके सूक्ष्म उद्योग आहेत. त्यात छोटे उत्पादक, व्यापारी आणि सेवा पुरवठादार यांचा समावेश आहे. असे उद्योग प्रामुख्याने निम शहरी आणि ग्रामीण भागात अधिक आहेत. सामान्यतः ते 'नॉन कॉरपोरेट' स्वरूपात काम करतात. त्यांची बँकेत खाती असतातच असे नाही. त्यांना बँकातून कर्ज आणि अन्य सुविधा मिळतातच असेही नाही. तारण असल्याशिवाय कर्ज देण्यास बँका तयार नसतात आणि छोट्या उद्योजकांकडे तारण देण्यासाठी काही मालमत्ता नसते. उद्योग धंदा करायचा, चालवायचा आणि वाढवायचा तर भांडवल लागते आणि ते बँकेकडून मिळण्याची शक्यता नसेल तर खासगी सावकारांकडे जावे लागते. त्या सावकारांच्या कर्ज देण्याच्या अटी, व्याजाचे चढे दर यामुळे ते खासगी सावकारांच्या जाळ्यात फसतात. कालांतराने त्यांचा उद्योग नफ्यात राहणे अवघड होऊ लागते. तोटा सुरू झाला की असे उद्योग बंद पडू लागतात. पण देशाच्या दृष्टीने अशा उद्योगांचे योगदान मोठे असते. अशा उद्योगात सुमारे १२ कोटी लोकांना रोजगार मिळालेला आहे. सबब असे उद्योग वाचले पाहिजेत, बहरले पाहिजेत. त्यासाठी त्यांना कर्ज सुविधा व अन्य बँकिंग सुविधा मिळाली पाहिजे. ती मिळाली तर देशाच्या विकासात आणि रोजगार निर्मितीत त्यांचे मोठे योगदान राहू शकेल. दारिद्र्यातून बाहेर पडण्यासाठी गरिबांना मदत करत देशाचा विकास साधण्याकरिता सूक्ष्म वित्तपुरवठ्याची गरज असते. भारतात सूक्ष्म वित्तपुरवठ्याच्या तीन व्यवस्था आहेत. १. नाबार्डने सुरू केलेले स्वयं सहायता गट-बँक अनुबंध प्रतिमान, २. बँकेतर वित्तीय कंपन्या आणि ३. ट्रस्ट, सोसायटी अशा इतर संस्था. सूक्ष्म आणि लघु उद्योगांना सदर तीन व्यवस्थांमधून वित्त पुरवठा होतो. ही व्यवस्था सुदृढ असायला हवी. त्यासाठी अशा सगळ्या संस्थांचे नियमन करणे

आणि त्यांना पुनर्वित्तपुरवठा करणे आवश्यक ठरते. हाच हेतू डोळ्यासमोर ठेवून सरकारने मुद्रा योजना सुरू केली.

अर्थ आणि व्याप्ती

२०१५-१६ च्या अर्थसंकल्पात वित्तमंत्र्यांनी आश्वासन दिल्यानुसार ८ एप्रिल २०१५ रोजी मुद्रा योजनेची सुरूवात करण्यात आली. मुद्रा हा शब्द आद्याक्षरांपासून तयार केलेला आहे. त्याचे पूर्ण नाव Micro Units Development and Regulation Agency असे आहे. सूक्ष्म उद्योगांचा विकास आणि नियमन करणारी संस्था अशी तिची भूमिका आहे. तिचा कॉर्पस २०,००० कोटी रुपयांचा असून पत हमी साठी ३,००० कोटी रुपयांचा कॉर्पस आहे.

सूक्ष्म वित्तपुरवठा संस्थांची नोंदणी आणि नियमन करणे तसेच मार्गदर्शक सूत्रे तयार करणे आणि लागू करणे या साठी मुद्रा योजना आहे. सूक्ष्म उद्योगाना वित्त पुरवठा करून मदत करण्यासाठी चांगली व्यवस्था निर्माण करणे, त्यांच्यासाठी पतहमी योजना राबविणे ही जबाबदारी मुद्राची आहे.

मुद्रा बँकेची उद्दिष्टये अशी –

१. सूक्ष्म वित्त पुरवठादार आणि कर्जदार यांचे नियमन करणे, समावेशक सहभाग आणि नियमन याद्वारे सूक्ष्म वित्त पुरवठा व्यवस्थेला स्थिरता आणणे,

२. व्यक्ती, स्वयं सहायता गट, किरकोळ विक्रेते आणि छोटे उद्योजक यांना वित्त पुरवठा करणाऱ्या सूक्ष्म वित्त पुरवठा संस्थांना पत पुरवठा करणे

३. सूक्ष्म वित्त पुरवठा संस्थांची नोंदणी करणे आणि त्यांच्या कामगिरीनुसार त्यांचे मानांकन करण्याची पद्धत विकसित करणे.

४. उद्योग बंद पडू नये यासाठी कर्जदाराने वापरायची मार्गदर्शक सूत्रे किंवा सुधारणा यासंबंधी स्पष्ट दिशादर्शन करणे. कर्ज परतफेड करण्यात कसूर झाल्यास, कर्ज वसुली कशी करावी याविषयी मार्गदर्शक सूत्रे किंवा मान्यताप्राप्त पद्धती ठरविण्यासाठी मदत करणे.

५. सूक्ष्म उद्योगांना दिलेल्या कर्जांना हमी देण्यासाठी पत हमी योजना तयार करणे व चालविणे.

६. कार्यक्षम कर्ज वितरण आणि वितरित कर्जावर देखरेख करण्यासाठी असलेल्या प्रक्रियेला मदत करण्यासाठी योग्य तंत्रज्ञानाची सुरूवात करणे.

कर्जदारांची तीन गटात विभागणी

मुद्रा बँकेने कर्ज घेणाऱ्या सूक्ष्म उद्योगांची तीन गटात विभागणी केली आहे. नव्याने सुरू होणारे सूक्ष्म उद्योग शिशु गटात टाकले आहेत आणि त्यांना कर्जाची

कमाल मर्यादा रु. ५०,००० अशी निश्चित केली आहे. सूक्ष्म उद्योग सुरू केलाय पण अजून स्थिरावला नाही अशांना किशोर गटात वर्गीकृत केले असून त्यांना रु. ५०,००० ते रु. ५,००,००० इतकी कर्ज मर्यादा नक्की केली आहे. आपल्या सूक्ष्म उद्योगाची पुढच्या स्तरावर वृद्धी करायची उभारी असलेल्या आणि स्थिरावलेल्या सूक्ष्म उद्योगांना तरुण या वर्गात टाकले असून त्यांना रु. ५,००,००० ते रु. १०,००,००० पर्यंत कर्ज देण्यास पात्र ठरवले आहे.

रस्ते वाहतूक, व्यक्ती, समुदाय आणि समाज यांना दिल्या जाणाऱ्या सेवा, खाद्य उत्पादने आणि कापड उत्पादने यासाठी मुद्रा कर्ज उपलब्ध करून देण्यात येते. १० लाख रुपयांपर्यंत विना तारण कर्ज देण्याची सुविधा आहे. सूक्ष्म वित्त पुरवठा संस्था, बँका, बँकेतर वित्तीय संस्था, प्राथमिक पत संस्था अशा राज्य आणि क्षेत्र पातळीवर काम करणाऱ्या संस्थांच्या माध्यमातून मुद्रा बँक पुनर्वित्तपुरवठ्याचे काम करते. शासनाच्या वतीने गरजू भागात मुद्रा कर्ज मेळावे भरविले जातात आणि तेथे मुद्रा योजनेची माहिती देऊन कर्ज वितरण केले जाते. कंपनी व्यतिरिक्त (non corporate) सर्व प्रकारच्या सूक्ष्म उद्योगांसाठी मुद्रा बँक काम करते. मुद्रा बँकेने मुद्रा कार्ड आणले असून कार्डधारकाला गरजेच्या वेळी सदर कार्ड कॅश क्रेडिट/ओव्हर ड्राफ्ट स्वरूपात खेळते भांडवल पुरविते. सदर कार्ड रूपे डेबिट कार्ड प्रमाणे काम करते. -ATM मधून रोख रक्कम काढण्यासाठी तसेच खरेदीचे पैसे अदा करण्यासाठी कार्डचा वापर करता येतो.

मूल्यमापन

मुद्रा योजनेमुळे सूक्ष्म उद्योगांना विनातारण कर्ज मिळण्याची सोय उपलब्ध झाली असून त्यामुळे सर्व स्थूल आर्थिक घटकांवर त्याचा सकारात्मक परिणाम होणे स्वाभाविक आहे. स्थूल राष्ट्रीय उत्पन्न, दर डोई उत्पन्न, सकल भांडवल उभारणी, रोजगार निर्मिती अशा साऱ्या बाबतीत वाढ होण्यास मुद्रा योजना उपयोगी आहे. ग्रामीण भागातील उद्योजक औपचारिक बँकिंग सेवांपासून वंचित राहिले होते त्यांना मुद्रा योजनेतून बचत, विमा, कर्ज, चलन हस्तांतरण ह्या सुविधा शक्य झाल्या आहेत. त्यामुळे ग्रामीण भागात स्वयंरोजगारात वाढ होण्याची चिन्हे दिसत आहेत.

'MUDRA Scheme: A Game Changer Initiative on Job Creation' या अहवालात म्हटल्याप्रमाणे मुद्रा योजनेमुळे ऑगस्ट २०१७ पर्यंत ५,४४,७९,७६३ इतक्या संख्येने रोजगार संधी निर्माण झाल्या यात ३,७७,५३,२१७ प्रत्यक्ष तर १,६७,२६,५४५ अप्रत्यक्ष रोजगार मिळाले.

ऑगस्ट २०१७ पर्यंत मुद्रा योजनेतून रु. ३.४२ लाख कोटींचे कर्ज वाटप झाले. त्याचा लाभ सुमारे ८ कोटी छोट्या उद्योगांना झाला. यातील बहुतेक सर्व पूर्वी

व्यवसाय न करणारे होते. शेतीसाठी मुद्रा योजनेत कर्ज देण्याची तरतूद नसली तरी शेती संबंधी असलेल्या डेअरी, मधुमक्षिका पालन, कुक्कुटपालन अशा उद्योगांना लाभ झाला. लाभार्थींमध्ये २०% अनुसूचित जातीचे, ५% अनुसूचित जमातींचे आणि ५३% इतर मागासवर्गीय आहेत. विशेष म्हणजे ७०% लाभार्थी महिला आहेत.

मुद्रा योजनेत मंजूर झालेल्या कर्जापैकी वितरित कर्जाचे प्रमाण २०१५-६ मध्ये ९६.७२% होते, ते २०१६-१७ मध्ये ९७.११% आणि २०१७-१८ (सप्टेंबर) मध्ये ९५. ६५% राहिले. सदर तीन वर्षात प्रत्येक कर्जदाराला सरासरी अनुक्रमे रु. ३९,४०५, रु. ४५,४७२, आणि रु. ४६,५२७ इतके कर्ज वितरित केले गेले. २०१५-१६ आणि २०१६-१७ या दोन वर्षात मुद्रा योजनेत अनुक्रमे ३.४८ कोटी व ३.८९ कोटी जणांना कर्ज वाटप झाले. त्यात शिशु गटात अनुक्रमे ९२.९% आणि ९१.९% इतकी संख्या होती. ही सर्व आकडेवारी मुद्रा योजनेच्या अंमलबजावणीची योग्य दिशा दाखविते.

मुद्रा योजनेतील त्रुटी आणि आव्हाने

मुद्रा योजनेत काही त्रुटी आहेत आणि काही आव्हानेही. मुद्रा योजनेतून दिलेल्या कर्जापैकी ७०% कर्जे केवळ १० राज्यात आहेत. त्यातही औद्योगिकदृष्ट्या प्रगत अशा महाराष्ट्र, तमिळनाडू आणि कर्नाटक या राज्यांना सर्वाधिक लाभ झाला आहे. खरं तर अप्रगत राज्यांना अधिक लाभ व्हायला हवा. यापुढे त्याची काळजी घेण्याची गरज आहे. मुद्रा योजना ज्या वित्तीय संस्थांमार्फत राबविली जाते त्या संस्थांना नोंदणी करणे वगैरे क्लिष्ट प्रक्रिया पूर्ण करावी लागते. नोकरशाही ची मानसिकता अडचणीची ठरते. त्यामुळे बँका आणि मोजक्या बँकेतर वित्तीय संस्था त्यात सहभागी होऊ शकल्या आहेत. "last mile financiers' ना सामावून घेण्याचे उद्दिष्ट्य साध्य करण्यासाठी मोठे प्रयत्न करावे लागतील. असेही म्हटले जाते की बँका आणि बँकेतर वित्त संस्थांनी पूर्वी दिलेली कर्जे मुद्रा अंतर्गत दाखवून फक्त चांगली आकडेवारी दिली आहे. मुद्रा अंतर्गत प्रत्येक कर्जदाराची सरासरी कर्ज रक्कम फारच कमी असल्याने त्यात रोजगार निर्मिती कशी शक्य आहे? असाही प्रश्न उपस्थित केला जातो. फार तर स्वयंरोजगार निर्माण होईल असा आक्षेप घेतला जातो.

योजना लागू होऊन अजून ३ वर्षेही पुरी झालेली नाहीत त्यामुळे सदर योजनेतून लाभ घेतलेले किती जण उद्योजक राहिले हे अजून सांगता येणार नाही. उणिवांचा विचार केला तरी मुद्रा योजनेचा हेतू चांगला आहे, त्याची अंमलबजावणी करण्याची स्थिती चांगली आहे आणि त्यातून गरजूंना आर्थिक मदत मिळून अर्थव्यवस्थेस गती येऊ शकते असे म्हणण्यास वाव आहे.

❒

४९ अर्थसाहाय्य आणि अनुदानांकडून स्वयं सुरक्षेकडे वर्ष २०१५ – तीन जन सुरक्षा योजना

अशिक्षित, वंचित, मागास आणि आर्थिकदृष्ट्या अक्षम लोकांचे जीवन सुलभ करण्याच्या दृष्टीने शासनाने अनुदाने दिली पाहिजेत, अर्थसाहाय्य केले पाहिजे. कल्याणकारी राज्य या भूमिकेतून शासनाचे ते कर्तव्य आहे. भारतातही स्वातंत्र्यानंतर अशा अनुदाने आणि अर्थसाहाय्याच्या अनेक योजना राबविल्या गेल्या. त्याने समाजातील मोठ्या वर्गाला निश्चितच लाभ झाला. पण त्याच बरोबर आयते मिळण्याची सवय लागली. किंबहुना तो अधिकार आहे असे वाटू लागले. विकासात लोक सहभाग कमी झाला. स्वतःच्या गरजांसाठी प्रत्येकाने स्वतः आणि समाजाबरोबर योगदान दिले पाहिजे ही भावना कमी झाली. सारे काही सरकारने केले पाहिजे, ते फुकट मिळाले पाहिजे अशी मानसिकता निर्माण झाली. अनुदाने आणि अर्थसाहाय्ये यांचे सरकारच्या एकूण खर्चाशी प्रमाण वाढू लागले आणि तरीही समाजात समाधान आणि जन सुरक्षा अपुरीच राहिली. या वर सरकारने एक परिणामकारक उपाय केला. ९ मे २०१५ रोजी तीन जन सुरक्षा योजनांचा शुभारंभ केला. तीनही योजना जन सुरक्षेच्या आहेत पण त्या फुकट नाहीत. त्यांचा फायदा मोठा आहे पण तो मिळण्यासाठी लाभधारकाला अल्प रक्कम भरणे आवश्यक आहे. थोडक्यात, अल्प रकमेत मोठी सुरक्षा असे या योजानांचे स्वरूप आहे. सदर तीन योजना अशा – प्रधानमंत्री सुरक्षा बिमा योजना, प्रधानमंत्री जीवन ज्योती बिमा योजना आणि अटल पेन्शन योजना.

प्रधानमंत्री सुरक्षा बिमा योजना

अपघाताने येणारा मृत्यू अथवा कायमचे अपंगत्व याने माणसाच्या कुटुंबावर मोठा आघात होतो. अल्प उत्पन्न गटातील माणसांना त्यासाठी काही तरतूद करणे शक्य नसते तसेच त्यांना फार माहितीही नसते. त्यासाठी विमा कंपन्यांची कोणती योजना असतेच असे नाही. अशा जनतेला सुरक्षा देण्यासाठी केवळ १२ रुपये वार्षिक

हप्ता भरल्यावर अपघाती मृत्यू आल्यास रु. २,००,००० चे विम्याचे सुरक्षाकवच देणारी ही योजना सरकारने नव्याने सुरू केली. अपघाताने कायमचे अपंगत्व आले तर सदर योजनेत रु. १,००,००० इतका क्लेम मिळू शकतो. योजना ऐच्छिक असून त्यासाठी बँक खाते असणे आवश्यक आहे. १८ ते ७० वयाच्या कोणाही नागरिकास सदर योजनेत सहभागी होता येते. सदर विमा 'मुदतीचा विमा' असून त्याचे वर्ष १ जून ते ३१ मे असे आहे. दर वर्षी रु. १२ इतका अल्प प्रीमियम वर्षासाठी भरायचा आहे. प्रीमियम बँक खात्यातून भरण्याची सूचना बँकेला द्यायची आहे. वर्ष संपल्या नंतर पॉलिसी चालू ठेवण्यासाठी बँकेने पॉलिसी धारकाच्या बचत खात्याला रु. १२ नावे टाकून परस्पर विम्याचा हप्ता भरायचा आहे.

दर महा केवळ एक रुपया इतका कमी आणि कोणासही परवडणारा हप्ता भरून रु. २,००,००० रकमेची सुरक्षा देणारी ही योजना निश्चितच जनकल्याणाची आहे पण फुकट नाही. त्यासाठी माणसाने स्वतः जागरूक असणे, स्वतः पॉलिसी घेणे आणि बँक खाते उघडणे आवश्यक आहे.

२८ डिसेंबर २०१६ रोजी ९ कोटी ८८ लाख लोकांनी सदर योजनेचा लाभ घेत आपल्या पॉलिसीज उतरविल्या. योजना सुरू झाल्यापासून २८ डिसेंबर २०१६ पर्यंत १०,०८४ क्लेम्स केले गेले आणि त्यातील ७,२८२ इतक्या क्लेम्स चा निपटारा देखील झाला.

प्रधानमंत्री जीवन ज्योती योजना

ही योजनासुद्धा मुदतीची ऐच्छिक आयुर्विमा योजना असून तिची मुदत एक वर्षाची आहे. १ जून ते ३१ मे अशी वर्षाची गणना केली जाते. कोणत्याही कारणाने विमाधारकाचा मृत्यू झाला तर सदर योजनेत वारसांना विम्याचा लाभ मिळतो. विम्याची कमाल रक्कम रु. २,००,००० आहे. १८ ते ५० वर्षे वय पूर्ण केलेल्या आणि बँकेत बचत खाते असलेल्या कोणाही व्यक्तीला यात सहभागी होता येते. पॉलिसीचा हप्ता बँक खात्यातून परस्पर भरण्याचा अधिकार पॉलिसी धारकाने बँकेला देणे आवश्यक आहे. प्रतिवर्षाचा हप्ता केवळ रु. ३३० इतका अल्प आहे. याचा अर्थ दर दिवसाला एक रुपयापेक्षाही कमी हप्ता भरून रु. २,००,००० चे आयुर्विमा संरक्षण दिले जाते. विम्याचा हप्ता १ जून पूर्वी बँकेत जमा होणे आवश्यक आहे. त्यानंतर हप्ता भरला तर रु. ३३० चा हप्ता ३१ मे ला संपणाऱ्या वर्षाच्या उर्वरित कालावधीसाठी लागू राहतो. हप्ता दर वर्षी भरून पॉलिसी चालू ठेवावी लागते. पॉलिसी उतरविल्याच्या तारखेपासून ४५ दिवसानंतर पॉलिसीधारकाचा मृत्यू झाला तरच त्याच्या वारसांना क्लेम मिळतो. याला अपवाद अपघाती मृत्यूचा आहे.

८ मे २०१७ पर्यंत सदर योजनेत ३ कोटी ११ लाख जणांनी पॉलिसी घेतल्या

आहेत. ६५,०८० क्लेम्स करण्यात आले असून त्यापैकी ६१,६०१ क्लेम्स पोटी भरपाई देण्यात आली आहे.

सार्वजनिक क्षेत्रातील बँका आणि ग्रामीण क्षेत्रीय बँका यांनी वरील दोन्ही योजनेत चांगला सहभाग नोंदविलेला आढळून येतो. त्यांच्या मार्फत आलेल्या पॉलिसीजच्या संख्येत अनुक्रमे २५.८% आणि २३.९% इतकी वाढ दिसून येते. खासगी क्षेत्रातील बँकांची जीवन ज्योती बिमा योजनेतील वाढ ०.८४% इतकी नगण्य आहे, पण सुरक्षा विमा योजनेत त्यांचे योगदान ८८% आहे. जीवन ज्योती योजनेत क्लेम निपटारा प्रमाण सुमारे ८८% आहे. क्लेम नाकारण्याचे प्रमाण केवळ २% इतके आहे. सुरक्षा योजनेत क्लेम निपटारा प्रमाण सुमारे ६३.९१% असून क्लेम नाकारण्याचे प्रमाण १६.०२% आहे. थोडक्यात सदर आकडेवारीवरून असे म्हणता येते की दोन्ही योजनांचा विस्तार झपाट्याने होत आहे, योजनांची अंमलबजावणी समाधानकारकपणे केली जात आहे. आणि सदर दोन्ही योजनांचा लाभ गरजूंपर्यंत पोहोचत आहे.

अटल पेन्शन योजना

आपल्या निवृत्ती नंतरच्या उर्वरित आयुष्यात दर महा निश्चित उत्पन्न मिळण्यासाठी निवृत्ती वेतन योजना असतात. परंतु अशा योजना सर्वांना लागू नसतात. नोकरी करणारे कर्मचारी आणि त्यातही संघटित क्षेत्रातील कामगार यांना त्याचा लाभ मिळतो. परंतु स्वतःचा उद्योग व्यवसाय असणारे आणि असंघटित क्षेत्रात नोकरी करणारे त्यापासून वंचित राहतात. वास्तविक त्यांनाच अशा निवृत्ती नंतर मिळणाऱ्या निश्चित उत्पन्नाची आवश्यकता अधिक असू शकते. याचा विचार करून अटल पेन्शन योजना लागू करण्यात आली. १८ ते ४० वर्षे वयोगटातील कोणाही बँक खातेधारकास सदर योजनेत सहभागी होता येते. वय वर्षे ६० पर्यंत त्याने त्याची रक्कम भरावी लागते. ६० वर्षे वयानंतर त्याला निवृत्ती वेतन मिळण्यास सुरूवात होते व ते त्याच्या मृत्यू पर्यंत मिळत राहते. खातेदाराच्या मृत्यूनंतर पेन्शनची रक्कम त्याच्या पत्नी/पतीला मिळते. दोघांच्याही मृत्यूनंतर खात्यात जमा असलेली रक्कम वारसांना एकरकमी परत केली जाते. दरमहा मिळणारी निवृत्ती वेतनाची रक्कम खातेदाराच्या निवडीनुसार रु. १,०००, रु. २,०००, रु. ३,०००, रु. ४,००० आणि रु. ५,००० अशी आहे. खातेदाराचे वय आणि त्याला अपेक्षित निवृत्ती वेतन या नुसार त्याने सदर खात्यात जमा करायची रक्कम ठरते. खाते सुरू केले पण खातेदाराचे वय साठ होण्यापूर्वी त्याचा मृत्यू झाला तर त्याच्या वारसांना खात्यातील जमा रक्कम दिली जाते. किंवा त्याच्या पती/पत्नीला सदर खाते पुढे चालू ठेवण्याचा पर्याय असतो. म्हणजे खातेदाराचे वय साठ वर्षे पूर्ण होई पर्यंत हप्ते भरणे सुरू ठेवायचे आणि खातेदारास ६० वर्षानंतर

जितके पेन्शन मिळाले असते तितके पेन्शन त्याच्या पती/पत्नीला मिळते. दोघांच्या मृत्यूनंतर वारसाला जमा रक्कम परत केली जाते. पेन्शन खात्यात सरकारकडे जमा झालेल्या रकमेची गुंतवणूक करून त्यावर उत्पन्न मिळवून त्यातून पेन्शन देण्यात येते. पण सदर उत्पन्न कमी झाले तरी किमान खात्री दिलेले पेन्शन देण्याचे वचन केंद्र सरकारने दिलेले आहे. पेन्शन फंडाला अधिक उत्पन्न झाले तर ते पेन्शन धारकांची मालमत्ता आहे.

२८ डिसेंबर २०१६ पर्यंत अटल पेन्शन योजनेत ३८ लाख २३ हजार जणांनी खाती सुरू केली आहेत आणि त्यातून १३४४.७० कोटी रुपयांचा पेन्शन निधी तयार झाला आहे.

२०१४ मध्ये जनधन योजने अंतर्गत बँक खाती उघडण्यास प्रोत्साहन देण्यात आले. त्यावर टीकाही खूप झाली. या खात्यात शिल्लक नसणे, व्यवहार न होणे, त्यामुळे बँकांचे काम वाढणे इ. टीकेचे मुद्दे राहिले. पण ९ कोटी पेक्षा जास्त बँक खाती उघडली गेली आणि त्याचा लाभ सुरक्षेच्या सदर तीन योजनांना झाला. सदर योजनांसाठी बँक खाते असणे आवश्यक असल्याने वित्तीय समावेशकताही वाढली. सामान्यांना वित्तीय सुरक्षा मिळाली आणि त्यात त्यांना स्वतःची जबाबदारी समजू लागली. सरकारच्या तिजोरीवर किमान भार टाकून हे शक्य झाले. सबब सदर योजनांचा प्रसार मोठ्या प्रमाणावर करणे, अधिकाधिक बँकांनी त्यात मनापासून सहभागी होणे आवश्यक आहे.

❒

५० नाणे धोरण निश्चितीसाठी रिझर्व बँकेऐवजी बहु सदस्य समिती
वर्ष २०१५ नाणे धोरण फ्रेमवर्क करार

मध्यवर्ती बँकेला देशातील एकूण चलनाचा पुरवठा, बँकांनी कर्जरूपात तयार करायचा कृत्रिम पैसा, परकीय पैशाचा ओघ आणि व्याजदर या चार गोष्टींवर नियंत्रण ठेवावे लागते. त्यासाठी मध्यवर्ती बँक आपले धोरण तयार करत असते. मध्यवर्ती बँकेने तयार केलेल्या धोरणाला 'नाणे व पत धोरण' असे म्हणतात. पत धोरणाची व्याप्ती बघता हे सहज लक्षात येईल की सदर धोरणाचे दूरगामी परिणाम अर्थव्यवस्था, बचतदार, गुंतवणूकदार आणि कर्जदार अशा सर्वांवर होतात. चलनाचा पुरवठा, बँकांनी केलेला पत पैसा, विदेशी चलनाची आवक आणि बँकांचे व्याजदर या चार बाबींविषयी देशातील वेगवेगळ्या संबंधित घटकांच्या अपेक्षा भिन्न भिन्न असतात. देशाच्या विकासदर वाढीसाठी सरकारची आणि उद्योग व्यापार क्षेत्राची अपेक्षा असते की व्याजदर कमी असावेत. भाववाढीचा दर कमी करेल असे नाणे धोरण ग्राहकांना नेहमीच हवे असते. आपली कर्जे वाढावीत यासाठी बँकांना व्याजदर कमी असायला हवे असतात तर ज्येष्ठ नागरिक व बचतदार यांना आपल्या ठेवींवर जास्त दराने व्याज मिळावे असे वाटत असते. सबब मध्यवर्ती बँकेला अनेक घटकांचा विचार करून नाणे धोरण ठरवावे लागते. त्यात भाववाढीचा दर, अर्थव्यवस्थेच्या वृद्धीचा दर, रोजगार स्थिती, बँकांचे स्थैर्य आणि विनिमय दरातील चढ उतार या बाबींचा समावेश होतो. शिवाय मध्यवर्ती बँकेला अनेक भूमिका पार पाडाव्या लागतात आणि ते करताना अनेकदा स्वारस्यांचा संघर्ष निर्माण होतो. उदा. देशातील भाव पातळी वाढत असताना मागणी कमी करण्यासाठी मध्यवर्ती बँक व्याज दर वाढविण्याचा विचार करते. पण त्याच वेळी मध्यवर्ती बँक सार्वजनिक कर्जाचे व्यवस्थापक म्हणूनही काम करत असते. त्या भूमिकेतून तिला शासकीय कर्जांचे व्याजदर किमान पातळीवर ठेवणे आवश्यक असते.

थोडक्यात काय तर नाणे धोरण साऱ्यांना खुश ठेवू शकत नाही. नाणे धोरण ठरविणे जर रिझर्व बँकेच्या गव्हर्नरने एकट्याने करायचे काम असेल तर नाणे धोरण जाहीर झाल्यावर मध्यवर्ती बँकेच्या गव्हर्नरला समाजातील कोणत्या तरी घटकाच्या टीकेचे धनी व्हावे लागते. अनेकदा तर सरकारशीच वाद उत्पन्न होण्याचा संभव असतो. नाणे व पत धोरण ठरविण्याची जबाबदारी एकट्या मध्यवर्ती बँकेवर न ठेवणे हा यावर उपाय आहे. शिवाय मध्यवर्ती बँकेने आपल्या अनेक भूमिकांपैकी कोणत्या भूमिकेला प्राधान्य द्यायचे हे निश्चित करायला हवे.

नाणे व पत धोरणाची नवी चौकट आणि समिती

या पार्श्वभूमीवर भारतात नाणे धोरण ठरविणे हे काम एकट्या रिझर्व बँकेकडे न ठेवता त्यासाठी 'नाणे धोरण समिती' असावी असा विचार सुरू झाला. २००२ साली रेड्डी समितीने अशी समिती असावी ही शिफारस केली. त्यानंतर २००६ साली तारापोर समिती, २००७ साली मिस्त्री समिती, २००९ साली रघुराम राजन समिती, २०१३ साली वित्तीय क्षेत्र कायदे सुधारणा आयोग (FSLRC) आणि ऊर्जित पटेल समिती यांनीही तीच शिफारस केली. भारत सरकार आणि रिझर्व बँक यांच्यात २० फेब्रुवारी २०१५ मध्ये एक करार (Monetary Policy Framework Agreement) झाला आणि त्यानुसार महागाईचा दर मर्यादित राखणे याला प्राथमिकता देणारी नाणे धोरण चौकट स्वीकारण्याचे ठरले. आगामी पाच वर्षांसाठी महागाईच्या दराचे लक्ष्य ४% असे नक्की केले. (कमाल ६% आणि किमान २% असा पट्टा नक्की झाला.) रिझर्व बँकेला अनेक भूमिका असल्या तरी नाणे धोरण ठरविताना महागाईचा दर नियंत्रित करणे याला सर्वोच्च प्राधान्य देण्याचे ठरविण्यात आले. त्यानंतर २०१६-१७ यावर्षीच्या अंदाजपत्रकात RBI Act मध्ये दुरुस्ती करण्याचा मानस जाहीर करण्यात आला. २०१६ च्या वित्त विधेयकाला २७ जून २०१६ रोजी मंजुरी घेऊन RBI Act दुरुस्त केला. आणि नाणे धोरण समिती स्थापन करण्याचा मार्ग मोकळा झाला. त्यानंतर नाणे धोरण आखणी आणि नाणे धोरणाचा आढावा या बाबी सदर समितीने करण्यास सुरूवात केली.

समिती : सदस्य आणि कार्ये

सदर कायद्यानुसार केंद्र सरकारने राजपत्रात सूचना जारी करून अशी समिती नेमणे अपेक्षित आहे. समितीत सहा सदस्य असावेत, त्यातील तीन रिझर्व बँकेशी संबंधित म्हणजे गव्हर्नर, नाणे धोरणाची जबाबदारी असलेला डेप्युटी गव्हर्नर आणि रिझर्व बँकेच्या संचालक मंडळाने ठरविलेला रिझर्व बँकेचा अधिकारी असावेत. अन्य तिघे जण अर्थशास्त्र, वित्त, यातील तज्ज्ञ म्हणून समजले जाणारे केंद्र सरकारचे

प्रतिनिधी असावेत. रिझर्व बँकेचे अध्यक्ष हे सदर समितीचे अध्यक्ष असतील.

देशातील ग्राहक किंमत निर्देशांक कमाल किती असावा याचे लक्ष्य दर पाच वर्षांनी केंद्र सरकारने रिझर्व बँकेच्या सल्ल्याने ठरवायचे असते आणि ते लक्ष्य सरकारच्या राजपत्रात प्रसिद्ध करायचे असते. ते लक्ष्य गाठण्यासाठी रिझर्व बँकेने उपाय योजना करायची आणि समजा ते लक्ष्य गाठता आले नाही तर त्याच्या कारणासह एक अहवाल रिझर्व बँकेने सरकारला देणे अपेक्षित करण्यात आले आहे. त्याच बरोबर त्यावर उपाय योजना सुचवायची आहे. तसेच लक्ष्य गाठण्यासाठी लागणारा कालावधीसुद्धा अहवालात नमूद करायचा आहे.

या पार्श्वभूमीवर नाणे धोरण समितीने रेपो आणि रिव्हर्स रेपो दर ठरवायचे आहेत. समितीच्या प्रत्येक सभासदाने आपापले मत लेखी स्वरूपात मांडून प्रस्तावित रेपो दरास आपला पाठिंबा आहे की विरोध आहे हे सकारण स्पष्ट करायचे आहे. रिझर्व बँकेने समितीच्या सभेनंतर १४ दिवसात समितीच्या सभेचे इतिवृत्त प्रसिद्ध करणे आवश्यक आहे. शिवाय रिझर्व बँकेने समितीच्या शिफारशींची अंमलबजावणी करण्यासाठी उचललेल्या पावलांचा तपशील देणारा दस्त सुद्धा प्रसिद्ध करायचा आहे. समितीच्या शिफारशींमध्ये काही बदल केले असतील तर तेही त्यात प्रसिद्ध करायला हवेत. समितीच्या बैठकीसाठी किमान ४ सदस्य उपस्थित राहणे हे गणसंख्येच्या दृष्टीने आवश्यक आहे. त्यात रिझर्व बँकेचे गव्हर्नर (आणि त्यांच्या अनुपस्थितीत समितीचे सदस्य असलेले डेप्युटी गव्हर्नर) यांची उपस्थिती अनिवार्य आहे. समितीचे कामकाज गोपनीय असते. समितीचा निर्णय बैठकीस उपस्थित असलेल्या सभासदांनी बहुमताने घ्यायचा असतो. निर्णय घेताना समसमान मत विभागणी झाली तर रिझर्व बँकेच्या गव्हर्नरला एक अधिक मत (निर्णायक मत) देण्याचा अधिकार असतो. नाणे धोरण समितीचा निर्णय रिझर्व्ह बँकेवर बंधनकारक असतो. सदर समितीच्या वर्षातून किमान चार बैठका बोलावण्याची जबाबदारी रिझर्व बँकेची आहे. रिझर्व बँकेच्या गव्हर्नरला आवश्यकता वाटल्यास त्यापेक्षा जास्त बैठका बोलावता येतात. रिझर्व बँकेने समिती सदस्यांना आवश्यक ती माहिती आणि सांख्यिकी पुरवायची आहे.

अनुभव आणि परिणाम

नाणे धोरण समितीने स्थापने नंतर प्रथम ४ ऑक्टोबर २०१६ रोजी नाणे धोरणाची समीक्षा केली. डिसेंबर २०१७ पर्यंत समितीच्या आठ बैठका झाल्या असून त्यात सदस्यांची उपस्थिती आणि सहभाग चांगला राहिला. रिझर्व बँकेने एप्रिल २०१६च्या नाणे धोरणात रेपो दर ६.७५% वरून ६.५% पर्यंत कमी करण्याचा निर्णय घेतला होता. त्यानंतर नाणे धोरण समिती स्थापन झाली आणि

ऑक्टोबर २०१६च्या पहिल्या बैठकीत समितीने सदर रेपो दर कमी करून तो ६.२५% पर्यंत आणला. सदर दर ऑगस्ट २०१७पर्यंत कायम राहिला आणि समितीने २ ऑगस्ट २०१७च्या बैठकीत निर्णय घेऊन सदर दर ६% पर्यंत कमी केला. डिसेंबर २०१७ च्या बैठकीत रेपो दरात काहीही बदल केला नाही व तो ६% इतकाच कायम आहे.

नाणे धोरण केवळ रिझर्व बँकेने ठरविण्या ऐवजी समिती स्थापन झाल्यामुळे धोरण ठरविण्याच्या बैठकीत रिझर्व बँकेच्या बाहेरच्या तीन तज्ज्ञ सदस्यांचे योगदान मिळणे सुरू झाले. स्वाभाविकपणे ते धोरण सखोल आणि पारदर्शी पद्धतीने ठरविले गेले. सहा सदस्यांनी निर्णय घ्यायचा असल्याने पूर्वग्रह आणि लॉबिंग या पासून धोरण सुरक्षित राहू शकते. महागाईचा दर ४% पर्यंत आणून तेथे तो टिकून राहील यासाठी विचारपूर्वक धोरण आखले गेले. त्याच बरोबर अर्थव्यवस्थेची वृद्धी हा विषयसुद्धा प्राधान्याचा राहिला. निर्णयामागील कारणमीमांसा सर्व जनतेला खुली झाली. नाणे धोरणासाठी समिती आधारित निर्णय प्रक्रियेने सरकार आणि रिझर्व बँक यांच्यातील व्याज दर कपाती विषयी तणाव कमी होण्यास मदत होईल असे वाटते. अर्थात रिझर्व बँक गव्हर्नरला एका अधिक मताचा अधिकार असल्याने त्याला काही मर्यादा येतील. काही जणांनी अशी समिती स्थापन झाल्यावर रिझर्व बँकेच्या अधिकारावर आणि स्वायत्ततेवर सरकारने गदा आणली असाही आरोप केला.

संक्षेपाने असे म्हणणे वावगे ठरू नये की नाणे धोरणात महागाईचा दर हा अग्रक्रम ठरविणे, त्यासाठी रिझर्व बँकेबाहेरील तज्ज्ञांचा समितीत समावेश करणे, समितीच्या सभेचे इतिवृत्त प्रसिद्ध करणे आणि त्यात तज्ज्ञ सदस्यांचे म्हणणे अंतर्भूत करणे या बाबी नाणे धोरणाच्या परिणामकारकतेसाठी उपयुक्त आहेत.

❒

५१ स्थावर मालमत्ता विकास आणि नियमनाला कायदेशीर दिशा
वर्ष २०१६ – रेरा कायदा

१२५ कोटी जनसंख्या असलेल्या आणि झपाट्याने शहरीकरण होत असलेल्या भारतीय अर्थव्यवस्थेत स्थावर मालमत्ता क्षेत्र अत्यंत महत्त्वाचे आहे. देशाच्या सकल राष्ट्रीय उत्पन्नात वाढ करणाऱ्या क्षेत्रात गृहबांधणी क्षेत्राचे योगदान मोठे असते. शिवाय या क्षेत्राचा रोजगार निर्मितीत मोठा वाटा असतो. भारताच्या राष्ट्रीय उत्पन्नात बांधकाम क्षेत्राचे योगदान सुमारे ८% आहे. या क्षेत्रात सुमारे ४ कोटी लोकांना प्रत्यक्ष अथवा अप्रत्यक्ष रोजगार मिळालेला आहे आणि प्रत्येक एक लाख रुपयांच्या गुंतवणुकीवर २.७ इतका नवीन रोजगार निर्माण करण्याची क्षमता या क्षेत्रात आहे. आर्थिक विकास, रोजगार निर्मिती या शिवाय जनकल्याणाच्या दृष्टीनेही हे क्षेत्र प्राधान्यक्रमाचे आहे. देशातील प्रत्येकाला घर/निवारा उपलब्ध करून देणे हे 'कल्याणकारी राज्याचे' कर्तव्य बनते. भारत सरकारने प्रधानमंत्री आवास योजने अंतर्गत सन २०२२ पर्यंत 'सर्वांसाठी घरे' हा कार्यक्रम स्वीकारला असून त्यासाठी २०१७च्या अर्थसंकल्पात रु. २३,००० कोटींची तरतूद केली आहे. तसेच खासगी क्षेत्रातून मोठी गुंतवणूक गृह बांधणी क्षेत्रात यावी यासाठी सरकारमार्फत काही प्रोत्साहनपर योजना येणे आवश्यक ठरते.

सदर क्षेत्राचे महत्त्वाचे स्थान लक्षात घेतल्या नंतर त्यातील काळजी करायला लावणाऱ्या बाबींकडेही कटाक्ष टाकायला हवा. त्यात काळ्या पैशाचा वापर प्रथम क्रमांकावर येतो. मालमत्ता विकासकांची ग्राहकांना फसविण्याची वृत्ती ही बाब सुद्धा काळजी करण्या सारखी आहे. या सर्व बाबींचा विचार करून सरकारने २०१६ मध्ये रिअल इस्टेट क्षेत्रासंबंधी काही मोठे बदल केले. त्यात रेरा कायदा, बेनामी ट्रॅन्झॅक्शन कायद्यात सुधारणा, परवडणाऱ्या घरांच्या बांधकामातून मिळालेल्या नफ्याला आयकरातून

संपूर्ण सूट, प्रथमच घर खरेदी करणाऱ्याला कर्जदारास व्याजात सवलत, परवडणाऱ्या घरांच्या बांधकामाला सेवा करातून सूट, रिअल इस्टेट मध्ये गुंतवणूक करणाऱ्या ट्रस्टला लाभांश वितरण करातून सूट, इ. चा समावेश करायला हवा. यापैकी रिअल इस्टेटचा ग्राहक, विकासक, एजंट आणि अर्थव्यवस्था या सर्वांवर मोठा परिणाम करणारा रेरा कायदा स्थावर मालमत्ता विकास आणि नियमनाला खात्रीने दिशा देणारा आहे.

रेरा कायदा

घर खरेदी करणाऱ्यांच्या हितसंबंधांचे संरक्षण करणे आणि रिअल इस्टेट मधील गुंतवणुकीस चालना देणे यासाठी २०१३मध्ये आणलेले रेरा विधेयक (Real Estate Regulatory Authority (RERA) Bill) मार्च २०१६मध्ये संसदेत मंजूर होऊन सदर कायदा १ मे २०१७ पासून लागू झाला. राज्य घटनेनुसार रिअल इस्टेट हा राज्यांचा विषय असल्याने सदर केंद्राच्या कायद्याला अनुसरून सर्व राज्यांनी आपले नियम बनविणे आवश्यक आहे आणि कायद्याची अंमलबजावणी राज्यांनी करायची आहे.

सदर कायद्याच्या उपोद्घातात त्याची खालील उद्दिष्ट्ये नमूद केली आहेत.

१. रिअल इस्टेट क्षेत्राला प्रोत्साहन देण्यासाठी तसेच त्याचे नियमन करण्यासाठी अ‍ॅथॉरिटी (Real Estate Regulatory Authority) निर्माण करणे

२. प्लॉट, अपार्टमेंट, इमारत किंवा रिअल इस्टेट प्रकल्प याची विक्री कार्यक्षमतेने आणि पारदर्शकपणे होण्याची खात्री देणे

३. रिअल इस्टेट क्षेत्रातील ग्राहकांच्या हितसंबंधांचे रक्षण करणे

४. विवादावर जलद तोडगा काढणारी यंत्रणा उभारणे व ती राबविणे

५. अपिलाची सुनावणी करण्यासाठी Appellate Tribunal स्थापन करणे

प्लॉट, अपार्टमेंट, इमारत इ. खरेदी करताना बिल्डर, प्रमोटर ग्राहकांची अनेक प्रकारे मोठी फसवणूक करू शकतात असा अनुभव आहे. त्यात ताबा उशिरा देणे, प्रकल्प पुरा न करणे, ग्राहकांकडून पैसे गोळा करून पलायन करणे, इमारतीच्या बांधकामाला परवानगी नसणे, मंजूर आराखड्यात ग्राहकांच्या संमती शिवाय बदल करणे, करारातील अटी व शर्तींची पूर्तता न करणे, बुकिंग रद्द केल्यास ग्राहकास पैसे परत न करणे, जमिनीच्या मालकी हक्काबाबत वाद असणे इ. चा समावेश करता येईल. अशा फसवणुकीमुळे ग्राहकाचे आर्थिक नुकसान तर होतेच शिवाय मानसिक त्रास होतो. रिअल इस्टेटचे व्यवहार सामान्यतः विकासकांच्या बाजूचे आणि ग्राहकांच्या विरोधात होत आले आहेत असा ग्राहकांचा आक्षेप आहे. त्यावर उपाय करणारा कोणताही स्वतंत्र कायदा अथवा यंत्रणा नव्हती. रेरा कायद्याने सदर त्रुटी भरून

काढली आहे. ग्राहक आणि विकासक यांनी समान पातळीवरून पारदर्शकतेने व्यवहार करावा, रिअल इस्टेटची खरेदी सोपी व्हावी, त्यात उत्तरदायित्व आणि पारदर्शकता यावी यासाठी रेरा हा पहिलाच कायदा करण्यात आला.

कायद्यातील काही महत्त्वाच्या तरतुदी

नियमनासाठी ॲथॉरिटी – शेअर बाजार, विमा, बँक्स इत्यादींच्या नियमनासाठी जशा अनुक्रमे सेबी, IRDA, रिझर्व बँक या ॲथॉरिटी आहेत त्या प्रमाणे स्थावर मिळकत व्यवसायासाठी एक ॲथॉरिटी असावी याची गरज फार काळापासून जाणवत होती. सदर कायद्याने प्रत्येक राज्यात अशी ॲथॉरिटी नेमणे आवश्यक झाले आहे. सदर ॲथॉरिटीची कामे अशी – सर्व संबंधितांच्या हिताचे रक्षण करणे, रिअल इस्टेट प्रकल्पांची माहिती आणि सांख्यिकी एकत्र करून उपलब्ध करणे आणि अत्यंत परिणामकारक अशी तक्रार निवारण यंत्रणा कार्यान्वित करणे इ. सदर ॲथॉरिटीकडे दाखल झालेल्या तक्रारीचा निपटारा साठ दिवसात करण्याची मर्यादा कायद्याने घालून दिली आहे.

प्रत्येक स्थावर मालमत्ता प्रकल्पाची नोंदणी अनिवार्य – ५०० चौ. मी. पेक्षा अधिक जागेच्या विकसनाच्या अथवा ८ अपार्टमेंट पेक्षा जास्त बांधकामाच्या प्रत्येक प्रकल्पाची रेरा कायद्यानुसार नोंदणी करणे अनिवार्य केले आहे. कायदा लागू झाल्या दिवशी चालू असलेले पण ज्यांना बांधकाम पूर्णत्वाचा दाखला मिळालेला नाही असे प्रकल्प सुद्धा या कलमास पात्र आहेत. नोंदणी करताना प्रकल्पाचे सर्व तपशील देणे बंधनकारक आहे. नोंदणी झाल्याशिवाय प्रकल्पातील युनिट्सची विक्री करण्यास मनाई आहे.

गंगाजळी खाते : अनुभव असा आहे की स्थावर मालमत्ता विकसनाचे प्रवर्तक एका प्रकल्पातून जमा झालेला पैसा दुसऱ्या प्रकल्पाकडे वळवतात आणि त्यामुळे मूळ प्रकल्प वेळेत पूर्ण होत नाहीत. रेरा कायद्यात यावर उपाय केला आहे. प्रकल्पातून जमा झालेल्या रकमेपैकी ७०% रक्कम प्रकल्पाच्या खात्यात गंगाजळी स्वरूपात जमा करावी अशी तरतूद करण्यात आली आहे. या खात्यातील रक्कम त्याच प्रकल्पाच्या जमीन किमतीसाठी अथवा बांधकामासाठीच वापरता येणार आहे. आणि तशी ती वापरल्याचे प्रमाणपत्र घ्यावे लागणार आहे.

प्रवर्तकांकडून माहितीचे सतत प्रकटीकरण : प्रकल्पाच्या प्रवर्तकांनी प्रकल्पाच्या प्रगतीचा तपशील विशिष्ट कालावधीनंतर रेरा ॲथॉरिटीकडे सादर करणे अनिवार्य आहे. सदर तपशील रेरा ॲथॉरिटी आपल्या वेब साईट वर सतत अपडेट करणार असल्याने ग्राहकांना आपल्या प्रकल्पाची परिस्थिती सहज समजून येईल.

मालकी हक्का विषयी खात्रीचे निवेदन : प्रकल्पाच्या प्रवर्तकांनी जमिनीचे

मालकी हक्क निर्दोष आणि पूर्णपणे प्रवर्तकांच्याकडे असल्याची खात्री दिली पाहिजे आणि भविष्यात त्यात काही कसूर लक्षात आली तर ग्राहकांची नुकसान भरपाई त्याने करून दिली पाहिजे. शिवाय प्रवर्तकाने मालकी हक्क आणि बांधकाम याचा विमा उतरविला पाहिजे, ज्याचे पैसे घेण्याचा अधिकार कायद्याने ग्राहकांकडे दिला आहे.

खरेदीखताचे प्रमाणीकरण : अनेक प्रवर्तक ग्राहकांशी स्वतःच्या सोयीची कलमे असलेले करार करतात. असे करार ग्राहकांना पुरेसे संरक्षण देत नाहीत आणि प्रवर्तकांचे हितसंबंध जपतात. हे टाळण्यासाठी रेरा कायद्याने आदर्श कराराचा नमुना दिला आहे. त्यामुळे ग्राहकांची फसवणूक टाळली जाऊन त्यांना संरक्षण मिळेल.

दंडाची तरतूद : रेरा कायद्याची अंमलबजावणी गंभीरपणे व्हावी यासाठी कलामांचे उल्लंघन झाल्यास दंडाची तरतूद करण्यात आली आहे. दंडाची रक्कम प्रकल्प रकमेच्या १०% इतकी जबर आणि तुरुंगवास अशी आहे.

एजंटवर वचक : रेरा कायदा प्रॉपर्टी एजंट्स ना सुद्धा लागू करण्यात आला आहे. त्यामुळे एजंट्स कडून फसवणूक होण्याची शक्यता कमी झाली आहे.

प्रकल्पात काही किरकोळ वाढ अथवा बदल करायचे असतील तर त्याची माहिती ग्राहकांना देणे, मोठे बदल असतील तर २/३ ग्राहकांची संमती घेणे, प्रकल्पातील मेजॉरिटी हक्क वर्ग करायचे असतील तर २/३ ग्राहकांची संमती घेणे, वेळेत प्रकल्प पूर्ण करणे, प्रकल्प पूर्तीनंतर ५ वर्षे बांधकामातील त्रुटीना प्रवर्तक जबाबदार असणे अशा तरतुदींमुळे ग्राहकांचे हित नक्कीच सांभाळले जाईल असे वाटते.

परिणाम

रेरा कायद्यामुळे सुरूवातीच्या काळात रिअल इस्टेट उद्योगाला थोडी अडचण होणे स्वाभाविक आहे. प्रकल्पांची नोंदणी करणे, मालकी हक्काची जबाबदारी स्वीकारणे, नोंदणी केल्या शिवाय प्रकल्पाची जाहिरात न करणे, बुकिंग न करणे अशा अटींमुळे सुरूवातीला प्रकल्पांची संख्या कमी राहील. प्रवर्तकांना स्वतःचे भांडवल गुंतवून धंदा करावा लागेल. प्रकल्पांची किंमत वाढेल. अक्षम प्रवर्तक बाजारात टिकू शकणार नाहीत. अल्प काळासाठी कदाचित किमतीसुद्धा उतरतील. असे असले तरी काही काळानंतर परिस्थिती सामान्य होऊन निकोप स्पर्धा सुरू होईल. ग्राहकांना मालमत्तेच्या व्यवहारात सहजपणे आणि विश्वासाने भाग घेता येईल. सर्व रिअल इस्टेट उद्योग विश्वासार्ह आणि पारदर्शक होईल. प्रवर्तकांची कार्यक्षमता वाढेल. बांधकाम क्षेत्रात प्रमाणीकरण येईल. दर्जा सुधारेल. गुंतवणूकदारांचा विश्वास वाढेल. त्यामुळे या क्षेत्रात गुंतवणूक मोठ्या प्रमाणात येईल.

अर्थव्यवस्थेतील एक मोठे क्षेत्र, ज्यावर बहुतांश अविश्वासार्हता आणि अपारदर्शकता असल्याचा ठपका होता, ते बदलण्यास सदर कायदा कारणीभूत होईल असे वाटते. ग्राहकांची फसवणूक, काळ्या पैशाचा संचार, अवाजवी नफा अशा गैर प्रकारांना आळा बसून रिअल इस्टेट क्षेत्र देशाच्या आर्थिक वृद्धीत मोठा वाटा उचलेल, तसेच सामान्यांपासून सर्वांना अल्पावधीत घरे मिळू शकतील अशी आशा करण्यास जागा आहे.

❐

लेखक-परिचय

विनायक महादेव गोविलकर
४, लोकमान्य नगर, गंगापूर रोड , नाशिक
vgovilkar@rediffmail.com,
Mob.No.9422762444

- महाराष्ट्र राज्य नियोजन मंडळाच्या उद्योग आणि पर्यावरण अभ्यास मंडळाचे सदस्य
- एल.आय सी.च्या झोनल सल्लागार समितीचे सदस्य.
- पुणे विद्यापीठाच्या सिनेट वर कुलपती नियुक्त सदस्य
- मुक्त विद्यापीठाच्या वित्त सल्लागार समितीचे सदस्य
- उत्तर महाराष्ट्र विद्यापीठात अभ्यास मंडळाचे सदस्य
- उच्च माध्यमिक शिक्षण मंडळाचे समन्वयक या नात्याने १३ वर्षे भरीव काम United Western बँकेच्या ऑडिट कमिटी चे अध्यक्ष व बँकेचे संचालक
- जळगाव जनता बँक - संचालक
- अकोला अर्बन बँक स्थानिक समिती अध्यक्ष
- एम.कॉम. एल.एल.बी. या परीक्षांमध्ये पुणे विद्यापीठात सर्व प्रथम,चार्टर्ड अकौंटंट परीक्षेत भारतात गुणवत्ता यादीत,पुणे विद्यापीठातून पी.एच डी. पदवी.

- १९८१ पासून सी.ए.ची प्रॅक्टिस. गोविलकर अँड असोसिएट्स या फर्मचे भागीदार
- भि.य.क्ष. वाणिज्य महाविद्यालयात तीन दशके प्राध्यापक, नंतर प्राचार्य पदावरून स्वेच्छेने निवृत्ती.
- एम.बी.ए.साठी ३५ वर्षे मार्गदर्शक, संशोधन करणाऱ्या विद्यार्थ्यांना मार्गदर्शन
- २० पुस्तके, १५ पुस्तिका आणि ७०० पेक्षा जास्त लेखांचे लेखक
- अर्थशास्त्रातील 'उत्तम पुस्तक' पुरस्कार तसेच 'उत्तम लेख' पुरस्कारांनी सन्मानित. चालू आर्थिक घडामोडींवर भाष्य करणाऱ्या 'थिंक लाईन' या द्वैमासिकाचे व्यवस्थापकीय विश्वस्त. आतापर्यंत थिंक लाईनच्या ११०अंकांचे प्रकाशन झाले आहे.
- आर्थिक संकल्पनांच्या 'अर्थ जिज्ञासा' नावाच्या १५०० पृष्ठांच्या कोशाचे लेखक.
- २०१४ साली स्थापन झालेल्या सरकारच्या आर्थिक कामगिरीचा परामर्श घेणाऱ्या 'मोदी नॉमिक्स' या पुस्तकाचे लेखक.
- चार्टर्ड अकौंटंट तसेच प्राध्यापकांसाठी प्रशिक्षण कार्यक्रमात प्रबुद्ध आचार्य म्हणून मार्गदर्शन.
- **पुरस्कार :** डॉ.पारनेरकर अर्थशास्त्र पुरस्कार, गुणीजन पुरस्कार, शंतनुराव किर्लोस्कर पुरस्कार, बेस्ट सिटीझन ॲवॉर्ड, नाशिक भूषण पुरस्कार, उत्तम शिक्षक पुरस्कार, पुरुष सिंह पुरस्कार
- हाँगकाँग येथे झालेल्या जागतिक व्यापार संघटनेच्या पाचव्या मंत्री परिषदेत सहभाग

❐

* 9 7 8 9 3 8 6 4 0 1 5 6 4 *
FCW - #0156 - 061026 - C48 - 216/140/16 - PB - 9789386401564 - Gloss Lamination